cuộc đời
bị đánh cắp

A STOLEN LIFE: A MEMOIR

Copyright © 2011 by Luna Lee, Inc.

All rights reserved.

Published by arrangement with the original publisher, Simon & Schuster, Inc.

Bản dịch tiếng Việt © NXB Trẻ, 2014

BIỂU GHI BIÊN MỤC TRƯỚC XUẤT BẢN DO THƯ VIỆN KHTH TP. HỒ CHÍ MINH THỰC HIỆN
General Sciences Library Cataloging-in-Publication Data

Dugard, Jaycee Lee, 1980-
    Cuộc đời bị đánh cắp : hồi ức của một nô lệ tình dục / Jaycee Dugard ; Trọng Nguyễn
dịch. - T.P. Hồ Chí Minh : Trẻ, 2014.
    356tr. ; 20cm.
    Nguyên bản : A stolen life.

    1. Dugard, Jaycee Lee, 1980- -- Người bị đánh cắp, 1991.   2. Người bị đánh cắp --
California -- Tiểu sử. 3. Trẻ em bị lạm dụng tình dục -- California -- Tiểu sử. I. Trọng Nguyễn.
II. Ts: A stolen life.

    364.154092 -- dc 22
    D866

ISBN 978-604-1-05497-4
Cuộc đời bị đánh cắp

8 934974 130765

jaycee dugard

cuộc đời
bị đánh cắp

hồi ức của một nô lệ tình dục

Trọng Nguyễn *dịch*

Dành tặng các con.
Cho những lúc mẹ con mình cùng khóc, cùng cười.
Và tất cả những khoảnh khắc khó quên còn lại.

Lời tựa

Có thể cuốn sách này sẽ làm cho một vài người hoang mang. Nhưng khi đọc những trang viết của tôi, bạn hãy nhớ là thế giới mà tôi từng sống cũng đầy những nỗi hoang mang như thế. Để thực sự hiểu nó như thế nào, tôi nghĩ người ta cần phải có trải nghiệm, tuy nhiên tôi mong rằng không có ai phải chịu như vậy, vì lẽ đó cuốn sách này là nỗ lực của tôi nhằm bày tỏ cảm giác hoang mang cùng cực trong những năm tháng tôi đã trải qua, đồng thời tôi cũng muốn chia sẻ những mất mát, đau thương mà tôi cùng gia đình đã phải hứng chịu.

Có thể bạn sẽ bất ngờ khi đọc về một nhân vật trước đây chưa bao giờ có, nhưng đó là cuộc đời thật của tôi. Có thể bạn sẽ có cảm giác những sự kiện không diễn ra theo một trình tự trước sau. Thậm chí là sau khi được giải thoát, những khoảnh khắc thời gian đối với tôi vẫn rối như một mớ bòng bong. Nhờ sự giúp đỡ của mọi người mà tôi mới nhận ra rằng đó là cảm nhận đặc biệt của những người từng bị bắt cóc. Tôi không muốn đánh mất đi tiếng nói đặc trưng ấy nên đã viết cuốn sách của mình theo một cách rất tự nhiên. Tôi không phải là một người kể chuyện thông thường... Tôi là tôi... và những trải nghiệm của tôi rất khác biệt. Đúng vậy, tôi đi lòng vòng và chệch hướng lung tung, đầu óc tôi hoạt động như thế đấy. Nếu bạn muốn đọc một câu chuyện ít hoang mang hơn thì xin hãy quay trở lại với tôi sau mười năm nữa, khi tôi đã giải quyết hết mọi vấn đề!

Jaycee Lee Dugard năm mười một tuổi

Giới thiệu

Xin được giới thiệu thẳng với các bạn! Tên tôi là Jaycee Lee Dugard. Tôi đã bị một kẻ lạ bắt cóc vào năm mười một tuổi. Suốt mười tám năm đằng đẵng, tôi đã bị nhốt ở sân sau và không được phép nói ra tên mình. Những trang viết sau đây là câu chuyện của riêng tôi về một ngày định mệnh vào tháng Sáu, năm 1991 đã mãi mãi làm thay đổi cuộc đời tôi.

Tôi đã quyết định viết cuốn sách này vì hai lí do. Lí do thứ nhất là vì Phillip Garrido tin rằng sẽ không có ai phát hiện ra những điều gã đã làm đối với một cô bé mười một tuổi... chính là tôi. Gã cũng tin rằng gã hoàn toàn vô can đối với những hành động của mình. Còn tôi tin vào điều ngược lại. Tôi tin là mọi người cần được biết chính xác những gì gã và bà vợ Nancy đã làm ở sau vườn trong suốt những năm tháng ấy. Tôi cũng tin là mình không nên cảm thấy xấu hổ vì những gì đã xảy ra, và tôi muốn Phillip Garrido biết rằng tôi không còn phải giữ bí mật của gã nữa. Tất nhiên là gã phải chịu trách nhiệm cho việc đánh cắp cuộc đời tôi – cuộc đời mà đáng lẽ tôi đã trải qua cùng với gia đình mình.

Tôi cũng viết câu chuyện của mình với mong muốn nó sẽ giúp một ai đó – hi vọng không phải ở trong hoàn cảnh tương tự như tôi – có thể vượt qua được tình huống khó khăn của riêng họ, bằng cách này hay cách khác. Mọi người thường dễ bị sốc và khiếp sợ khi ai đó bị bắt cóc, nhưng còn những người lớn và trẻ con trong các gia đình phải hứng chịu cảnh đau thương này thì sao? Mục đích của tôi là khuyến khích mọi người nói ra những điều sai trái xung quanh mà họ đang chứng kiến. Chúng ta sống trong một thế giới mà ít ai chịu nói ra, và khi người nào đó nói ra thì thường là chẳng có ai chịu nghe cả. Mong sao xã hội này sẽ thay đổi cách cư xử của họ đối với những người biết dũng cảm lên tiếng. Tôi biết mình không phải là đứa trẻ duy nhất bị một gã lớn tuổi điên rồ làm tổn thương. Tôi cam đoan rằng còn có những gia đình bề ngoài thì trông rất tuyệt, nhưng nếu ai đó tìm hiểu kỹ sẽ phát hiện ra vô khối điều khủng khiếp không thể tin nổi.

Đối với nhiều người, việc thu mình trong thế giới tự tạo của riêng họ thật dễ dàng biết bao nhiêu, còn mạo hiểm rời khỏi nơi quen thuộc bấy lâu nay sẽ vô cùng khó khăn và đáng sợ. Nhưng đáng lắm đấy. Thậm chí chúng ta còn có thể cứu vớt được một ai đó hay một gia đình nào đó không có khả năng tự vệ. Chẳng hạn như trong trường hợp của tôi: hai cảnh sát vùng Berkeley đã thấy điều gì đó không ổn và ngay lập tức lên tiếng. Cho dù họ có nói sai đi chăng nữa thì họ cũng đã làm đúng khi nói ra điều cần nói. Tôi sẽ biết ơn họ suốt đời vì những gì họ đã làm cho tôi mà chính bản thân tôi không thể nào làm được.

Vào lúc đó, mỗi ngày là cả một cuộc đấu tranh mệt mỏi, nhưng giờ thì tôi mong đợi ngày mới và cả những ngày sắp tới. Sau mười tám năm sống trong áp lực, tàn nhẫn, cô đơn, buồn chán kinh khủng cùng những sự việc cứ liên tục lặp đi lặp lại, giờ đây mỗi ngày lại mang đến cho tôi một thách thức và trải nghiệm mới mà tôi luôn háo hức mong chờ.

Với những trang viết của mình, tôi muốn nói rằng bạn vẫn có thể chịu đựng và sống sót qua những tình huống hết sức gian nan. Mà không chỉ sống sót đâu, trong lòng bạn sẽ cảm thấy rất ổn nữa. Thực sự tôi cũng không biết chắc là mình đã chịu đựng như thế nào, nhưng càng ngày tôi càng ít băn khoăn về điều đó. Tôi từng nghĩ có thể một ai đó đọc cuốn sách này sẽ tìm ra câu trả lời cho tôi, nhưng giờ thì tôi đang bắt đầu nghĩ rằng thực ra mình đã âm thầm biết được từ bấy lâu nay rồi.

Hãy hỏi chính bản thân mình: "Làm gì để sống sót?"

Tôi, J-A-Y-C-E-E, hai tuổi

Hoàn cảnh của tôi khá đặc biệt, và tôi không thể hình dung được là mọi người đang trải qua cuộc sống thường nhật của mình như thế nào. Tôi chỉ nói rằng bạn cũng có thể vượt qua những tình huống khó khăn. Như tôi đã từng làm được như vậy. Lịch sử đã dạy chúng ta rằng thậm chí ngay cả những lúc dường như không còn tia hi vọng nào thì hi vọng vẫn sống trong trái tim ta.

T.S. Eliot từng viết: "Tôi bảo tâm hồn tôi hãy lặng yên, và chờ đợi mà không cần hi vọng, bởi hi vọng có thể là hi vọng cho điều sai trái."

Thật sự là niềm tin và hi vọng của tôi đã đặt vào một

(vài) người không đúng, nhưng dù sao đi nữa thì nó vẫn sống trong tôi.

Tôi thấy mình may mắn và hạnh phúc biết bao vì tất cả những điều tuyệt vời mà tôi đang sở hữu. Cuộc sống này quá ngắn ngủi để nghĩ về những gì ta không có. Tôi đã có những cô con gái xinh xắn tiếp cho tôi sức mạnh cùng những con mèo để sưởi ấm hàng đêm, và có lẽ từ trong sâu thẳm tim mình, tôi vẫn có niềm hi vọng le lói là sẽ được gặp mẹ tôi lần nữa. Cho dù chỉ còn duy nhất một điều, hay một người nào đó mà ta cảm thấy biết ơn thì cũng đã đủ rồi. Đúng thế, tôi tin rằng mình thật may mắn. Tôi đã không thể vượt qua những cam go của mình nếu không có niềm tin rằng rồi một ngày nào đó cuộc đời mình sẽ có ý nghĩa. Những chuyến phiêu lưu trong cuộc sống rất quan trọng. Chúng ta cần phải sống trọn vẹn mỗi ngày, cho dù cuộc sống có mang đến cho ta điều gì đi chăng nữa.

*Tôi, giận dữ vào
năm tám tuổi*

Với người tuyết đầu tiên

Bắt cóc

Đó là một buổi sáng thứ Hai bình thường như mọi ngày đi học khác. Tôi thức dậy từ rất sớm vào ngày 10, tháng Sáu, năm 1991. Tôi nằm đợi mẹ vào phòng để hôn tạm biệt trước khi mẹ đi làm. Tôi đã dặn mẹ nhớ phải hôn tạm biệt tôi vào đêm hôm trước.

Khi nằm trên giường đợi, tôi nghe tiếng cửa trước đóng lại. Thế là mẹ đã đi rồi. Như vậy là mẹ quên béng điều đã hứa. Tôi đoán rằng chỉ có tối nay, khi mẹ đi làm về thì tôi mới có thể ôm hôn mẹ như thường lệ. Dẫu vậy thì tôi cũng sẽ nhắc nhở mẹ đã quên điều gì vào sáng nay mới được. Tôi vẫn nằm trên giường một lúc cho đến khi đồng hồ báo thức kêu. Tôi lại đợi năm phút nữa rồi mới lê mình ra khỏi giường. Lúc này tôi nhận ra chiếc nhẫn mua vào ngày hôm trước tại hội chợ thủ công mỹ nghệ đã biến mất. Chết thật! Tôi rất muốn đeo nó đến trường ngày hôm nay. Tôi tìm khắp giường nhưng chẳng thấy. Nếu tôi phí thêm chút thời gian nào nữa thì sẽ bị muộn xe buýt mất thôi, và thế thì dượng Carl sẽ nổi cơn tam bành khi tôi nhờ dượng ấy chở đi học. Lúc nào mà dượng chẳng nghĩ rằng tôi chỉ làm rối tung mọi thứ lên; tôi không thể nào tạo thêm một lí do để dượng ấy ghét bỏ mình nữa. Đôi khi tôi có cảm giác dượng Carl chỉ chờ đợi thêm một cơ hội để tống khứ tôi đi.

Tôi bỏ dở cuộc tìm kiếm và quyết định đeo chiếc nhẫn mẹ tặng tôi cách đây bốn năm nhân dịp sinh nhật lần thứ bảy, trước khi mẹ gặp dượng Carl. Giờ đây, ngón tay của cô bé mười một tuổi đã quá lớn so với chiếc nhẫn nên tôi không thường xuyên đeo nó lắm. Chiếc nhẫn được làm bằng bạc, bé xíu và rất mỏng manh có hình một con bướm trông rất hợp với vết bớt nằm trên cánh tay phải, gần chỗ khuỷu tay của tôi. Chiếc nhẫn còn có một hạt kim cương bé xíu nằm ở giữa thân con bướm. Tôi cố xỏ vào ngón tay vẫn thường hay đeo nhẫn nhưng chật quá nên đành đeo vào ngón út, và như vậy thì dễ chịu hơn nhiều. Thế rồi tôi cũng mặc đồ xong. Hôm nay tôi quyết định diện chiếc quần thun màu hồng và chiếc áo có hình chú mèo mà tôi yêu thích nhất. Ngoài trời có vẻ lạnh nên tôi khoác thêm chiếc áo gió màu hồng. Sau đó tôi đi ngang qua sảnh để ghé nhìn em gái tôi trong phòng. Tối hôm qua mẹ gấp áo quần ở phòng của em và tôi cũng giúp mẹ đôi chút khi nằm ở trên giường. Suốt buổi tối, tôi đã cố gắng thuyết phục mẹ rằng tôi cần một chú chó biết nhường nào; có lẽ tôi cũng có phần quá đáng. Bởi vì mẹ cứ nhắc đi nhắc lại từ "Không". Nhưng mà tôi rất, rất muốn có một chú chó của riêng mình. Có mấy con cún chạy ngoài đường ở cạnh nhà và tôi không bỏ lỡ bất kì cơ hội nào để cho chúng ăn qua hàng rào. Tôi không hiểu tại sao mình lại không có một chú chó. Hôm nọ tôi viết một bài luận ở trường với đề tài "Nếu em có một điều ước." Tôi ước ao mình có một chú chó của riêng mình. Tôi sẽ đặt tên cho cậu ấy là Buddy và Buddy sẽ lẽo đẽo theo tôi đi khắp nơi, chơi các trò chơi và yêu quí tôi nhất trên đời. Tôi thật sự hi vọng rằng mẹ sẽ cho phép tôi có một chú chó vào một ngày nào đó.

Tôi cũng đã dạy cho cô em gái mười tám tháng tuổi một trò chơi mới vào tối hôm qua. Tôi chỉ cho em cách nhún nhảy bên trong chiếc cũi. Em cười ngặt nghẽo, mà tôi thì thích chọc cho em cười. Tôi nghĩ là em sắp sửa biết leo ra khỏi cũi rồi. Tôi len lén nhìn vào phòng và thấy em vẫn còn ngủ nên lặng lẽ đi ra.

Sáng nay tôi cảm thấy một chút buồn nôn nên định nói với dượng Carl rằng tôi bị ốm và không thể đi học, nhưng rồi tôi thay đổi quyết định để tránh bị la. Sự thật là dù sao đi nữa, tôi chẳng hề muốn ở nhà cả ngày cùng dượng. Hầu như ngày nào tôi cũng mong đến trường bởi vì đó là khoảng thời gian không phải nghe những lời chỉ trích của dượng. Có thể ăn sáng sẽ giúp bao tử đỡ hơn chăng. Thế là tôi vào nhà bếp để chuẩn bị bữa sáng và bữa trưa. Tôi chọn bột yến mạch ăn liền với đào và kem. Chiếc đồng hồ trên lò vi sóng chỉ 6:30 rồi. Tôi ý thức được rằng mình phải leo lên ngọn đồi sớm để kịp đón xe buýt nên cố ăn thật nhanh, thấy nhẹ cả người khi dượng Carl không có ở đây để nhìn thấy tôi xùm xụp bát yến mạch. Lúc nào dượng cũng cho rằng những hành động của tôi tại bàn ăn thật tệ hại và không từ bỏ cơ hội nào để nói ra những suy nghĩ ấy.

Có lần không thích cách tôi ăn tối nên dượng bắt tôi ngồi trước gương trong phòng tắm và ngắm chính mình khi ăn. Tôi không nghĩ rằng mình sẽ ép con mình làm như thế. Tôi không hiểu tại sao dượng Carl lại không thích tôi. Tôi chuẩn bị bánh mì sandwich với mứt và bơ đậu phộng cho bữa trưa, sau đó bỏ thêm một quả táo và một hộp nước trái cây rồi kiểm tra một lần nữa xem em Shayna đã thức dậy chưa, nhưng vì em vẫn còn ngủ nên tôi ra đi mà không chào tạm biệt. Tôi chẳng thấy dượng Carl suốt buổi sáng nay. Có lẽ dượng đã ra ngoài vì chẳng thấy dượng xem ti-vi như thường lệ. Tôi nhìn thấy chú mèo Monkey của tôi ở ngoài hiên. Bà ngoại Ninny đã tặng chú cho tôi trước khi tôi dọn đến Tahoe. Monkey đen tuyền thuộc giống mèo Manx nên không có đuôi. Khi nhận Monkey, tôi đã muốn đặt tên cho chú là Sapphire bởi vì đôi mắt của chú xanh biếc, thế nhưng dượng Carl lại cho rằng đó là một cái tên ngốc nghếch nên gọi là Monkey. Lúc ấy, tôi rất giận và gọi chú mèo của mình là Sapphire mỗi khi có thể, nhưng khi

Tôi, Monkey và Bugsy

lớn lên, cái tên Sapphire thật sự không còn hợp nữa nên giờ đây tôi cũng gọi là Monkey luôn. Thật buồn cười vì rồi chúng ta cũng quen dần với tất cả mọi thứ. Hầu hết thời gian Monkey đều ở ngoài, nhưng mỗi đêm tôi lại cho chú vào trong nhà để ngủ với tôi. Tôi không muốn để Monkey ở ngoài suốt đêm vì cô mèo Bridget của mẹ tôi đã bị thú hoang ăn thịt khi mới dọn về Tahoe. Thật kinh khủng; cả nhà đã đi tìm Bridget suốt mấy ngày và cuối cùng tôi phát hiện ra một nhúm lông còn lại của nó. Đáng buồn thay. Chắc hẳn Monkey đã xa mẹ từ lúc nhỏ xíu vì chú rất thích được vuốt ve trong chiếc chăn xù xì của tôi. Có lẽ Monkey tưởng tôi là mẹ của chú.

Tôi ra ngoài sảnh để chào Monkey, chú kêu meo meo đòi ăn và thế là tôi cho chú luôn một nắm thức ăn cho mèo. Tôi còn mang một củ cà rốt cho Bugsy, chú thỏ lùn có bộ lông đen pha trắng. Dượng Carl đã nuôi Bugsy trước khi tôi gặp dượng vài năm về trước. Tôi nghĩ điểm đáng yêu nhất của Bugsy là chú rất thích kem mút có vị nho. Tôi có nhiệm vụ dọn dẹp chuồng cho Bugsy, một việc tôi chẳng thích làm chút nào. Chú ị nhiều lắm. Có lần tôi đọc trong một cuốn sách nói rằng thỏ thường ăn phân của mình vào mỗi đêm. Đôi khi thật buồn cười vì các con vật làm những chuyện khó hiểu như vậy, ắt hẳn phải có lí do thích đáng nào đấy, chỉ có điều là tôi chưa tìm ra được lí do ấy mà thôi.

Ngôi nhà ở Tahoe vào mùa đông

Tôi mở cửa trước rồi đi xuống các bậc thang. Ngôi nhà nằm dưới chân đồi ở Tahoe này làm tôi liên tưởng đến một cabin ở khu trượt tuyết. Cả nhà đã dọn đến đây từ tháng Chín năm ngoái. Chúng tôi từng sống ở Quận Cam nhưng vì có trộm đột nhập vào nhà nên mẹ và dượng Carl nghĩ chuyển đến Tahoe sẽ an toàn hơn. Và giờ thì cả nhà tôi sống trong một khu phố nhỏ hơn rất nhiều.

Tôi lớn lên ở Anaheim, California. Tôi luôn cho rằng khi hai mẹ con tôi chuyển đến sống cùng với dượng Carl, dượng đã thuyết phục mẹ rằng đã đến lúc tôi cần phải đi bộ đến trường một mình bởi vì tôi chưa từng làm thế. Tôi không nghĩ là mẹ thích ý tưởng này, nhưng mẹ không thể lái xe đưa tôi đi học vì phải đi làm từ sáng sớm, thế là đôi khi dượng Carl chở tôi đi, nhưng thường thì dượng không có ở nhà nên tôi đành đi bộ. Mẹ và dượng Carl đưa cho tôi chìa khóa nhà, và đó là năm đầu tiên tôi phải đi bộ từ nhà đến trường một mình.

Có lần khi đang đi bộ về nhà từ trường Tiểu học Lampson – nơi tôi đang học lớp bốn – một bọn thanh niên ngồi trên xe hơi đã réo gọi và ra hiệu kêu tôi đến gần. Tôi chạy thục mạng và nấp trong một bụi cây cho đến khi chiếc xe chạy mất, sau đó thì vắt chân lên cổ mà chạy về nhà rồi khóa chặt cửa lại. Từ sau bận đó tôi rất sợ phải đi bộ về nhà, và lúc nào tôi cũng cố đi nhanh thật nhanh. Thỉnh thoảng mẹ hay dượng Carl đón tôi về. Tôi thích những ngày đó lắm. Tahoe hoàn toàn khác với Anaheim, giờ tôi có thể cưỡi xe đạp đi đến bất cứ nơi đâu mà chẳng sợ tí nào.

Đôi khi vào những buổi sáng, con chó nhà hàng xóm tên là Ninja lon ton chạy theo tôi lên đồi. Tôi muốn có một chú chó của riêng mình biết bao nhiêu, chú sẽ đi lên đồi cùng tôi vào mỗi buổi sáng và đứng đó đón tôi về. Ninja thích dượng Carl hơn tôi và nó thường đợi hay đi dạo cùng dượng vào những buổi cuối tuần.

Sáng nay tôi rất mong rằng Ninja sẽ đến và đi cùng tôi, nhưng khi ra đường, tôi chẳng thấy nó đâu cả. Lúc rời khỏi nhà, tôi gọi to để dượng Carl biết tôi đang đi lên đồi. Tôi không thấy dượng cũng như chẳng nghe được tiếng trả lời, tuy nhiên chiếc xe tải đang nằm trước ga-ra, có lẽ là dượng đang sửa xe đấy thôi. Tôi bắt đầu đi men theo phía bên phải của ngọn đồi, và khi đến khúc quanh, tôi chuyển sang đi mé bên trái. Chỉ còn một tuần nữa là hết năm học, và kì nghỉ hè sẽ bắt đầu. Tôi và cô bạn cùng lớp Shawnee đã lên kế hoạch sẽ làm việc tại một trại gia súc. Shawnee rất thích ngựa và đôi khi còn vẽ hình ngựa cho tôi nữa. Tôi thích cách cô bạn ấy vẽ vô cùng. Shawnee còn cho tôi cưỡi ngựa chung và tôi thích lắm. Shawnee quả là một tay nài ngựa cừ khôi. Cô bạn từng sống với mẹ ở một trại nuôi ngựa, nhưng giờ thì ở cùng bà ngoại Millie cách nhà tôi một dặm. Tôi rất hào hứng với kế hoạch này. Tôi cũng muốn cưỡi ngựa giỏi như cô bạn ấy vào một ngày nào đó. Dĩ nhiên là tôi vẫn phải tìm cách xin phép dượng Carl và mẹ. Nhưng dù sao thì tôi hi vọng họ sẽ cho phép tôi thử. Dượng Carl lúc nào cũng nói tôi cần phải làm việc nhà nhiều hơn, học cách có trách nhiệm nhiều hơn, vậy thì có cách nào để học làm người có trách nhiệm tốt hơn là thực hiện một công việc trong mùa hè? Phải, ít nhất thì đó cũng là những gì tôi sẽ trình bày với dượng Carl để xem dượng nói gì. Chị gái M của dượng Carl, tức bác mới của tôi có hai con ngựa. Một con ngựa cái cùng một con con. Tôi thích đi đến nhà bác ấy. Bác có vẻ thích tôi hơn so với dượng Carl và bà W, mẹ của dượng. Bác M tỏ ra rất quí tôi. Bác cho tôi cưỡi ngựa cùng và đi vòng quanh sân. Thật là vui biết bao. Bác còn có một chú chó cốc dễ thương kinh khủng lúc nào cũng thích đùa nghịch. Tôi thích đến nhà bác M; bác có vẻ rất quí tôi.

Khi còn sống ở Quận Cam, tôi từng học một lớp nhạc jazz. Tôi chẳng thích học ở đó lắm. Tôi thích múa ballet hơn, thế nhưng khi mẹ đến đăng kí thì lớp ballet đã chật kín người nên tôi đành học lớp nhạc jazz. Tôi rất nhút nhát nên việc biểu diễn trước mọi người chẳng hợp chút nào với tôi. Thế rồi chúng tôi đã chuyển đến Tahoe ngay trước buổi biểu diễn độc tấu cuối cùng. Cám ơn Thượng Đế! Tôi nghĩ chắc mình sẽ làm mọi thứ rối tung hết cả lên nếu phải biểu diễn trước khán giả. Và bộ quần áo nịt cũng chẳng phải là thứ tôi mong đợi.

Khi chuyển đến Tahoe lúc năm học mới bắt đầu, tôi đã tham gia vào đội Nữ Hướng Đạo. Lại một lần nữa không phải là ý định của tôi. Việc kết bạn quả là rất khó khăn, nhưng vì vài bạn trong đội học chung lớp với tôi nên mọi chuyện cũng dễ dàng hơn, đôi khi tôi chỉ ước mình đừng nhút nhát đến thế. Tôi thường chơi với Shawnee nhưng bạn ấy không ở chung đội với tôi. Tuy nhiên, các bạn gái trong đội đều rất tốt, tôi thích làm việc và cùng đi bán bánh với các bạn ấy. Tôi không giỏi lắm trong việc đi đến trước cửa nhà của người lạ và hỏi họ có muốn mua bánh của đội Nữ Hướng Đạo hay không, nhưng quả thật không tồi khi ăn những chiếc bánh ấy. Loại bánh yêu thích của tôi là Samoas và Bạc Hà Dẹp. Mỗi khi đến nhà người ta để bán bánh, tôi gõ cửa và đẩy hết việc chào mời cho bạn mình. Liệu có bao giờ tôi sẽ hết nhút nhát không nhỉ? Chúng tôi sẽ có một chuyến du ngoạn đến công viên nước vào tuần cuối cùng của năm học. Tôi muốn đi chơi thật vui, nhưng vì cơ thể mình đang thay đổi nên cảm thấy ngượng lắm. Tối hôm nọ tôi đã cố gắng tìm cách nói chuyện với mẹ về việc cạo lông ở chân và dưới cánh tay. Thật xấu hổ khi bị nhìn thấy với đám lông đáng ghét ấy. Nhưng tôi không biết phải bắt đầu từ đâu cả. Tôi cần phải nghĩ ra sớm mới được; chỉ vài ngày tới là chuyến đi bắt đầu rồi.

Khi đi bộ lên đồi để đón xe buýt vào một ngày tháng Sáu giá lạnh ấy, tôi nghĩ dường như cuộc đời mình bị điều khiển bởi một người hay một điều gì đó. Cũng như lúc tôi chơi với búp bê Barbie vậy, tôi lập hết các kế hoạch cho cuộc sống của chúng và bắt chúng làm theo những gì mình muốn. Thỉnh thoảng tôi có cảm giác chính mình cũng bị như thế. Tôi cảm thấy cuộc đời mình đã được lập định sẵn, bằng cách nào thì tôi không biết, nhưng vào đúng ngày ấy, tôi nghĩ mình như một con rối đang bị giật dây nhưng không biết kẻ nào đang điều khiển mình cả.

Tôi đang đến chỗ cần phải băng qua phía bên kia đường. Dượng Carl và mẹ đã dạy tôi làm việc này rồi quyết định luôn việc tôi phải đi bộ đến bến xe buýt tới trường. Dượng Carl còn dặn tôi phải băng qua đường ngay chỗ này để xe cộ có thể nhìn thấy tôi và tôi cũng thấy xe đang tới. Khi băng qua ở đoạn đường cong, tôi quên mất những gì mình đang suy nghĩ và bắt đầu mơ mộng về mùa hè. Tôi bước đi trên vệ đường trải sỏi, không hề nhìn thấy chiếc xe hơi nào suốt cả buổi sáng nay. Phía bên trái tôi là những bụi cây rậm rạp. Khi đang bước đi, tôi nghe thấy tiếng xe hơi ở đằng sau. Tôi quay lại nhìn và nghĩ rằng chiếc xe sẽ chạy dọc theo phía bên kia đường để đi lên đồi, nhưng thật ngạc nhiên là nó đỗ lại ngay bên cạnh tôi. Đang mải suy nghĩ nên tôi không để ý đến hành động lạ lùng của gã tài xế. Tôi chỉ dừng lại khi gã hạ cửa sổ xe xuống. Gã nhô người ra ngoài và bắt đầu hỏi đường đi. Tay gã thò ra khỏi cửa nhanh đến nỗi tôi chỉ kịp thấy gã cầm một vật gì đó màu đen và nghe thấy một tiếng *tách* rồi cảm thấy toàn thân mình tê dại. Tôi loạng choạng bước lùi lại; cơn sợ hãi làm tôi quên hết tất cả ngoại trừ suy nghĩ cần phải chạy khỏi nơi đây. Khi cánh cửa xe mở ra, tôi ngã xuống đất và ngay lập tức chống tay đứng dậy, lủi vào những bụi rậm. Dùng hết sức lực để chạy trốn là mục tiêu duy nhất của tôi – tôi cần phải chui vào những bụi cây và tránh thật xa gã đàn ông đang cố tóm lấy mình. Tay tôi chạm phải một vật gì đó cứng và nhơm nhớp. Cái gì thế nhỉ? Chẳng cần biết – tôi cứ nắm chặt lấy nó. Thế rồi có ai đó kéo tôi đi và nhấc bổng tôi lên. Tôi có cảm giác tay chân mình nặng đến cả tấn vậy. Tôi cố chống cự và dấn mình sâu hơn vào bụi rậm. Ngay lập tức, cảm giác tê liệt quay trở lại với tôi kèm theo âm thanh của một dòng điện rất lạ lẫm. Tôi không còn khả năng chống cự. Tôi cũng không hiểu tại sao cơ thể mình không còn hoạt động nữa. Tôi nhận ra mình đã tè trong quần từ lúc nào, nhưng thật lạ là tôi chẳng hề thấy ngượng ngùng. "Không, không, không," tôi hét to. Giọng tôi the thé trong tai. Gã đàn ông lạ kéo mạnh và xô tôi vào băng ghế sau rồi nhét tôi xuống gầm xe. Đầu óc tôi trở nên mụ mẫm. Tôi không hiểu điều gì đang xảy ra. Tôi muốn về nhà. Tôi muốn leo trở lại lên giường của tôi. Tôi muốn chơi với em. Tôi muốn mẹ. Tôi muốn thời gian quay ngược trở lại và tôi có thể bắt đầu lại từ đầu. Một tấm chăn được phủ lên người tôi và tôi có cảm giác thứ gì đó đè nặng ở sau lưng mình. Tôi hầu như không thở được. Có tiếng ai đó nói nhưng dường như chúng đang bị bóp nghẹt. Chiếc xe vẫn chạy băng băng. Tôi muốn thoát khỏi chiếc xe quái quỷ này. Tôi ra sức cựa quậy và xoay trở nhưng một thứ gì đó giữ chặt tôi lại. Tôi bắt đầu bực bội khi không còn điều khiển được cơ thể mình, chỉ muốn đứng dậy chạy về nhà ngay. Tôi thấy mình không còn suy nghĩ đúng đắn được nữa. Tôi biết điều đang xảy ra với mình là không đúng, nhưng chẳng biết mình cần phải làm gì. Tôi thấy sợ hãi và vô dụng. Chiếc xe vẫn chạy và tôi thấy khó chịu. Tôi có cảm giác buồn nôn nhưng sợ rằng mình sẽ sặc cho đến chết nên cố gắng kiềm chế. Có điều gì đó bảo với tôi rằng nôn cũng chẳng ích gì. Tôi thấy nóng kinh khủng. Da tôi như đang cháy bừng bừng lên. Làm ơn, làm ơn bỏ cái chăn này ra – tôi không thở được! Tôi muốn la lên như thế, nhưng giọng tôi khô đặc và chẳng có âm thanh nào thoát ra khỏi cổ. Và rồi tôi bất tỉnh.

Khi tỉnh dậy, tôi nghe có tiếng nói. Chiếc xe đã ngừng lại. Tôi đang ở đâu thế này? Có đến hai giọng nói. Một giọng đàn ông còn giọng kia thấp và nghèn nghẹn, hình như không phải của đàn ông. Tôi vẫn còn bị tấm chăn trùm lên người, nhưng vật nặng phía sau lưng đã được bỏ ra. Tôi nghe tiếng cửa xe mở ra rồi đóng sầm lại thật nhanh. Cuối cùng thì tấm chăn cũng được kéo ra khỏi mặt tôi, và tôi có thể nhìn thấy người đã ngồi ở ghế sau, mà giờ này đang ở ghế trước, nhưng tôi không thấy mặt;

tầm vóc người ấy không to cao lắm nên có thể là một phụ nữ. Gã đàn ông đã lôi tôi lên xe đưa cho tôi một ly nước. Người tôi nóng bừng và cổ họng thì khô rát. Gã nói còn có một ống hút nữa cho tôi nên tôi không phải lo lắng về vi khuẩn từ gã. Tôi thấy thật dễ chịu với ly nước ấy – miệng tôi khô rát như thể đã la hét suốt một khoảng thời gian dài, nhưng tôi không nhớ là mình có la hét hay không. Bất thình lình tôi nghe thấy gã cười. Gã nói rằng thật không thể tin nổi là đã làm được chuyện đó. Tôi muốn nói với gã là tôi muốn về nhà. Nhưng tôi sợ làm cho gã giận. Tôi nên làm gì bây giờ? Tôi không biết mình cần phải làm gì. Tôi ước gì mình có thể. Tôi sợ lắm. Tôi muốn đi ngủ và giả vờ như mọi thứ đã không diễn ra. Mà tại sao nó lại diễn ra cơ chứ? Những người này là ai và họ muốn gì ở tôi?

Suy ngẫm

Khi trở lại với thế giới này, tôi bắt đầu sưu tập những quả thông. Tôi thường nhờ những người quen mang về một quả thông khi họ đi đâu đó. Tôi đã có những quả thông ở Hồ Placid, Maine và cả Oregon. Cuối cùng tôi và bác sĩ tâm lí cũng đã lí giải được nỗi ám ảnh ấy. Quả thông là vật cuối cùng tôi nắm lấy trước khi bị Phillip bắt đi. Một quả thông khô cứng và nhơm nhớp chính là vật cuối cùng của thế giới tự do mà tôi chạm vào được trước khi bị bắt giữ suốt mười tám năm trời.

Đánh cắp

Đầu óc tôi quay như chong chóng. Tôi nghĩ mình vừa mới thiếp đi. Khi tôi tỉnh dậy, chiếc xe ngừng lại một lần nữa. Trời vẫn còn sáng. Gã đàn ông nói với người kia rằng đã về đến nhà rồi và thì thầm gì đó mà tôi không nghe rõ. Tôi vẫn không thể nhìn thấy người kia nhưng nghe thấy tiếng ai đó bước ra khỏi xe. Gã đàn ông đã túm lấy tôi bảo tôi phải yên lặng và rồi tôi sẽ không bị đau. Gã còn dặn tôi cần phải cực kì yên lặng, nếu không sẽ làm mấy con chó hung hăng của gã bực mình. Tôi không muốn gã hoặc những con chó kia nổi giận. Gã trông tầm thước. Gã nói sẽ dẫn tôi vào nhà và lại nhắc nhở tôi không được nói tiếng nào. Gã phủ tấm chăn lên đầu tôi và dẫn tôi đi. Tôi muốn về nhà. Đầu óc tôi đã tỉnh táo được phần nào. Tôi tự nhủ rằng mình chỉ đang mơ thôi, và chỉ vài phút sau, tôi sẽ tỉnh dậy, sau đó mẹ tôi sẽ đứng bên cạnh nắm lấy tay tôi và bảo rằng tất cả chỉ là một cơn ác mộng. Nhưng tất nhiên đây là thực tại mà tôi cần phải vượt qua. Tôi nhớ mình chưa bao giờ có một cơn ác mộng nào sống động như thế này. Đã có lúc tôi từng sợ người ngoài hành tinh khi lần đầu xem bộ phim *ET*. Tôi mơ thấy người ngoài hành tinh đến nhà tôi, và tôi mặc quần áo cho anh ta như cô bé trong phim đã làm; chẳng hiểu sao trong cơn mơ ấy, người ngoài hành tinh đã nổi giận với tôi ghê lắm. Quả là một cơn ác mộng khủng khiếp, nhưng cũng chưa khủng khiếp như lần này.

Khi vào tới nhà, gã gỡ tấm chăn ra và bảo tôi ngồi lên ghế sofa. Gã rất cao. Gã có đôi mắt màu xanh nhạt và mái tóc màu nâu thưa thớt trên đỉnh. Mũi gã dài và da màu đồng, chắc là hay ra nắng lắm. Trông gã không phải là một người xấu mà có vẻ bình thường thôi. Như bất kì người đàn ông nào ta vẫn nhìn thấy hằng ngày. Nhưng mà không phải vậy! Gã không thể như vậy... phải không? Gã giơ ra một vật màu đen có hai đầu bằng kim loại trông rất sắc. Gã gọi đó là một khẩu "súng điện" và dọa rằng sẽ lại dùng đến nó nếu tôi cố trốn chạy. Gã khởi động khẩu súng và tôi nghe âm thanh lạ đã phát ra và làm cơ thể tôi không còn tự chủ được. Chiếc ghế sofa tôi đang ngồi dính đầy lông mèo. Tôi ngẩng đầu lên và nhìn thấy một con mèo đang ngồi trên máy giặt. Có lẽ là một con mèo Ba Tư với bộ lông lốm đốm vàng, ngoài ra còn có cả một con mèo khoang béo núc khác.

— 30 —

Tôi hỏi liệu tôi có được sờ chúng không. Gã nói nếu chúng lại gần tôi thì được. Thế là khi một con đến gần tôi, tôi vuốt ve nó. Lông nó mềm như lụa vậy. Lúc đó tôi nghĩ chỉ có con mèo là điều duy nhất mang lại cho tôi cảm giác thật; tất cả những thứ còn lại chỉ là một cơn ác mộng, tuy nhiên nó thật đến nỗi tôi không nghĩ rằng đây là một giấc mơ. Gã đàn ông ra lệnh cho tôi đi theo gã.

Suy ngẫm

Khi hồi tưởng về ngày ấy, cảm giác khiếp sợ lại bao vây lấy tôi. Tôi chỉ là một cô bé mười một tuổi, vẫn còn là một đứa trẻ. Tôi sợ hãi và cô đơn biết nhường nào. Tôi không biết điều gì sẽ xảy ra, và nếu ai đó cho biết tôi sẽ phải chịu đựng như thế nào trong suốt mười tám năm tiếp theo thì có lẽ tôi không thể nào tin được. Tôi không hề có ý niệm liệu điều gì sẽ đến. Những ý nghĩ trong đầu của gã đàn ông kia cứ như một thứ ngôn ngữ xa lạ đối với tôi. Tôi chưa bao giờ bị lạm dụng tình dục dưới bất kì hình thức nào, thậm chí tôi còn chưa bao giờ nghe về nó. Tôi chỉ mơ hồ biết đến những gì liên quan đến tình dục khi xem ti-vi, phim ảnh, và trò chơi búp bê Barbie khi đặt búp bê Barbie nằm bên cạnh búp bê Ken trên giường. Với tôi, đó là "tình dục". Tôi biết, khờ khạo quá phải không? Nhưng sự thật là như thế. Dì Tina kể rằng tôi từng hỏi dì những em bé được tạo ra như thế nào và dì đã giải thích cho tôi. Thế nhưng tôi không nhớ là mình đã hỏi, và lại càng không nhớ câu trả lời của dì. Cho dù tôi có đủ hiểu biết và nhớ lời dì Tina nói đi chăng nữa, tôi cũng không thể lường trước được những hành động của Phillip. Không có sự đề phòng nào đủ để giúp tôi hiểu nổi tại sao một con người lại có thể làm chuyện ấy với một con người khác, chưa kể đó là một cô bé. Tôi không tài nào hiểu nổi.

Bí mật ở sau vườn

Tôi đi theo gã đàn ông bởi không còn lựa chọn nào khác. Không có nơi nào để chạy. Không có nơi nào để trốn. Tôi không biết mình đang ở đâu. Tất cả mọi thứ đều bị đảo lộn. Tất cả những gì tôi có thể làm là chờ mẹ tới tìm tôi. Tôi ước gì mình có thể trở về nhà ngay lập tức. Chưa bao giờ tôi lại muốn nghe những lời trách móc của dượng Carl như lúc này; bất cứ thứ gì quen thuộc đều được cả. Bất cứ nơi đâu cũng được, miễn là không phải ở cùng với gã đàn ông lạ hoặc cùng cây súng điện đã làm tôi đau điếng này. Khi đi vào phòng tắm, gã khóa cửa lại. Nước vòi sen bắt đầu chảy và gã bảo tôi cởi đồ ra. Không, tôi đáp! Tại sao gã lại muốn tôi cởi đồ chứ? Tôi có ý thức rất lớn về cơ thể của mình. Gã bảo rằng nếu tôi không tự làm thì gã sẽ làm điều đó. Tôi sợ đến nỗi không cử động được, toàn thân run bắn lên, và tôi chỉ làm một điều duy nhất: đứng yên. Gã kéo quần tôi xuống và cởi áo tôi ra. Giờ thì tôi trần truồng và xấu hổ ghê gớm. Gã nhét tất cả áo quần, giày và túi xách của tôi vào một chiếc túi. Gã không thấy chiếc nhẫn bé xíu trên ngón tay út của tôi. Tôi nhẹ nhõm được phần nào. Tôi đã sợ gã cũng sẽ lấy cả chiếc nhẫn. Gã cởi đồ ra và tôi cố không nhìn gã. Gã hỏi tôi đã thấy một người đàn ông trần truồng bao giờ chưa và tôi trả lời rằng chưa. Gã cho rằng ở tuổi của tôi thì điều đó thật khó tin. Tôi chưa bao giờ nhìn thấy một người đàn ông trần truồng, và tôi biết mình không nên nhìn. Thế rồi gã bảo tôi nhìn gã. Tôi liếc nhìn thật nhanh và muốn bật cười thành tiếng, cho dù là đang rất sợ. Cái ấy của gã trông buồn cười thật. Đôi khi tôi hay cười, thậm chí là cười lớn dù cảm thấy hồi hộp, không phải là tôi cố tình đâu, nó chỉ đến một cách rất tự nhiên. Gã ra lệnh cho tôi sờ nó. Thứ ấy nhỏ xíu và mềm oặt. Gã bảo tôi làm cho nó lớn lên. Trong thâm tâm, tôi nghĩ gã này thật điên rồ. Gã là kẻ kì quặc, lạ lùng nhất trái đất này! Tôi chẳng hề muốn chạm tay vào cái ấy, nhưng gã cứ nằng nặc ép tôi làm, thế là tôi nắm lấy nó. Nó mềm và trông đen đúa hơn vùng da xung quanh. Gã nói thế là đủ và bảo tôi vào tắm. Tôi không muốn vào nhưng gã đẩy tôi vào trong. Rồi gã cũng bước vào nữa. Gã yêu cầu tôi tắm rửa và đưa cho tôi một bánh xà phòng. Tôi chỉ muốn nằm ngủ trên giường của mình chứ không phải tắm với gã đàn ông lạ lẫm này. Tôi đành thực hiện theo lời gã mà không biết làm gì khác. Sau đó, gã hỏi liệu tôi đã bao giờ cạo lông dưới cánh tay và vùng kín của tôi chưa.

Tôi trả lời chưa. Tôi thầm nghĩ gã đàn ông này muốn tôi làm chính cái điều mà tôi từng muốn hỏi mẹ liệu tôi có thể làm hay không, nhưng tại sao gã lại muốn tôi làm trước mặt gã cơ chứ? Chuyến du ngoạn sắp tới của tôi là ở công viên nước, tôi muốn hỏi mẹ xem liệu tôi có thể cạo lông dưới cánh tay và hai chân hay không. Tôi rất xấu hổ nếu có người nhìn thấy đám lông ấy, nhưng tôi cũng không biết là nên hỏi mẹ như thế nào. Mới tối hôm trước, tôi còn nhớ là đã vào phòng mẹ và định đặt "câu hỏi" ấy. Thế nhưng tôi chỉ ngồi đấy và không dám mở lời. Tôi băn khoăn không biết mẹ sẽ nói gì nếu tôi đưa ra "câu hỏi" ấy tối qua.

· · ·

Giờ thì tôi đang ở cùng một gã đàn ông lạ hoặc đang hỏi tôi những câu hết sức kì quặc, trong khi tất cả những gì tôi có thể nghĩ đến là mẹ tôi. Giờ này mẹ chắc đang lo lắm. Đã có ai nói với mẹ rằng tôi đã bị một kẻ lạ bắt đi chưa? Làm sao mẹ tìm tôi được? Gã đàn ông cạo lông dưới cánh tay và chân của tôi, gã còn nói sẽ cạo cả lông ở vùng kín của tôi nữa. Tại sao như thế chứ? Khi làm xong, gã bảo tôi có thể ra khỏi buồng tắm. Tôi lại cảm thấy mình như đang đắm chìm trong một cơn ác mộng và không thể nào tự điều khiển chính mình. Những giọt nước mắt lẳng lặng chảy dài trên hai má tôi. Tôi cảm nhận được hơi ấm của chúng trên làn da lạnh cóng của mình. Tôi bắt đầu run rẩy. Lạnh quá. Tôi cố ngăn những dòng nước mắt lại và tự nhủ phải dũng cảm lên. Tôi có cảm giác cuộc sống không còn là của mình nữa. Toàn thân tôi nặng trĩu chỉ muốn quy xuống. Không thể nào là thật được, tôi nhủ thầm. Nhất định chỉ là một giấc mơ thôi. Rồi tôi sẽ sớm thức dậy ở trên chiếc giường của mình. Gã đàn ông đưa cho tôi chiếc khăn tắm. Tôi mừng rỡ quấn mình trong chiếc khăn. Thật ấm áp và an toàn. Tôi muốn vùi đầu mãi trong chiếc khăn ấy. Cảm giác êm ấm từ chiếc khăn khiến tôi nhớ lại những lần mẹ quấn khăn cho tôi sau khi tắm – cảm xúc trong tôi cứ thế trào dâng và những giọt nước mắt lặng im đã biến thành cơn nấc. Gã đàn ông trông có vẻ như chẳng biết phải phản ứng ra sao; gã bảo tôi hãy bình tĩnh và yên lặng, rằng gã sẽ chẳng làm gì trong ngày hôm nay nữa đâu. Gã ôm lấy tôi và vuốt ve an ủi. Tôi chẳng cần gã đàn ông khủng khiếp này an ủi, nhưng bởi vì không còn ai bên cạnh nên tôi bất đắc dĩ phải nương vào sự an ủi này. Cho đến lúc ấy tôi vẫn chưa một lần bật ra tiếng khóc, tất cả chỉ là những tiếng nấc nghẹn trong lòng thôi. Lúc này tôi có cảm giác như mình là một con thỏ đang được vỗ về bởi một con sư tử. Tôi sợ phát khiếp đi được. Nước mắt lại chảy dài xuống má; tôi cảm thấy hơi ấm ẩm ướt của chúng. Một lần nữa, chúng chỉ là những giọt nước mắt lặng lẽ chảy xuống hư không. Gã đàn ông nói gì đó nhưng tôi không nghe nữa. Gã lại nói to hơn, tôi thấy sợ bởi giọng gã thay đổi nên cố gắng lắng nghe. Gã bảo sẽ dẫn tôi đi đến một nơi nào đó và tôi phải tuyệt đối yên lặng, bằng không thì liệu hồn; nếu tôi ngoan ngoãn và yên lặng thì mọi thứ sẽ ổn. Tôi hỏi liệu tôi có thể mặc lại quần áo của mình không. Gã tặc lưỡi bảo không. Tôi hỏi gã khi nào thì tôi có thể trở về nhà được. Gã bảo không biết nhưng sẽ nghĩ tới điều đó. Tôi nói gia đình tôi không có nhiều tiền, nhưng họ sẽ sẵn sàng trả tiền chuộc để đưa tôi trở về. Gã nhìn tôi, mỉm cười và hỏi thật không? Tôi bảo gã chỉ cần nói với mẹ tôi là tôi đang ở đâu thôi. Gã trừng mắt nhìn tôi.

Tôi bước xuống một cầu thang nhỏ dẫn xuống hành lang dưới nhà và gã đàn ông theo sau tôi. Một lần nữa gã lại trùm chiếc chăn lên đầu tôi. Giờ thì tôi không khoác gì ngoài chiếc khăn tắm và chiếc chăn này. Túi xách tôi không còn. Áo quần tôi không còn. Đôi giày cũng không còn nốt. Tất cả những gì còn lại chỉ là chiếc nhẫn nhỏ xíu có hình con bướm đeo trên ngón tay út mà mẹ đã mua cho tôi. Tôi không còn gì khác ngoài gã đàn ông và đôi chân dẫn lối chính mình. Thứ đầu tiên tôi cảm nhận được là bề mặt bê-tông rất cứng. Sau đó, bàn chân tôi lạnh cóng khi bước đi trên cỏ ướt. Tôi thậm chí không nhìn thấy bàn chân mình vì gã giữ chặt cổ của tôi khiến tôi không thể nào cúi xuống. Nhưng tôi cảm nhận được mặt đất dưới chân và nghe thấy tiếng tàu hỏa chạy. Tôi tự nhủ mình cần phải nhớ rằng có tàu hỏa ở gần đây để nhỡ khi có ai đó đang tìm tôi, tôi sẽ nói với họ rằng tôi đang ở đâu đó gần đường ray tàu hỏa. Sau đó, bàn chân tôi chạm phải thứ gì như những thanh củi hay các cành cây nhỏ, và đất. Vài cành nhọn hoắt, rồi tôi còn cảm nhận được những viên sỏi làm bàn chân tôi nhói đau. Tôi cố nhón chân, nhưng thật khó bởi vì gã đang lôi tôi đi, mà lại đi rất nhanh. Thế rồi tôi cũng đi qua những viên sỏi và bây giờ có cảm giác như đang trở lại nền bê-tông lạnh cóng. Tôi nghe tiếng cửa hay cổng được mở ra rồi đóng sầm lại phía sau lưng. Khi đã đi xa hơn một chút, tôi nghe thấy gã mần mò một thứ gì đó phát ra tiếng leng keng. Có vẻ như một ổ khóa. Bỗng dưng tôi tự hỏi người thứ hai ở trong xe đang ở đâu. Tôi cảm thấy có những hạt đá dăm dưới chân. Gã bảo tôi cẩn thận và cần phải bước lên bậc thang phía trước. Tôi trượt chân một chút bởi vì không thấy gì, nhưng gã đang giữ tay tôi nên tôi không bị ngã. Tôi bước lên và cảm giác có tấm thảm cứng dưới lòng bàn chân. Không phải loại thảm mềm mà là loại mỏng. Tôi nghe tiếng cửa đóng sầm đằng sau lưng. Gã dẫn tôi đi thêm một đoạn để vào một căn phòng. Sau đó chúng tôi lại đi qua một cánh cửa khác. Gã gỡ tấm chăn ra khỏi đầu tôi và tôi thấy một đống chăn trên sàn. Cũng như lúc tôi ngủ dưới đất khi mới chuyển đến căn hộ của dượng Carl. Vì chỉ có một phòng ngủ nên dượng Carl bảo tôi có thể "làm ổ" trong phòng khách. Dượng nói như vậy khi đưa cho tôi một tấm nệm có nhiều gai như tấm lót trứng và một đống chăn trên sàn nhà. Căn phòng này giống ở nhà dượng Carl lắm, chỉ có điều là không có tấm nệm nhiều gai kia thôi. Gã bảo tôi có thể ngủ ở đây. Bỗng dưng tôi thấy mệt kinh khủng. Tôi có cảm giác như thể mình không còn đứng nổi nữa. Cả người tôi run rẩy từ đầu tới chân. Gã nói sẽ quay trở lại và muốn tôi ở đây, đồng thời phải giữ yên lặng. Gã còn nói cửa đã bị khóa và nhắc lại rằng mấy con chó dữ bên ngoài không muốn có người đi qua, đồng thời gã đã dặn dò chúng là có thể tôi sẽ đi qua đó. Sau đó gã cho hay là sẽ còng tay tôi lại, nhưng tôi sẽ chẳng thấy đau lắm đâu vì chiếc còng đã được lót lông. Tôi lắc đầu nói không và hứa sẽ không trốn chạy. Gã bảo gã buộc phải làm thế bởi vì chưa tin tôi. Gã bảo tôi để hai tay ra phía sau trong khi tôi vẫn ngồi trên sàn nhà. Gã cúi xuống và xoay người tôi lại để còng tay tôi. Tôi cảm nhận được hơi lạnh của kim loại và lớp lông mềm. Tôi không thích chiếc còng nặng trịch trên tay chút nào cả. Gã giúp tôi nằm nghiêng một bên. Thật chẳng dễ chịu khi phải nằm nghiêng với hai tay để sau lưng. Gã nói sẽ quay trở lại để xem tôi thế nào và mang theo thứ gì đó cho tôi ăn. Thế rồi gã đi và tôi nghe tiếng khóa cửa. Nước mắt tôi lại chảy dài, ban đầu chỉ nhẹ nhàng và rồi sau đó những tiếng nấc nghẹn làm toàn thân tôi run rẩy. Tôi khóc và thiếp ngủ một mình.

Suy ngẫm

Cho đến giờ phút này, khi nhắm mắt và hồi tưởng về quá khứ, tôi vẫn còn nghe thấy tiếng khóa cửa ấy. Tôi cũng nghe được cả tiếng cót két của chiếc cửa cách âm đồ sộ và dày phát khiếp đã nhốt tôi lại. Cứ mỗi lần nghĩ đến những ngày tháng dài dằng dặc cô đơn trong căn phòng kia, tôi lại có cảm giác khó chịu rất kì lạ trong bụng.

Tới giờ, thỉnh thoảng tôi vẫn đấu tranh với cảm giác cô đơn cho dù tôi không còn ở một mình. Có lẽ cảm giác ấy bắt nguồn từ căn phòng mà Phillip đã dùng để nhốt tôi. Giờ chuyển sang ngày, ngày chuyển sang tuần, tuần chuyển sang tháng, và rồi năm nọ tiếp nối năm kia. Tôi đã sống cả đời một mình, hay ít nhất là đôi khi tôi có cảm giác như vậy.

Tôi đã lấy lại tự do trong năm qua. Có gia đình bên cạnh, được gặp gỡ những người bạn mới và hội ngộ với các bạn cũ, đúng là giấc mơ đã trở thành sự thật. Mọi người và cả những con vật xung quanh sẽ xua đuổi nỗi cô đơn của tôi đi. Tôi biết cảm giác cô đơn chỉ tồn tại trong đầu mình bởi vì tôi không ở một mình, thế nhưng đôi khi cảm giác ấy vẫn quay trở lại. Giờ thì tôi đang tận hưởng thời gian của mình. Tôi thích đọc, viết và chơi cùng lũ thú cưng. Không phải lúc nào tôi cũng sợ cảm giác cô đơn; chính cảm giác ấy đã giúp tôi biết mình là ai. Tuy nhiên, mỗi khi nhớ lại những ngày tháng bị giam hãm, tôi lại muốn gọi cho một người bạn hay chuẩn bị một bữa ăn trưa – bất cứ thứ gì để không phải ở một mình. Tôi vẫn đang tìm cách đối mặt với những cảm giác ấy. Và giờ đây, tôi yêu cuộc sống hơn bao giờ hết, tôi cố gắng hết sức để tận hưởng mỗi ngày. Thế nhưng từ sâu thẳm trong lòng, tôi vẫn sợ cuộc sống của tôi sẽ bị đánh cắp một lần nữa.

Cô đơn chốn xa lạ

Khi tỉnh giấc, tôi nhận ra mình chỉ có một mình ở nơi xa lạ này. Tôi tự hỏi không biết mình đã ngủ bao lâu. Tôi thức dậy và khóc, thật lạ bởi vì tôi chưa bao giờ mơ một giấc mơ làm tôi khiếp sợ đến phát khóc như thế này. Tôi nhận ra cơn ác mộng của mình là thật. Tại sao nó lại xảy ra chứ? Cơ thể tôi đang bị giữ chặt và đau đớn vô cùng. Tâm trí tôi chỉ muốn chạy trốn đến một nơi nào khác. Tôi chật vật ngồi dậy vì bị chiếc còng tay cản trở. Cuối cùng thì tôi cũng ngồi được nhưng ở một tư thế rất kì quặc. Có lẽ tôi nên cố gắng ngủ trở lại. Tôi thấy lo lắng về tất cả những thứ mà đáng lẽ tôi phải làm trong ngày hôm ấy. Điều gì đã xảy ra khi tôi không đến trường? Liệu tôi có bị rắc rối gì không? Có ai biết chuyện gì xảy ra không? Mẹ tôi đâu? Mẹ vẫn còn ở chỗ làm à? Mẹ có đi tìm tôi không? Dượng Carl có thấy gã đàn ông bắt tôi đi không? Dượng sẽ nhờ người tìm tôi về chứ? Khi nào tôi được về nhà? Gã đàn ông này sẽ dẫn tôi về nhà? Tất cả những câu hỏi này bủa vây tâm trí tôi. Đầu tôi choáng váng khủng khiếp. Tôi không biết mình phải làm gì. Tôi muốn đứng dậy để xem cánh cửa trước có mở không và nhìn xem phòng bên kia có thứ gì. Thế nhưng mỗi lần tôi ngồi dậy thì lại bị té sấp xuống. Tôi mệt mỏi vô cùng. Tôi xoay người đặt lưng xuống sàn để thấy dễ chịu hơn đôi chút. Căn phòng này bé xíu, đến chiếc giường của tôi ở nhà cũng không thể để vừa. Phía trên chỗ ngủ của tôi có một ô cửa sổ. Những tấm mành và một chiếc khăn che kín hết cửa nên tôi chỉ thấy ánh sáng lờ mờ, hình như là ánh trăng. Ước gì tôi được nhìn thấy ánh trăng nhỉ. Tôi và mẹ thường ngồi trước nhà bà ngoại ngắm trăng. Hai mẹ con còn tranh luận trăng khuyết hay trăng tròn đẹp hơn. Tôi lúc nào cũng chọn trăng tròn còn mẹ thì thích trăng khuyết. Tôi băn khoăn không biết trăng đang tròn hay khuyết đêm nay. Tôi có cảm giác như mình đã ở đây suốt cả đời vậy. Có phải chỉ mới một giờ, hay là lâu hơn? Tôi không có cách nào để biết được điều đó. Có hai chiếc bàn cao to nặng nề đặt ở hai góc trong căn phòng nhỏ bé này. Chân bàn được thảm phủ và trên mặt bàn có vài thứ gì đó trông rất lạ lẫm. Tôi không thể nhìn rõ vì chiếc còng không cho phép tôi đứng thẳng. Từ góc này tôi chỉ có thể ghi nhận được trên những chiếc bàn lớn có gắn các nút trượt. Giữa căn phòng này và căn phòng kế tiếp có một ô cửa kính lớn gắn trên tường gỗ. Có vẻ như bức tường được ghép lại từ nhiều loại gỗ khác nhau thành một tấm bảng lớn nhiều màu sắc. Tôi nghĩ nó được gọi là ván dăm, nhưng cũng không chắc lắm. Muốn chạm vào nó, tôi lấy ngón tay cọ lên bề mặt. Tấm gỗ xù xì và hình như ngón tay tôi bị dằm đâm thủng. Tôi tự hỏi điều gì sẽ xảy ra với tôi. Tôi không thấy thoải mái tí nào. Tôi hết trở người sang bên này rồi lại sang bên kia. Tôi chỉ muốn đứng dậy và bước xung quanh. Đôi chân tôi như đang ngủ quên và tê cứng cả. Cuối cùng tôi lại nằm xuống và thiếp đi lúc nào không hay.

Chiếc khăn trên cửa sổ cho tôi biết mặt trời đang lên. Căn phòng nóng rực khi tôi thức dậy vào buổi sáng hôm sau; ít nhất thì tôi nghĩ đó là buổi sáng. Dĩ nhiên là không có cách nào để biết cả. Tôi thấy không thể thở nổi, nóng kinh đi được. Tôi khát nước và khắp người nhễ nhại mồ hôi. Đã bao lâu rồi nhỉ? Tôi nhắm mắt và suy nghĩ. Liệu tôi có muốn mở mắt ra nữa hay không? Có lẽ nếu tôi ngủ tiếp, khi thức dậy tôi sẽ nằm trên giường của mình, và những gì đang xảy ra chỉ là một cơn ác mộng. Tôi nhắm mắt và lại thiếp đi.

Suy ngẫm

Hôm đó gã đã đến để xem tôi thế nào. Gã mang theo thức ăn nhanh và một lon nước ngọt. Thật khó mà nhớ được những việc vụn vặt như vậy sau khi mọi chuyện đã qua. Tôi nghĩ gã đến ít nhất mỗi ngày một lần để mang đồ ăn và thức uống cho tôi. Tôi dần dần trở nên dựa dẫm hoàn toàn vào gã. Lúc đến, gã tháo chiếc còng tay ra để tôi ăn. Gã còn mua một chiếc bô để tôi đi vệ sinh. Tôi rất ghét bị còng tay trở lại khi gã bỏ đi, vì vậy mà cuối cùng tôi lại trông mong gã đến để tháo nó ra. Dù chiếc còng được bọc một lớp lông mềm, nó vẫn cạ và làm trầy xước hai cổ tay tôi. Căn phòng nóng kinh khủng và tôi đổ mồ hôi như tắm. Gã nói rồi sẽ tìm cách mua máy điều hòa để tôi được mát hơn. Trong khi chờ đợi, gã mang đến một chiếc quạt máy, và quả thật nó rất có ích. Mỗi ngày tôi đều hỏi gã khi nào thì tôi sẽ được về nhà. Và tôi hoàn toàn hình dung được câu trả lời là gì cho dù không còn nhớ chính xác những lời gã đã nói.

Có lúc gã cố chọc cho tôi cười bằng cách bắt chước nhiều giọng nói khác nhau. Gã nói giọng Anh, giọng Texas và cả giọng Úc. Tôi có cảm giác đây chỉ là một phần trong kế hoạch dụ dỗ để tôi thuận theo gã. Gã cố sức thuyết phục để tôi tin gã. Rồi gã đã trở thành cả thế giới của tôi. Tôi phụ thuộc tất cả vào gã: thức ăn, nước uống, và cả chuyện vệ sinh. Gã còn là nguồn vui duy nhất mà tôi có. Tôi quá khát khao được tiếp xúc với con người đến nỗi đã thực sự mong chờ gã đến; cứ như thể sự hiện diện của gã là một ân huệ đối với tôi. Ngày tháng trôi qua và tôi chỉ biết có một mình gã. Tôi đã ngủ suốt thời gian đó. Vì chẳng có gì làm nên ngủ là cách giúp tôi che đậy con tim tan vỡ. Tôi không còn nằm mơ về việc mình bị bắt cóc nữa; tôi nghĩ vì mình đã sống trong cơn ác mộng cùng cực này rồi nên tâm trí không còn có thể mơ một giấc mơ nào tệ hại hơn được. Khi tôi mơ, tôi thấy mình đang bay. Mỗi khi tỉnh dậy, tôi chẳng có chút khái niệm nào về thời gian nữa. Chỉ có một vài tia sáng le lói qua chiếc khăn trên cửa sổ, còn lại mọi thứ hầu như tối đen. Tôi bắt đầu nhẩm tính thời gian dựa trên mỗi lần Phillip đến. Tôi biết đó là ban đêm khi gã mang đến bữa tối. Gã đã không chạm đến tôi sau ngày đầu tiên trong nhà tắm, cho đến một ngày nọ vào tuần tiếp theo...

Lần đầu

Tôi nghe tiếng khóa vang lên lách cách và biết rằng gã đang mang thức ăn đến. Hôm nay tôi đói kinh khủng. Tôi không thể nhớ lần cuối cùng mình ăn là lúc nào. Tôi cũng không chắc là mình đã ở trong căn phòng này bao lâu rồi. Tôi tự nhủ mình nên bắt đầu đếm ngày bởi vì nếu được cứu ra khỏi đây, tôi cần biết mình đã bị nhốt trong bao lâu. Nhưng tôi không biết làm cách nào để đếm. Chiếc còng làm cổ tay tôi trầy xước và rất khó cử động. Tôi cũng chẳng có gì để viết cả. Gã luôn luôn mang đến một lon nước ngọt, vì vậy tôi nghĩ mình có thể để dành giấy bọc ống hút và đếm ngày bằng cách đếm có bao nhiêu giấy bọc ống hút. Thế nhưng gã luôn dọn sạch rác và rồi còng tay tôi lại nên không có chuyện để dành để dụm. Thế là tôi cố tính toán ngày giờ bằng cách đếm có bao nhiêu lần mặt trời lặn, nhưng tôi lại hay thiếp đi rất dễ dàng, và đôi lúc tỉnh dậy thì trời đã tối. Tôi có thể nhìn thấy chút ánh sáng qua ô cửa sổ nhưng không nhiều lắm. Thường lúc ấy là vào sáng sớm hay khi mặt trời lặn. Khi mặt trời lên và gió thổi, chiếc bóng trên tấm khăn treo trên cửa sổ nhìn như thể có một người đang bị treo trên đó. Tôi đã đặt tên cho cái cây bên cửa sổ là "cây treo cổ". Có một lần vì quá đỗi tò mò nên tôi cố đứng dậy. Tôi muốn xem cái gì bị treo ngoài cửa sổ. Tôi cắn chặt một góc của chiếc khăn, giật qua lại và ra sức kéo cho đến khi thấy được bên ngoài. Thì ra chẳng có gì cả, chỉ là một cái cây không cao lắm, và cũng chẳng có gì bị treo ngoài các cành cây lớn với những chiếc lá to dày. Tôi thở phào nhẹ nhõm vì chỉ thấy một cái cây; tôi chẳng biết liệu mình còn có thể chịu đựng thêm bất cứ điều kì quặc nào nữa không.

Thật lạ khi không còn phải đến trường mỗi ngày. Thỉnh thoảng tôi nhớ những việc mình đã từng làm hằng ngày, và đôi khi cũng thấy dễ chịu khi không phải dậy sớm để đến trường nữa. Nhưng chán lắm. Chẳng có gì để làm ở đây cả. Thế là tôi tự nghĩ ra vô số chuyện trong đầu. Tôi nghĩ ra câu chuyện về một cậu bé đến từ các vì sao. Cậu ấy bay vòng quanh trái đất, và hễ mỗi lần nghe thấy tiếng trẻ con khóc, cậu ấy sẽ nhất định đến xem. Tôi tưởng tượng rằng rồi một ngày nọ Cậu Bé Tinh Tú sẽ nghe tiếng tôi khóc vì tôi khóc mỗi ngày. Tiếng khóc của tôi làm thổn thức trái tim cậu theo một cách rất đặc biệt nên cậu đã đi khắp các ngõ ngách trên trái đất để tìm tôi. Khi phát hiện ra tôi, cậu ấy mở toang cánh cửa ngục tù này và nắm lấy tay tôi bay vòng quanh thế giới. Nhưng cuối cùng, lúc nào cậu ấy cũng trả tôi về lại chỗ giam cầm. Tôi không biết vì sao lại như thế nữa.

Tôi nghe thấy tiếng bước chân của kẻ giam giữ tôi từ căn phòng phía trước. Gã bước vào phòng cùng một ly sinh tố trên tay. Thoạt đầu tôi mỉm cười với gã và muốn gã nghĩ là tôi đang ổn. Không hiểu sao tôi cho rằng việc tỏ ra vui vẻ trước mặt gã là cần thiết. Gã đến cạnh tôi, cúi xuống và nói rằng hôm nay sẽ khác. Gã bảo tôi sẽ được uống sinh tố và ăn sau khi làm xong. Xong cái gì cơ chứ? Bỗng dưng tôi chẳng thấy đói tí nào. Tôi lại có cảm giác bồn chồn trong bụng. Tôi muốn gã biến ngay. Tôi muốn đi khỏi đây. Tôi bảo gã là tôi không đói. Tôi chỉ muốn về nhà. Gã bỏ ly sinh tố trên kệ và cúi xuống. Gã bảo tôi cởi chiếc khăn ra và nằm xuống sàn. Gã mở chiếc còng rồi lại còng tay tôi phía trước thay vì ở sau lưng. Thế rồi gã ngồi xuống bên cạnh tôi và giải thích điều gã sẽ làm. Đoạn gã đứng lên và cởi quần áo. Tôi không muốn gã làm thế. Tôi bắt đầu khóc. Gã nắm lấy hai cánh tay bị còng chặt của tôi và đưa lên khỏi đầu tôi. Tôi thấy mình bất lực và yếu đuối vô cùng. Tôi cũng cảm thấy cô đơn tột độ. Gã nằm đè lên người tôi nặng trịch. Tôi không thể nín khóc được. Gã nói sẽ nhanh thôi và tốt nhất là tôi không nên chống cự, nếu không thì gã sẽ hung hăng lắm đấy. Tôi chẳng hiểu gì cả. Gã cố giạng hai chân tôi ra và rồi đưa cái vật cứng giữa hai chân gã vào bên trong người tôi. Tôi có cảm giác mình đang bị kéo căng ra và cái vật ấy chọc thủng cả bụng tôi. Tôi quá nhỏ mà gã thì quá lớn. Tại sao gã làm vậy? Liệu có bình thường không? Tôi muốn thoát khỏi nơi đây. Thế rồi tôi cố khép hai chân lại trong khi gã càng giạng hai chân tôi ra rộng hơn. Gã nặng và mạnh quá. Gã vẫn đè hai tay tôi ở phía trên đầu. Tôi cố gắng nghĩ đến một điều gì đó khác chứ không phải việc đang xảy ra. Tôi cũng nhìn về hướng khác chứ không nhìn vào mặt gã. Tôi cảm nhận được những giọt nước mắt trên má mình. Một hồi sau, gã cất những tiếng rên rỉ lạ lùng, mồ hôi gã nhễ nhại khắp người tôi. Tôi không thở được vì sức nặng của gã. Đột nhiên gã rên một tiếng thật to và ấn mạnh hơn nữa thân hình nặng nề của gã lên tôi. Tôi không thể làm gì cả. Tôi không cử động được. Rốt cuộc gã cũng xích người ra và hỏi tôi có ổn không. Gã nói mọi việc sẽ dễ dàng hơn nếu tôi không kháng cự vào lần tới. Gã còn nói sẽ không đau lắm đâu. Tôi thầm nghĩ nếu ông không làm cái chuyện đó thì làm sao mà đau được. Nhưng tôi sợ gã sẽ lại làm gì đó nếu tôi chống đối lại gã. Trong đầu tôi vang lên tiếng hét to: KHÔNG, TÔI KHÔNG ỔN... ÔNG CÚT NGAY ĐI! Tại sao ông lại làm như vậy? Để làm gì? Gã nói mọi việc đã xong rồi đứng dậy và bảo sẽ đi tìm cái gì đó để lau người tôi. Máu tôi đang chảy phía "bên dưới". Tôi hoảng sợ vô cùng. Tôi có chết không? Tại sao máu chảy? Gã nói sẽ ổn thôi – gã chỉ vừa "bóc tem" tôi thôi mà. Tôi không hiểu những gì gã nói. Gã đi ra và rồi trở lại với một chậu nước ấm cùng chiếc khăn lau. Gã tháo chiếc còng ra và bảo sẽ đi qua phòng kế bên để tôi tắm một mình. Tôi lau rửa, quấn chiếc khăn sạch lên mình và ngồi lại trên sàn. Ly sinh tố đã bị bỏ quên.

Suy ngẫm

Tôi buộc phải sống ở nơi mình mới vừa bị cưỡng hiếp. Lúc đó tôi còn không biết người ta gọi nó là như thế; "cưỡng hiếp" không hề có trong vốn từ ngữ của tôi. Đến hôm nay tôi thấy thật đau đớn cho cô bé thơ ngây thuở ấy. Cô bé ấy vẫn còn là một phần trong tôi, đôi khi cô bé lại xuất hiện khiến tôi thấy mình nhỏ bé và bất lực biết bao. Cũng có những lúc tôi cứ nghĩ mình vẫn còn mười một tuổi. Nhưng có điều gì đó trong cô bé sợ hãi năm nào đã giúp tôi sống sót, và chính cô bé ấy đã giúp tôi có được ngày hôm nay. Lần cưỡng hiếp kia hóa ra là khởi đầu của không biết bao nhiêu lần nữa. Tôi không nhớ liệu gã có đến mỗi ngày để thỏa mãn nhu cầu tình dục hay không; tôi chỉ biết là chuyện ấy đã xảy ra nhiều hơn cả số lần tôi đếm được. Mỗi lần xảy ra chuyện, tôi đã học cách "biến mất" trong tâm trí mình cho đến khi gã làm xong. Tôi cố nghĩ ra những câu chuyện trong đầu để quên đi thực tại. Trong những ngày tháng ấy, thật dễ dàng để tôi ẩn vào thế giới mộng mị của mình bởi trước giờ tôi vẫn là một cô bé hay mơ mộng, và lúc nào đầu óc tôi cũng ở trên mây. Tôi từng quên hết tất cả khái niệm về thời gian, và chính điều này đã giúp tôi không hóa điên dại.

Biết tên kẻ bắt cóc mình không phải là điều tôi muốn. Tôi nhớ mình đã không muốn biết tên của gã, vì nếu biết rồi thì tôi sẽ chẳng bao giờ quên được. Trong tuần đầu tiên hay đại loại là như vậy, tôi đã biết tên của kẻ bắt cóc là Phillip. Tôi không nhớ vì sao mình biết; cũng không hẳn là gã đã tự giới thiệu mình với tôi. Bằng cách nào đó gã đã nói ra mà tôi không hề nhận thấy.

Tôi không ngờ rằng mình đã dựa dẫm vào gã nhiều đến thế. Tôi nhớ căn phòng ngày càng nóng như lửa đốt và thấy biết ơn khi cuối cùng gã cũng lắp một chiếc máy điều hòa. Dường như gã có câu trả lời cho tất cả mọi thứ. Phillip có vẻ là một người đàn ông tốt trong những lúc không lợi dụng tôi cho mục đích tình dục của gã. Thậm chí tôi còn bắt đầu quí sự có mặt của gã. Lúc ấy tôi quá ngây thơ và cực kì cô đơn. Tôi bị nhốt trong căn phòng suốt ngày này qua ngày khác và chỉ có gã là chiếc cầu nối giữa tôi với thế giới bên ngoài. Tất cả những gì tôi có thể làm được là phải sống sót và chịu đựng...

Suốt mấy tiếng đồng hồ sau tôi cứ nằm đó và nhìn chằm chằm vào trần nhà, lúc này tôi mới nhận ra ly sinh tố bị bỏ quên đang là miếng mồi cho lũ kiến. Tôi hối tiếc vì đã không uống để giờ này đói đến nỗi bụng sôi lên sùng sục. Đàn kiến đang lũ lượt bò từ cửa sổ đến ly sinh tố. Vài con trong đàn tản ra xa hơn, có lẽ chúng đã phát hiện ra sự hiện diện của tôi. Có lẽ tôi đang bốc mùi nên thu hút bọn chúng đến. Tôi không biết đã bao lâu mình chưa tắm kể từ ngày bị buộc vào phòng tắm cùng gã đàn ông lạ lẫm đó. Kể từ đó, lần duy nhất tôi lau chùi thân thể mình là với một xô nước nhỏ. Bọn kiến làm tôi ngứa ngáy hơn cả cái cơ thể dơ bẩn suốt một thời gian dài của tôi, chúng còn bò cả vào miệng tôi và để lại vị cay cay. Chiếc còng làm tôi hầu như không thể gãi và đuổi chúng đi. Tôi ước gì mình được ngâm mình trong bồn nước nóng và kì cọ hết tất cả cáu bẩn trên người.

Con mèo đầu tiên

Gã bảo sẽ mang đến cho tôi một con mèo. Tôi đã kể lể với gã rằng tôi cô đơn biết bao nhiêu, tôi yêu mèo như thế nào và tất cả những thứ tôi từng có. Tôi vui mừng khôn xiết và chờ đợi để trò chuyện với con mèo của tôi. Suốt ngày tôi chỉ biết nằm dài trong căn phòng này và chán ngán đến tận cổ. Gã không còn còng tay tôi nữa. Một lần sau khi làm chuyện ấy xong, gã bảo rằng nếu tôi hứa ngoan ngoãn thì gã sẽ tháo chiếc còng trên tay tôi ra. Gã nói sẽ tin tôi và không muốn còng tay tôi nữa; gã muốn tôi cảm thấy thoải mái hơn. Trong lòng tôi có nhiều thứ muốn nói nhưng không có câu nào phù hợp nên chỉ gật đầu. Sau khi gã đi khỏi, tôi lau rửa người trong xô nước gã để lại và nghĩ đến việc sẽ khám phá căn phòng kế bên. Sau khi chắc chắn là mình đã nghe thấy tiếng khóa cửa rồi tôi mới dám di chuyển. Tôi ngồi dậy và nghe ngóng tất cả âm thanh tôi khả dĩ nghe thấy được. Đôi khi tôi còn

— 55 —

nghe được tiếng gã đang tới, trước khi nghe tiếng khóa mở. Tôi còn nghe được rất nhiều âm thanh mà trước đây tôi chưa bao giờ để ý. Tôi ghi nhận hết mọi tiếng động ở bên ngoài. Tôi nghe thấy tiếng tàu hỏa chạy – tiếng còi tàu vang xa và nhịp điệu rầm rập trên đường ray. Tôi nghe thấy tiếng ai đó đang cắt cỏ. Tôi nghe thấy tiếng chim hót. Và tôi nghe thấy cả tiếng máy bay trên bầu trời. Tôi nhớ bên ngoài lắm. Ở trong này mới thật buồn chán làm sao. Thậm chí tôi nhớ cả việc đánh răng nữa. Ôi, ước gì tôi có một chiếc bàn chải đánh răng nhỉ! Tôi không bao giờ quên được những lần dượng Carl nghi ngờ là tôi đã không đánh răng. Dượng cho rằng cần phải đánh răng sau mỗi bữa ăn. Tôi thừa nhận là đôi lúc tôi đã không làm việc ấy. Một ngày nọ cô bạn Shawnee của tôi gọi điện thoại và dượng Carl bắt máy mà không nói cho tôi biết. Shawnee đã hỏi là liệu hai bố con của cô bạn ấy có thể đưa tôi đi xem phim được hay không. Tôi đoán là dượng đồng ý, vì chỉ một lát sau thì bạn tôi đã đến gõ cửa nhà. Tôi mở cửa và ngạc nhiên hết sức bởi không biết Shawnee sẽ đến; dượng Carl đâu có nói tiếng nào với tôi. Shawnee hỏi tôi đã sẵn sàng để đi xem phim chưa; cô bạn cứ ngỡ rằng dượng Carl đã nói cho tôi biết và tôi đã chuẩn bị xong xuôi rồi. Lúc ấy dượng Carl mới lên tiếng rằng tôi không thể đi xem phim được vì tôi đã không đánh răng sau bữa sáng. Dượng bảo là đã kiểm tra và thấy bàn chải của tôi vẫn còn khô. Thế là tôi nài nỉ dượng. Tôi nói mình sẽ đi đánh răng ngay bây giờ, tôi cũng nói là đã đánh răng ngay sau khi thức dậy, tôi còn thuyết phục rằng tôi rất muốn đi và nếu tôi biết chuyện đi xem phim thì tôi đã đánh răng rồi. Nhưng dượng Carl đã từ chối và tôi chỉ còn biết đứng nhìn bố con Shawnee đi xem phim cùng nhau trong nước mắt. Không hiểu sao tình huống ấy đã luôn bám chặt lấy tâm trí tôi. Tôi nghĩ về nó bởi vì giờ đây tôi không có chiếc bàn chải nào, và tôi biết chắc chắn dượng Carl sẽ nổi đóa khi tôi đã không đánh răng suốt mấy tuần lễ liền. Khuôn mặt dượng chắc trông buồn cười lắm. Thực sự là tôi đã cố giữ cho răng mình sạch bằng cách dùng ngón tay để cạo bựa răng. Thật đáng kinh ngạc khi biết bựa răng đóng nhiều như thế nào trên răng, đặc biệt là ở những răng trong cùng. Và giờ lưỡi tôi làm cả nhiệm vụ chải sạch răng nữa. Tôi tự hỏi liệu mình còn có được một chiếc bàn chải nữa hay không.

Tôi ngủ suốt để quên đi thời gian. Nếu được về nhà thì điều đầu tiên tôi sẽ làm là ôm chầm lấy mẹ và không bao giờ buông ra nữa. Điều thứ hai tôi mong muốn là được chạy nhảy tự do. Ở đây, hai chân tôi cứ tê cứng. Tôi nhớ những lúc được chạy nhảy vui đùa bên ngoài cùng chúng bạn. Nếu được về nhà, tôi muốn có một chú chó của riêng mình. Và khi có được cơ hội ấy, tôi sẽ chạy dọc theo bờ biển cùng với chú chó trung thành của tôi ngay bên cạnh. Tôi sẽ dẫn chú đi khắp mọi nơi và không bao giờ thấy cô đơn nữa. Chúng tôi sẽ cùng nhau lên đồi và chú chó ấy sẽ lon ton bên cạnh chiếc xe đạp của tôi.

Cuối cùng tôi cũng lấy hết can đảm và quyết định kiểm tra căn phòng bên cạnh. Tôi rất tò mò muốn biết có gì trong đó. Khi tôi lẻn vào, căn phòng tối đen như mực. Không có chiếc cửa sổ nào cả. Ở đó chỉ có một bộ trống cùng giá để micrô và những chiếc loa rất lớn ở khắp phòng. Phillip bảo tôi rằng gã từng chơi nhạc ở phòng này trước khi tôi đến. Thỉnh thoảng Phillip mang đến một cây đàn guitar và hát cho tôi nghe. Đôi lúc tôi có cảm giác là mình đã nghe thấy những bài gã hát ở đâu đó rồi. Có lần tôi hỏi và gã bảo đã tự viết tất cả những ca khúc đó. Gã còn nghĩ gã sẽ có một sự nghiệp ca hát thành công rực rỡ sau này. Tôi nghi ngờ điều đó lắm. Gã tự cho mình là một ca sĩ giỏi, và một ngày nào đó gã sẽ nổi tiếng. Tôi biết là không nên nhưng vẫn cố hết sức đẩy chiếc cửa lớn dẫn ra bên ngoài. Nó đã bị đóng chặt. Chẳng có hi vọng để trốn thoát. Tôi còn không biết là mình sẽ làm gì nếu nó mở ra. Tôi không biết mình đang ở đâu và Phillip đã nói rằng mấy con chó Doberman vẫn còn đang canh giữ ở ngoài vườn. Tôi sợ rằng gã sẽ biết là tôi đã cố tình mở cửa. Có vẻ gã biết hết mọi thứ, còn tôi thì chẳng muốn chuốc lấy phiền hà. Tôi chỉ muốn về nhà.

Tôi rón rén quay trở lại phòng và ngó quanh quất xung quanh. Tôi nhìn kỹ chiếc máy lạ lùng trong phòng vì giờ đây tôi đã có thể đến gần nó. Tôi từng hỏi Phillip chiếc máy ấy là gì và gã bảo đó là chiếc máy hòa âm dùng cho việc sáng tác nhạc. Gã cho biết nó trị giá cả nghìn dollar nhưng mẹ gã, bà Pat, đã mua vì sự nghiệp âm nhạc của gã. Gã còn nói rằng giờ đây gã có thể tự hòa âm mà không cần bất cứ ai giúp đỡ. Chỉ như vậy gã mới có được những bản hòa âm mong muốn. Tôi thì chưa bao giờ nghe đến một chiếc máy hòa âm cả.

Hôm nay, gã mang đến cho tôi một chiếc ti-vi trắng đen nhỏ xíu. Không có nhiều kênh lắm nhưng ít nhất là tôi có thể nghe được tiếng người. Buổi tối đài thường rõ hơn và tôi xem được nhiều chương trình vào ban đêm. Còn ban ngày thì chỉ có những chương trình thông tin quảng cáo. Chán lắm, nhưng dường như càng ngày tôi lại càng thích chúng. Có những lúc như hôm nay tôi đã thiếp đi trong tiếng một phụ nữ đang cố gắng quảng bá một sợi dây chuyền bằng đá Opal.

Tôi tỉnh dậy vào sáng hôm sau... ít nhất tôi cho rằng đó là buổi sáng. Tôi nghĩ mình đã quen dần với việc cảm nhận thời gian. Phillip thường đến vào buổi sáng và trở lại vào buổi tối khi trời nhá nhem dần. Hi vọng rằng gã sẽ mang đến cho tôi một con mèo vào hôm nay.

Tôi có cảm giác mình đã không được ăn từ rất lâu rồi. Cuối cùng thì tôi cũng đã được đi vệ sinh vào bất cứ lúc nào tôi muốn. Gã để chiếc bô ở một góc nhà và che lại bằng một tấm gỗ. Tôi thấy dễ chịu hơn nhiều khi không còn phải nín nhịn cho đến lúc gã tới nữa.

Đôi khi tôi nhìn ra ngoài vườn và thấy mấy con chó gã đã nhắc tới. Ngoài ra thì chỉ có hàng rào và cỏ dại. Tôi thắc mắc không biết có người sống ở gần đây không. Và tôi tự hỏi mình đang ở đâu.

Rồi tôi nghe thấy tiếng gã mở khóa cửa. Gã đang đến. Giờ thì tôi có thể nghe tiếng bước chân của gã. Tôi mong rằng gã không đến để làm tình. Gã bước vào và bảo tôi nhắm mắt. Gã nói gã có một điều ngạc nhiên cho tôi. Tôi nhắm mắt lại, và khi mở mắt ra thì tôi thấy con mèo của tôi. Có vẻ như nó đã được vài tháng tuổi và trông khá lớn. Tôi thấy thất vọng. Tôi chỉ mong có một con mèo bé xíu thôi nhưng tôi không muốn gã nhìn thấy sự thất vọng của mình. Tôi cười và tỏ vẻ như mình đang vui lắm. Ít nhất là tôi có thêm một người bạn đồng hành. Con mèo cất tiếng meo meo và gã đưa cho tôi bế. Tôi hỏi nó là mèo đực hay cái thì gã bảo đó là mèo cái. Nó trông như một con hổ đen với những sọc vằn chạy dọc sống lưng. Tôi cho nó ăn trong khi gã bảo sẽ tìm một chiếc hộp cho nó đi vệ sinh. Tôi cố nghĩ một cái tên cho nó và quyết định đặt là Tigger – Tigger hiếu động trong phim *Winnie The Pooh* ấy. Lúc nào Tigger cũng vui và không bao giờ buồn. Tigger bắt đầu khám phá mọi thứ xung quanh và tôi ngồi xuống quan sát nó. Phillip quay trở lại với chiếc hộp cùng thức ăn và nước uống. Sau đó gã nói gã phải đưa Nancy đi làm. Tôi đã hỏi gã ai là người đi cùng gã lúc đưa tôi về nhà thì gã bảo rằng đó là Nancy, vợ gã. Lúc đầu gã không muốn nói và lảng tránh rằng đó chỉ là một người không còn ở đây nữa, nhưng thỉnh thoảng tôi nghe gã nói chuyện với ai đó ở ngoài và băn khoăn không biết đó là ai, thế rồi cuối cùng gã cũng đã tiết lộ cho tôi biết. Tôi thầm nhủ liệu mình có được gặp bà ta không. Hi vọng là thế. Tôi thực sự muốn gặp bà ta. Tôi rất cô đơn. Có lẽ một ngày nào đó bà ta sẽ vào và nói chuyện với tôi.

Tôi có kế hoạch sẽ dạy cho con mèo đến chỗ tôi mỗi khi tôi gọi nó. Tôi không thể đợi để bắt đầu công việc. Gã đi và bảo rằng sẽ quay lại. Một lần nữa, tôi hi vọng không phải là để làm tình. Có những lúc khi tôi thật sự không muốn một điều gì đó xảy ra, thì thực tế là nó không xảy ra. Vì vậy tôi cố nghĩ về những thứ gã có thể làm để cho chúng không xảy ra nữa. Đó là lí thuyết của tôi, nhưng không phải lúc nào nó cũng hiệu nghiệm vì gã luôn quay lại vì chuyện đó. Gã bảo tôi đang giúp gã giải quyết vấn đề tình dục. Gã còn bảo thay vì làm tổn thương những người khác về "vấn đề" của gã, gã đã mang tôi về để tôi có thể giúp gã, và như thế gã sẽ không bao giờ làm hại đến ai nữa. Tôi nghĩ điều này thật kì quặc, nhưng tôi cũng không muốn gã thực hiện những điều gã đang làm với một ai đó khác. Vậy thì tôi có còn lựa chọn nào đâu? Hi vọng rằng nếu gã thấy tôi ngoan ngoãn và thực hiện những điều gã yêu cầu thì gã sẽ cho tôi về nhà sớm. Khi không làm tôi đau đớn, gã thích chọc cho tôi cười. Gã nói là gã thích nhìn tôi cười. Lúc này thật khó tìm ra được một lí do nào để cười, nhưng tôi nghĩ cách tốt nhất là làm cho gã vui.

Giờ thì tôi đã nhớ mất chuyến du ngoạn ở công viên nước. Không biết có vui không. Tôi tự hỏi Shawnee đang làm gì. Tôi nhớ những lần chơi đùa cùng cô bạn ấy. Và tôi sẽ sớm gửi thư cho Jessie, cô bạn thân nhất của tôi. Tôi nhớ bạn ấy vô cùng. Kể từ khi chuyển đến Tahoe, tôi không còn dịp gặp lại Jessie nữa, ấy nhưng tôi vẫn nhớ đến thời gian chơi cùng cô bạn. Tôi băn khoăn không biết liệu mình có còn dịp được gặp lại Jessie hay không. Tôi cũng tự hỏi rằng có ai đang đi tìm tôi không nhỉ. Tôi không thể nhớ ngày cuối cùng mà tôi không còn khóc nữa là khi nào. Liệu tôi sẽ có được một ngày không phải khóc? Và tôi cũng thầm nghĩ không biết giờ này mẹ đang làm gì.

Gã đến để đưa Tigger đi. Tôi buồn lắm. Gã nói gã không thể chịu nổi mùi hôi vì con mèo tiểu bậy khắp phòng. Tôi muốn phủ nhận tất cả những gì gã nói, nhưng không thể. Trong thâm tâm tôi cũng nghĩ đây không phải là môi trường sống tốt cho Tigger. Nó muốn thoát khỏi nơi đây để chạy nhảy và chơi đùa. Nó chán ngấy căn phòng này rồi. Tôi nghĩ đó là lí do mà nó cư xử tội và tiểu khắp nơi. Tôi bắt đầu thấy có lỗi khi đã yêu cầu một con mèo. Đáng lẽ tôi nên suy nghĩ đến nơi ở cho nó trước đã. Đây rõ ràng không phải là nơi dành cho mèo. Gã nói dì của gã là người yêu động vật và sẽ chăm sóc cho Tigger. Tôi an tâm vì Tigger sẽ được đến một nơi hạnh phúc hơn, nhưng vẫn buồn lắm. Rồi tôi sẽ lại thui thủi một mình. Thế rồi gã cũng đến và đưa con mèo đi. Gã nói có lẽ vào một ngày nào đó tôi sẽ gặp lại Tigger và tôi không nên khóc.

Suy ngẫm

Thật đau đớn biết bao khi phải viết lại câu chuyện của mình. Tôi chợt nhận ra rằng cuốn sách này thật khó viết. Một phần trong tôi không muốn viết tiếp nữa. Phải lục lọi lại những kí ức của tuổi ấu thơ quả thật khó khăn và chúng làm tim tôi quặn thắt. Càng viết, tôi càng thấy khó. Nhưng mặt khác tôi lại muốn tiếp tục. Tôi nghĩ nếu không làm thế thì mình sẽ mãi bảo vệ kẻ bắt cóc và lạm dụng tình dục chính mình, mà giờ đây tôi đâu bị buộc phải làm như thế nữa. Biết vậy song tôi phải vất vả lắm mới gạt bỏ những đắn đo của bản thân, và viết tất cả mọi thứ thật chi tiết sau bao nhiêu năm thật chẳng dễ chút nào. Lần mò lại quá khứ và làm sống lại những kí ức đau thương khó lắm thay... Nhưng tôi muốn tiếp tục và tôi sẽ hoàn thành cuốn sách của đời mình...

Ngày của Bố, 2010

Hôm qua là Ngày Của Bố và người đàn ông mà mọi người nói là bố ruột của tôi đã nhắn tin bảo tôi gọi điện cho ông. Ông cho biết ông sắp chết vì ung thư. Nhưng tôi đã không gọi. Tôi thấy khó xử. Tôi không hề biết đó là bố mình. Tôi không muốn phải thương cảm cho một người đàn ông đã quyết định không xem tôi là một phần trong cuộc đời của người ấy.

Khi lên chín, tôi bắt đầu tò mò muốn biết bố ruột của mình là ai. Tôi tự nhủ không biết người ấy có phải là hoàng tử không nhỉ. Chỉ có lí do ấy thì bố mới không thể sống cùng mẹ con tôi được, bởi vì bố có nhiều nghĩa vụ cho đất nước lắm, hay cũng có thể bố là một thuyền trưởng đã hy sinh trong một nhiệm vụ bí mật nào đó. Tôi tự hỏi không biết bố có yêu tôi không. Tôi nhớ là đến khi em gái tôi ra đời thì tôi bắt đầu để ý rằng mọi đứa trẻ xung quanh tôi đều có bố, và chính em gái tôi cũng có một người bố rất yêu thương nó cho nên tôi cũng muốn có bố. Tôi nhận ra dượng Carl đối xử với em tôi rất khác với cách dượng cư xử với tôi. Điều này làm tôi thấy mình rất thừa thãi và bị ghẻ lạnh.

Tôi nhớ có lần hỏi mẹ rằng tên của bố là gì và mẹ trả lời: "Tên ông ấy là Ken." Tôi mỉm cười và hỏi: "Như Ken của Barbie ấy ạ?" Tôi còn hỏi mẹ có tấm ảnh nào của bố không thì mẹ bảo rằng không. Tôi lại hỏi là bố có bao giờ nhìn thấy tôi chưa và mẹ đã trả lời rằng con người ấy quyết định không làm thế. Lúc đó tôi không hiểu tại sao, nhưng điều đó khiến tôi buồn. Sau này tôi không nhắc lại chủ đề này nữa. Tôi đã có mẹ, người mà tôi biết rằng rất đỗi yêu thương và mong muốn có tôi, với tôi như vậy là quá đủ.

Tôi nhớ lần suy nghĩ tiếp theo về bố ruột của mình là khi tôi bị bắt cóc. Trong một tíc tắc ngắn ngủi tôi đã nghĩ có thể chính bố là người đã bắt cóc tôi. Giờ tôi biết rõ đó không phải là sự thật. Lúc đầu tôi thậm chí còn hỏi Phillip rằng liệu gã có phải là bố của tôi không, và ngay lập tức gã trả lời không.

Giờ đây, khi ngồi viết lại những khoảnh khắc cuộc đời mình, tôi thấy hoang mang. Tôi nên cảm thấy thế nào đây? Tôi nên suy nghĩ thế nào đây? Tôi phải tự trả lời những câu hỏi của mình bây giờ. Trong suốt thời gian dài, tôi đều bị áp đặt. Vấn đề phức tạp này không phải là điều tôi suy nghĩ ở khu vườn phía sau nhà ấy.

Tôi không muốn phải quyết định ngay bây giờ. Tôi cần có thời gian để thích ứng và xây dựng cuộc sống cho bản thân cũng như cho gia đình trước khi phải quyết định xem liệu tôi có muốn hàn gắn mối quan hệ với bố ruột của tôi hay không. Tôi vẫn còn ám ảnh bởi những lần chịu đựng nỗi đau khổ dưới bàn tay của Phillip. Tôi không cần bất kì một người đàn ông nào ra tối hậu thư cho tôi nữa. Tôi biết mình muốn gì. Tôi chỉ cần thêm thời gian. Tôi muốn tự quyết định khi nào mình thấy sẵn sàng để gặp gỡ bố và gia đình của ông ấy. Cho dù đã gần một năm kể từ ngày tôi được giải thoát rồi nhưng tôi nghĩ vẫn chưa phải là thời điểm. Tôi đã hiểu quá rõ nhu cầu và mong muốn của người khác. Ấy vậy mà tôi vẫn cảm thấy có lỗi dù thực ra mình chẳng có lỗi gì. Đâu phải tôi là người đã quyết định không nhìn mặt đứa con gái của mình khi có cơ hội đâu. Lẽ ra bố phải cố gắng đến thăm tôi trong suốt mười một năm đầu đời của tôi. Vậy mà ông đã quyết định không làm. Chính ông đã lựa chọn như thế, và tôi đã không hề trách cứ ông. Nhưng bởi vì quyết định không muốn xem tôi là một phần trong cuộc đời của ông nên giờ đây, khi đã trưởng thành, tôi phải lựa chọn có nên và khi nào sẽ đến gặp ông ấy.

Tôi không có nhiều hình tượng đàn ông mẫu mực trong cuộc đời mình. Nhưng kể từ khi được giải thoát, tôi đã gặp được nhiều người bố rất tuyệt vời. Cuối cùng thì tôi đã tận mắt chứng kiến rằng một người bố đích thực là như thế nào, và điều ấy có ý nghĩa gì đối với bản thân họ. Tôi cũng đã biết một người đàn ông tốt nên cư xử ra sao. Tuy mỗi người bố đều đặc biệt theo cách riêng của mình nhưng tất cả họ đều có một điểm chung – yêu thương con cái hết lòng. Tôi đã gặp một người bố chỉ có quyền chăm sóc con mình một nửa thời gian. Dù không ở bên con trai suốt 24/7 thì mối quan hệ của hai cha con họ vẫn sâu sắc và bền chặt. Bạn có thể dễ dàng nhìn thấy qua cách họ cư xử và trò chuyện với nhau. Ông ấy không bao giờ tự xưng mình là một người bố hoàn hảo, nhưng luôn nỗ lực để trở thành một người tốt hơn bố đẻ của chính mình. Người bố ấy luôn muốn ở bên con suốt cả cuộc đời, cả những lúc vui lẫn những khi buồn. Trong tâm trí tôi, ông ấy là một người bố phi thường, gợi lên rất nhiều hình ảnh của mẹ tôi. Một người bố khác mà tôi đã gặp là một người bố dượng. Trải nghiệm của tôi về những người bố dượng không mấy tốt đẹp. Tôi luôn có suy nghĩ rằng bố dượng không bao giờ yêu thương con riêng của vợ bằng con ruột của mình. Có lẽ tôi có suy nghĩ này bởi tôi chưa bao giờ được yêu thương và chấp nhận bởi bố dượng của mình. Giờ thì tôi đã nhận thấy có nhiều cách thể hiện tình yêu thương, và cha mẹ kế có thể yêu thương con riêng của người kia khác với tình yêu thương đối với con ruột của mình, tuy nhiên họ vẫn yêu thương và chấp nhận chúng. Dù cha mẹ kế và những đứa con riêng có thể không có cùng quan điểm trong những vấn đề nào đấy thì họ vẫn cảm nhận được tình cảm chân thành dành cho nhau. Tôi chưa bao giờ nhìn thấy người bố dượng nào lại đem con riêng của vợ ra làm trò đùa như dượng Carl đã làm đối với tôi. Shayna là con gái của dượng ấy; dĩ nhiên là chẳng có nghi ngờ nào về điều này. Dượng Carl rất tự hào khi có một cô con gái ruột. Điều này làm tôi có cảm giác không thoải mái. Có lẽ bởi nó làm tăng cảm giác cô đơn bấy lâu nay vẫn đeo bám tôi.

Tôi không biết tại sao bố ruột tôi đã quyết định không muốn nhận con mình. Có lẽ tôi sẽ không bao giờ biết được câu trả lời đâu. Giờ tôi chỉ biết ông ấy có đến hai gia đình, không rõ có thời gian để mà quí trọng cả hai hay không nữa. Tôi cũng biết bố tôi rất tiếc về những gì đã xảy ra với tôi, nhưng đó không phải là lỗi của ông và mọi thứ đâu thể đề phòng được. Mà có lẽ cũng để phòng được nếu một số đạo luật được thay đổi và những kẻ phạm tội cưỡng dâm phải được chính quyền quản thúc kỹ hơn, thế nhưng mọi việc đã quá muộn. Chẳng ai có thể lường trước được việc gì sẽ xảy đến với tôi, hay nghĩ đến khả năng nó sẽ xảy ra trong cộng đồng Tahoe bé xíu này. Sự thật là chuyện đó đã xảy đến. Và rốt cuộc thì nó cũng đã kết thúc. Không phải tôi sống để ước ao thay đổi quá khứ của mình. Tôi thấy biết ơn vì mình vẫn còn sống. Tôi biết ơn hai cô con gái của tôi. Tôi biết ơn vì có một người mẹ với ý chí kiên cường đã không bao giờ thôi đấu tranh vì con cái. Tôi biết ơn cô em gái xinh đẹp, thông minh và dì tôi. Tôi cũng biết ơn vô số bạn bè tôi quen biết kể từ khi trở lại với cuộc đời. Tôi hiểu được rằng gen di truyền không tạo nên một gia đình. Gia đình bao gồm những thành viên luôn ở bên cạnh nhau trong mọi thăng trầm. Nỗi buồn cũng là một phần của cuộc sống. Chúng ta cần phải đấu tranh để chọn cho mình niềm hạnh phúc và nhìn cuộc đời với ánh mắt lạc quan. Vào lúc này, tôi không biết tương lai mình sẽ ra sao, nhưng tôi đang tận hưởng những khoảnh khắc tự do và khám phá những điều thuộc về bản thân mà trước đây tôi chưa bao giờ nhận thấy. Liệu tôi sẽ quyết định gặp bố tôi vào một ngày nào đó chăng? Tôi vẫn chưa có câu trả lời. Tôi chỉ biết tại thời điểm này tôi chưa sẵn sàng, và nếu điều này quá khó hiểu đối với ông ấy thì tôi thấy tiếc cho ông, bởi tôi nghĩ việc chờ đợi âu cũng là xứng đáng.

"Màn chạy" đầu tiên

Tôi chỉ muốn ngủ thôi. Tôi đã ngủ suốt ngày, bởi vì chỉ có lúc ấy tôi mới có thể mơ về những điều tốt đẹp, chẳng hạn như được về nhà cùng mẹ và em gái. Khi tỉnh giấc, trời đã chập tối và tôi có cảm giác dường như một điều gì đó đã đánh thức tôi dậy. Tôi nghe thấy tiếng mở khóa lách cách. Gã đang đến. Mà gã đâu có hay đến giờ này? Tôi cứ nghĩ chuyện này không xảy ra thì có lẽ nó chẳng xảy ra đâu. Tôi sợ phát khiếp đi được. Gã muốn gì cơ? Tôi chỉ muốn ngủ thôi. Gã soi đèn pin đi vào và tôi giả vờ ngủ say bằng cách nhắm chặt cả hai mắt. Tôi có thể giả vờ như thế này bao lâu chứ? Tôi nghe tiếng gã cúi xuống phía trước mặt. Cút đi, tôi hét thầm trong đầu. Gã lắc hai vai tôi và tôi giả vờ tỉnh giấc. Gã thì thầm: "Dậy đi, qua phòng bên kia," rồi trùm tấm chăn lên tôi.

Mới vài hôm trước, gã đã mua cho tôi một chiếc áo liền quần có hoa màu hồng sặc sỡ cùng một chiếc quần lót. Có được mảnh vải che thân cũng đỡ hơn nhiều. Nhưng tôi ghét cái lúc phải cởi đồ ra để cho gã thỏa mãn dục tình. Tôi phải đi đâu thế này? Quái lạ, tôi chưa bao giờ được rời khỏi căn phòng kể từ khi tới đây. Tôi không thấy đường khi bị gã dẫn, nhưng chỉ một chốc là tới nơi nên có lẽ không xa lắm. Tôi nhẩm tính chỉ khoảng mười bước chân là đã tới "phòng bên" rồi.

Giờ thì tôi đã tới căn phòng này. Trông lạ lắm. Nó có ba cửa sổ, hai trong số chúng nằm đối diện hai bên tường và cửa sổ còn lại nằm cạnh cửa ra vào. Trên bức tường phía sau có gắn một chiếc máy điều hòa và không có cửa sổ nào. Tôi thấy các ô cửa sổ đều có những thanh chắn kim loại và đều được gã phủ kín khăn. Gã vẫn dùng chiếc đèn pin và không mở điện cho đến khi đã khóa xong cửa. Cửa ra vào có đến hai cánh sát nhau – một cánh với những thanh sắt nặng nề và một cánh bằng gỗ có thể khóa từ bên trong. Tôi đứng như trời trồng trong sợ hãi và toàn thân run lập cập. Những điều chưa bao giờ biết luôn là nỗi khiếp sợ đối với tôi, và tôi không biết mình nên mong đợi điều gì. Tôi cảm thấy nỗi cô đơn rợn người, thậm chí tôi chỉ muốn quay trở lại căn phòng lúc nãy. Tôi nhìn quanh và khẽ liếc nhìn ba cánh cửa sổ mà gã phủ những tấm khăn lên. Tôi nhủ thầm: Chẳng có ai cứu tôi cả, chẳng có nơi nào để tôi đi hết.

Một chiếc ghế sofa màu xanh dương nằm giữa chia đôi căn phòng và một tấm liếp ngăn chiếc ghế với một chiếc bàn ở phía bên kia. Trên chiếc bàn ấy là một đống đồ đạc linh tinh. Khi nhìn về phía cửa ra vào, tôi thấy bên phải là một chiếc tủ lạnh nhỏ đặt trên một hộc tủ bằng gỗ, còn bên trái là một nhà vệ sinh có lắp bồn cầu ở bên trong. Lúc quay lưng lại, tôi nhìn thấy trước ghế sofa có một cái kệ để một chiếc ti-vi. Tôi cũng để ý tới một chiếc túi đen đựng rác nằm bên cạnh ghế. Ngoài ra còn có một chiếc ghế đẩu ở phía dưới ô cửa sổ.

Suy ngẫm

Bỗng dưng khi viết đến phần này tôi chỉ muốn dừng lại. Trên máy tính có một đốm bẩn, mà chẳng hiểu sao đến lúc này tôi mới muốn lau nó đi, dù nó đã tồn tại ở đó mấy tháng rồi. Phần tiếp theo tôi viết ra đây thật chẳng dễ chút nào. Tôi tìm cách trốn tránh, bởi trốn tránh đã phát huy tác dụng trong quá khứ của tôi. Tuy nhiên vào những lúc khác, chẳng hạn như lúc này đây, trốn tránh làm tôi thấy khó chịu. Tôi cần phải chứng tỏ rằng mình không hề sợ khi kể cho người khác nghe câu chuyện của mình.

Lúc đầu tôi chắc như đinh đóng cột rằng sẽ chẳng có cuốn sách nào cả, không một người nào có thể biết được quá khứ của tôi. Thế nhưng ngày tháng trôi qua tôi thấy mình đã trưởng thành hơn trước. Với sự giúp đỡ tận tình của mẹ, gia đình, và đặc biệt là bác sĩ tâm lí của tôi, tôi đã ý thức được rằng giờ đây tôi có thể làm mọi thứ cho bản thân mình. Tôi có thể tự quyết định mọi việc mà chẳng hề ngần ngại cho dù đó không phải là điều người khác muốn. Hơn hết thảy tôi đã nhận ra rằng tôi không phải bảo vệ cho Phillip Garrido nữa. Gã không còn, hay thực sự là không bao giờ xứng đáng với sự bảo vệ của tôi. Cảm giác tội lỗi rồi cũng sẽ được thời gian gột rửa. Nhưng sau cả một thời gian dài đằng đẵng sống cùng gã, tôi thấy thật tuyệt vời khi không còn phải lệ thuộc vào gã nữa.

Mánh khóe dụ dỗ của gã thật quá đỗi tinh vi. Lúc ấy tôi không hề nhận ra chủ đích của gã. Chỉ có thời gian và khoảng cách mới cho tôi thấy cuộc sống ở nhà gã với cuộc sống ở bên ngoài khác nhau như thế nào. Lúc còn ở đó, tôi thậm chí cho rằng cuộc sống bên ngoài còn tệ hơn nữa cơ; có biết bao người khác trên thế giới này phải chịu đựng những tình huống tồi tệ hơn tôi gấp bội phần. Ít nhất là tôi có một chốn để nương thân. Nhưng đó có thực sự là một cuộc sống hay không? Không nhà cửa. Không gia đình. Không bạn bè. Không, cuộc sống không phải thế. Cuộc sống ở đó hoàn toàn phụ thuộc vào Phillip Garrido.

Trong thâm tâm, tôi không ghét Phillip. Tôi không cho rằng mình ghét gã. Đối với tôi, điều đó làm mất thời gian. Những người luôn giữ trong mình lòng hận thù sẽ phí cả đời để ghét bỏ người khác và bỏ lỡ bao nhiêu điều tốt đẹp hơn. Tôi không chọn cho mình cách sống như vậy. Việc gì đã xảy ra thì cũng đã xảy ra rồi. Tôi chỉ muốn hướng đến tương lai. Lần đầu tiên trong đời mình, tôi muốn hướng đến tương lai thay vì chỉ chăm chăm vào hiện tại. Tôi đã từng sống lờ lững qua ngày mà không bao giờ dám nghĩ đến những ngày kế tiếp. Tôi không bao giờ biết điều gì sẽ xảy ra. Nếu trái tim tôi tràn ngập lòng căm thù, ân hận hay hối tiếc thì làm sao nó còn chỗ cho những thứ khác? Tôi không thể nói rằng mỗi ngày đều tuyệt vời và kì diệu, nhưng ngay cả trong những ngày không mấy tốt đẹp, tôi vẫn có thể nói một điều – tôi đang tự do... tự do để trở thành con người mà tôi mong muốn... tự do để khoe rằng tôi có một gia đình và rất nhiều bạn mới... Không có gì làm tôi phải xấu hổ cả. Tôi rất mạnh mẽ và tôi muốn tiếp tục viết câu chuyện của tôi...

Và rồi tôi thấy nó. Ở góc tường bên cạnh chiếc bàn là một xô nước. Ôi không! Tôi không hề muốn... Không!... Không! Nhưng tôi có thể làm gì đây? Không gì cả. Chẳng có ai ở đây ngoài gã và tôi. Cửa thì đã bị khóa rồi. Tôi chỉ muốn khóc thôi. Nhưng tôi không khóc. Gã đang huyên thuyên điều gì đó. Tôi nhận ra gã nói rất nhiều, nhưng chẳng có điều gì quan trọng cả. Gã chỉ muốn nghe chính mình nói mà thôi, tôi nghĩ thế. Thôi thì cứ đồng ý đại, bởi vì nếu không thì gã lại giải thích tràng giang đại hải, và cứ thế nói liên tu bất tận. Gã nói điều gì đó về một "màn chạy". Tôi không chắc ý của gã có phải là ra ngoài để chạy hay không; giờ này đã muộn và bên ngoài trời tối đen rồi. Gã bắt đầu giải thích rằng gã sẽ "chạy" định kì và tôi phải thức cùng gã một vài ngày tùy thuộc vào lượng ma túy mà gã sẽ hít. Gã nói loại ma túy này sẽ giúp gã sung sức để thức suốt vài ngày. Gã còn khoe là gã ngưỡng mộ cả chính mình vì một lúc có thể hút và hít cả một lượng lớn ma túy. Gã có thể hít liền tù tì mà không hề bị sốc như những người bình thường khác. Trước đây, gã hít được nhiều hơn đám bạn và gã hợp với rất nhiều loại ma túy. Gã bảo gã cần giải thích tất cả mọi thứ để tôi biết điều gì sẽ xảy ra và tôi cần phải làm gì. Gã còn bảo "chạy" – tức là khoảng thời gian thức đến mấy ngày để gã thỏa mãn những khát khao nhục dục của mình, và tôi phải giúp gã thực hiện điều đó. Gã nói ma túy sẽ giúp gã tập trung trong suốt một thời gian dài. Gã nói trước hết gã sẽ mặc đồ cho tôi theo cách gã muốn, và tùy theo tâm trạng của gã mà những việc tiếp theo tôi sẽ làm là thủ dâm cho gã, mút cái ấy của gã, làm chuyện ấy ở mọi tư thế gã muốn, thậm chí là nhún nhảy trên gã khi gã thủ dâm. Thế rồi gã ra lệnh cho tôi phải lau rửa mình mẩy sạch sẽ với xô nước ở góc phòng. Gã muốn tôi cạo sạch lông ở chỗ ấy vì gã không thích bị cạ đau. Sau đó gã sẽ mặc đồ cho tôi và tôi phải trang điểm. Trang điểm? Tại sao gã muốn tôi tô son trát phấn? Tại sao tôi phải làm tất cả những điều này? Thật ngu ngốc và tôi ghét như thế. Tôi không muốn làm những điều gã muốn tôi làm. Tôi không muốn cởi quần áo ra. Tôi không muốn làm gì cả. Tôi chỉ muốn về nhà! Đó là những gì tôi suy nghĩ trong đầu, nhưng tất cả chỉ được thể hiện ra bên ngoài bằng những giọt nước nơi khóe mắt. Tôi sợ là gã thấy tôi khóc sẽ nổi giận. Gã đã dặn tôi không được khóc vì như vậy sẽ làm ảnh hưởng đến thế giới siêu tưởng đầy nhục dục của gã. Tôi đã phải cố gắng lắm mới kiềm chế được những giọt nước mắt của mình.

Thấy tôi chần chừ, gã liền cầm khẩu súng điện lên. Tôi buộc phải đi đến xô nước và lau rửa. Khi tôi làm xong, gã lục lọi trong túi đồ và bắt đầu mặc cho tôi một bộ đồ chít. Sau đó gã còn khoét vài lỗ ở những vị trí kì quặc nữa.

Tôi có cảm giác như thể đã đứng đó suốt mấy giờ đồng hồ rồi. Khi nào thì gã mới xong? Mà tôi có muốn gã xong không nhỉ? Điều gì sẽ xảy ra tiếp theo? Có lẽ rốt cuộc gã cũng đã hài lòng với sự sáng tạo của mình. Thế rồi gã bảo tôi nằm xuống giường theo tư thế mà gã muốn, và rồi gã bắt đầu cởi quần áo. Gã lấy ra một gói bột trắng mà tôi không biết đó là thứ gì. Có lẽ là loại ma túy mà gã đã nhắc tới. Gã đổ một ít xuống bàn và dùng con dao nhíp băm nhỏ một lát, sau đó gã bỏ vào một ống thủy tinh, bật lửa lên rồi hít lấy khói từ đầu bên kia. Gã hỏi tôi có muốn thử không, tôi bảo không. Gã nói nó sẽ làm cho gã sung lên và gọi đó là ma túy hay hàng trắng. Thật kinh tởm. Tôi ghét ma túy. Có phải vì ma túy mà gã đang làm điều này với tôi? Gã còn vấn thêm một loại khác mà gã gọi là bồ đà. Gã giải thích rằng gã có vấn đề về tình dục cho nên đã bắt tôi về để tôi giúp gã giải quyết và không để người khác phải liên lụy. Gã nói đầu óc gã lúc nào cũng nghĩ đến chuyện ấy, và tôi chính là người giúp gã thỏa mãn đồng thời cứu giúp nhiều người khác. Tại sao lại là tôi? Tại sao gã không tự lo vấn đề của gã chứ? Dù gì đi nữa thì tôi cũng không muốn người khác phải tổn thương. Thà tôi còn hơn là ai khác. Đêm kéo dài như vô tận và tôi mệt không chịu nổi. Gã bật tất cả công tắc bóng đèn lên, tất cả các bóng đèn nên căn phòng nóng như lửa đốt. Tôi phải sờ vào cái ấy của gã và vuốt ve mơn trớn nó, gã gọi đó là "thủ dâm". Đôi khi gã còn muốn tôi mút cái ấy của gã nữa. Tôi căm ghét điều đó, cái vị của nó thật kinh tởm. Tôi sợ cái chất màu trắng đục mà gã gọi là tinh dịch sẽ bắn vào miệng tôi. Thật khủng khiếp làm sao. Gã nói ma túy giúp gã kéo dài khả năng tình dục nên gã sẽ không xuất sớm đâu. Ít nhất thì tôi cũng đỡ lo hơn. Thế rồi gã bắt đầu xem mấy cuốn sách gã đã tự làm và chuyện này cứ kéo dài mãi. Nhìn chúng như mấy cuốn album ảnh bình thường, nhưng bên trong là các ảnh bé gái ở đủ tư thế được cắt ra từ nhiều tạp chí khác nhau cùng đầy rẫy ảnh dương vật cũng được cắt ra từ đâu đó rồi dán lên. Vừa nhìn, gã vừa nói tục. Từ ngữ của gã bẩn thỉu lắm, có những từ tôi chưa từng nghe bao giờ. Gã cứ tiếp tục làm thế. Khi nào thì cơn ác mộng này mới chấm dứt? Chợt gã bắt đầu chuyển kênh trên ti-vi. Gã bảo muốn xem một cô bé mặc quần ngắn. Tôi nghĩ giờ này trời đã sáng rồi. Ánh mặt trời xuyên qua những tấm khăn che trên cửa sổ. Tôi còn thấy ánh nắng xuyên qua cả những khe nứt trên tường. Gã nhìn đồng hồ rồi nói đã đến giờ để làm chuyện ấy. Gã bảo tôi nằm xuống. Tôi cảm thấy nhẹ nhõm phần nào vì cuối cùng cũng sắp xong. Tôi vừa sợ nhưng cũng vừa muốn đi ngủ sớm. Tôi mệt quá rồi. Gã nằm đè lên tôi và bảo rằng gã sẽ văng tục nhưng tôi không nên lo sợ gì cả. Gã nói gã vẫn là con người mà tôi biết, chỉ có điều là gã muốn "giải quyết cơn thèm khát" của gã thôi. Tôi không thể làm được gì ngoài khóc, tuy nhiên đó chỉ là những giọt nước mắt câm lặng. Thế rồi gã làm cái việc ấy hùng hục và văng tục liên hồi. Đầu tôi bị kéo lên xuống giữa chiếc ghế sofa và giường xếp. Tôi có cảm tưởng như mình không thở được. Gã gọi tôi là một con điếm, một con đĩ cái và những từ đại loại như thế. Tôi muốn được đi đến nơi khác, nhưng giờ tôi vẫn ở đây và tốt nhất là tôi không nên hoảng loạn. Khi kháng cự, tôi chỉ thấy mình càng đau đớn thêm nên cố gắng không chống lại gã nữa, tuy nhiên thật khó mà chịu đựng cơ thể đầm đìa mồ hôi ghê tởm của gã. Tôi nhủ thầm rồi mọi chuyện sẽ ổn. Rồi gã sẽ trở thành người tốt sớm thôi. Gã sẽ là con người thích trêu cho tôi cười và mang đến thức ăn ngon cho tôi. Hình như gã đã xuất trong tôi và rốt cuộc thì mọi chuyện đã kết thúc. Gã hỏi tôi có ổn không, tôi nhìn gã và bật khóc. Gã ôm tôi vào lòng rồi dỗ dành rằng sẽ ổn thôi, gã đã làm xong và giờ tôi có thể tắm rửa rồi đi ngủ. Gã sẽ không làm phiền tôi trong thời gian tới đâu. Tôi sợ đến nỗi không biết phải suy nghĩ thế nào. Tôi muốn tin lời gã. Gã buông tôi ra và mặc quần vào. Sau đó gã đi lấy nước cho tôi tắm. Giờ tôi chỉ còn lại một mình và nghe tiếng cửa bị khóa lại. Tôi tự hỏi gã làm thế để làm gì? Tôi sẽ đi đâu? Tôi không biết mình đang ở đâu cả. Tôi cô đơn lắm. Ai mà cần tôi nữa? Sau đó gã quay trở lại với một xô nước trên tay. Tôi đứng dậy và thấy đau buốt, máu chảy đầm đìa phía dưới. Gã nói hình như tôi bắt đầu có kinh và ngày mai gã sẽ mua băng vệ sinh rồi chỉ cho tôi cách sử dụng. Còn bây giờ gã đưa cho tôi vài tờ giấy để lót tạm vào quần lót. Tôi cảm thấy đỡ hơn khi mặc quần áo vào. Gã dẫn tôi trở lại căn phòng studio và nói sẽ đi tìm thứ gì đó thật ngon cho tôi ăn. Gã lại đi và tôi thấy sợ, mệt mỏi và cô đơn đến tột cùng.

(Những căn phòng mà tôi mô tả thật ra chỉ nằm gọn trong khu vườn phía sau nhà Phillip mà gã đã che giấu trong suốt mười tám năm qua.)

Suy ngẫm

Nhìn lại mình vào thời điểm ấy quả thật rất khó khăn đối với tôi. Tôi đã chịu đựng hết tất cả những điều tồi tệ, trông lại quá khứ chỉ càng làm tôi mong ngóng đến tương lai hơn. Bấy lâu nay tôi chỉ sống ở thì hiện tại, khi nhớ về khoảng thời gian đen tối ấy, tôi chỉ thấy một cô bé nhỏ xíu, sợ sệt đang cố gắng sống qua ngày. Tôi muốn về nhà với mẹ hơn tất cả mọi thứ trên đời, nhưng không biết phải làm thế nào. Gã nói rằng tôi bị bắt là vì gã không muốn làm tổn thương người khác. Bằng cách nào đó gã đã làm cho tôi thấy mình thật đặc biệt và cần thiết. Nhưng tại sao tôi lại thấy mình cần thiết cho gã nhỉ. Gã còn nói ra những lời khủng khiếp như gã muốn huấn luyện tôi trở thành "nô lệ tình dục" tuyệt vời nhất của gã. Ấy vậy mà cũng có lúc gã rất tử tế với tôi. Điều đó làm tôi rất hoang mang. Mỗi khi gã văng tục, tôi thấy sợ và khiếp đảm vô cùng. Thậm chí có lần gã còn dọa sẽ bán tôi đi. Tôi sợ lắm, cho dù tôi không thực sự hiểu ý định của gã. Lúc tôi hỏi tại sao, gã nói bởi vì tôi đã không làm trọn vẹn những điều gã muốn. Gã nói tôi khóc nhiều quá và điều này phá hỏng khát khao dục vọng của gã. Và bởi vì tôi không hợp tác nên gã thấy mình là một kẻ xấu. Tôi còn nhớ đã cầu xin gã đừng bán tôi cho ai khác, rằng tôi sẽ cố gắng hơn và gã có thể làm bất cứ điều gì gã muốn, tôi sẽ không phản kháng nữa. Gã nói để gã suy nghĩ thêm. Gã còn đe dọa rằng những kẻ mua tôi sẽ nhốt tôi vào một chiếc cũi. Như vậy thì kinh khủng lắm. Vì vậy mà tốt nhất là tôi nên ở lại đây, nhưng gã nói không biết đó có phải là điều gã nên làm hay không. Tôi nhớ lúc ấy mình lắc đầu liên tục trên chiếc ghế sofa. Tôi không muốn bị nhốt trong cũi. Gã đã làm cho tôi tin rằng những chuyện ấy sẽ thực sự xảy ra. Lúc gã quay trở lại vào ngày hôm ấy và nói rằng một "màn chạy" khác sẽ diễn ra, tôi thậm chí không dám hỏi liệu gã đã suy nghĩ lại chưa. Sau đó tôi chỉ cố gắng làm mọi thứ mà gã ra lệnh. Gã không bao giờ thực hiện tất cả lời hứa của gã, và có lẽ tôi sẽ không bao giờ quên được cảm giác sợ hãi vào ngày hôm ấy. Thế rồi gã không nhắc lại chuyện ấy thêm lần nào nữa. Cho dù tuân theo tất cả những gì gã yêu cầu, tôi vẫn cố sức phản kháng bằng những việc làm rất nhỏ theo cách của tôi. Đôi khi tôi không toàn tâm toàn ý thực hiện một điều gì đó. Chẳng hạn như tôi không vuốt cái ấy của gã nhanh như gã muốn, hay quên (có chủ đích) tô son, hay giả vờ ngủ khi gã mải mê xem thứ gì đó trên ti-vi. Tuy là những việc rất nhỏ mà gã không thể nhận ra nhưng tôi thấy rất hài lòng vì mình đã không làm chúng hết sức. Dù vậy tôi cũng biết lúc nào thì cần phải nghiêm túc, tôi đã bắt đầu nắm bắt được tâm trạng của gã nên biết lúc nào mình có thể, và lúc nào thì không thể giở trò với gã được.

Các "màn chạy" là những khoảnh khắc khủng khiếp nhất trong cuộc đời tôi. Tôi thậm chí không thể nghĩ tới điều gì tốt đẹp ngay cả khi chúng đã kết thúc, bởi vì tôi luôn biết rằng rồi sẽ tới lần tiếp theo. Tôi không nhìn thấy điểm dừng trong mỗi "màn chạy", và cả cảm giác cô đơn tột độ trong tôi cũng thế. Tôi ghét cay ghét đắng cũng như khinh bỉ gã khi gã định hình tôi theo một tư thế nào đấy bằng những chiếc móc gắn vào tường. Thoạt tiên gã vít chặt những chiếc móc vào tường rồi cột chân tôi bằng những sợi dây da theo các tư thế khác nhau. Vào một đêm nọ, trong suốt mấy tiếng đồng hồ suy nghĩ nên buộc tôi ở tư thế nào, gã chợt nhận ra là cần phải đi đón Nancy đang làm việc ca đêm tại một trung tâm dưỡng lão. Gã nói gã sẽ để tôi yên như vậy bởi vì đó là một tư thế hoàn hảo. Thế rồi gã đi bằng một lúc lâu. Hai chân tôi bị buộc ở trong một tư thế hết sức kì quặc bắt đầu tê cứng, những sợi dây da làm mắt cá tôi đau đến chết đi được. Cuối cùng gã cũng về và tôi cảm thấy nhẹ nhõm hơn. Tôi chỉ muốn mọi thứ kết thúc sớm để rồi đi ngủ. Đó là quãng thời gian thật kinh khủng. Tôi không thể tin được là mình đã từng lấy làm tiếc cho gã. Lúc nào gã cũng cho rằng mình là một người tốt và không biết cách nào khác để giải quyết vấn đề. Tôi cần phải giúp gã và để những người khác không phải bị tổn thương. Gã còn nói xã hội không thể giúp những người như gã, và trên thế giới này có hàng loạt những người đàn ông khác có cùng vấn đề như gã. Gã đã xin lỗi và thậm chí còn khóc lóc xin tôi tha thứ sau khi đã thỏa mãn dục tình. Gã nói làm vậy sẽ giúp gã thấy thoải mái hơn. Không hiểu vì lí do gì mà trong những giây phút ấy, tôi biết điều cần thiết để tồn tại là không bao giờ được phơi bày những thương tổn của mình. Không biết tại sao, nhưng sau đó tôi cứ âm thầm che đậy những xúc cảm của chính mình.

Mãi những năm tháng sau này tôi mới biết mỗi một con người được tạo nên bởi vô số điều nhỏ bé. Vào lúc ấy, tôi không nhìn thấy toàn bộ khía cạnh đã tạo nên con người thật bên trong Phillip. Tôi chỉ thấy những gì gã muốn cho tôi thấy. Đó là một người đàn ông bị mọi người hiểu lầm và chẳng ai muốn giúp gã giải quyết vấn đề của gã. Tôi nghĩ gã cho rằng cuộc sống lừa lọc gã và gã không được thỏa mãn những gì gã muốn. Tuy nhiên bản chất của Phillip Garrido là một người đàn ông ích kỉ, chỉ biết chăm chăm thỏa mãn chính mình, trong khi vẫn tỏ ra là một người vị tha và biết quan tâm đến người khác.

Năm đầu tiên của chuỗi ngày bị giam cầm là khoảng thời gian tồi tệ nhất. Tôi thấy kinh tởm khi gã quay phim lại những cảnh gã làm tình với tôi, hay cảnh tôi phải làm những điều hèn hạ cho gã. Lúc nào gã cũng đặt chiếc máy quay ở một vị trí nhất định và điều này thật kinh khủng. Gã luôn trấn an tôi rằng chỉ một mình gã xem những đoạn phim ấy và sẽ không có ai được nhìn thấy chúng cả. Gã nói gã xem chúng để tôi có thời gian nghỉ ngơi. Những năm sau này, khi các cuộc thỏa mãn dục tình không còn thường xuyên nữa, gã nói rằng gã đã hủy hết các cuốn băng ấy rồi. Tôi đã tin mà không biết rằng chúng vẫn còn, chỉ có một ít là bị hủy đi.

Căn phòng đầu tiên tôi bị nhốt khi Phillip bắt cóc tôi được gọi là "phòng studio", và sau này, khi những "màn chạy" (những cuộc thỏa mãn dục tình kéo dài trong vài ngày) bắt đầu và gã đã dẫn tôi đến căn phòng thứ hai ở sau vườn được gọi là "phòng bên".

Thật buồn cười khi giờ này tôi nhìn lại và nhận ra "khu vườn bí mật" của Phillip thật ra chẳng "bí mật" tí nào. Nó thậm chí còn chẳng được che giấu kỹ. Lúc ấy tôi đang ở giữa cả một khu dân cư với nhiều nhà hàng xóm xung quanh; chỉ có một thứ được ngụy trang là chiếc cổng dẫn vào khu vườn thứ hai ở phía sau nhà. Tôi không hiểu tại sao những nhân viên quản thúc Phillip không hay biết tí gì về ngôi nhà và kích thước của nó. Điều này làm tôi tin rằng chẳng ai quan tâm hay thực sự muốn tìm tôi cả. Dưới đây là sơ đồ của khu nhà ấy.

Nancy

Tôi đói đến nỗi chẳng còn suy nghĩ được gì. Cũng chẳng có gì hay trên ti-vi. Có được một chiếc ti-vi để xem bất cứ lúc nào tôi muốn là tốt rồi; tôi không nên than phiền gì nữa. Sau "màn chạy" lần trước, gã đã cho tôi ở "phòng bên". Căn phòng này rộng hơn nhiều so với phòng studio trước đây và có rất nhiều thứ để tôi khám phá. Phillip bắt đầu gọi tôi là Tò Mò. Khi tôi hỏi vì sao thì gã trả lời rằng bởi vì tôi hỏi nhiều quá và gã biết tôi đã tò mò lục lọi chiếc bàn ở trong phòng. Nhưng rồi gã chỉ cười và có vẻ không bận tâm lắm. Tôi tự hỏi làm sao gã biết tôi lục lọi chiếc bàn của gã nhỉ? Tôi thấy sợ khi dường như gã biết tất thảy mọi thứ. Căn phòng này cũng có cửa sổ nhưng chúng đều có các thanh chắn bằng kim loại như chiếc cửa ra vào. Gã cũng phủ những chiếc khăn lên chúng. Lúc đầu khi để tôi ở trong phòng này, gã đã còng tay tôi vào chiếc giường xếp. Tôi cực kì khó chịu nhưng ít nhất là tôi đã được xem ti-vi màu. Giờ thì đã vài tháng trôi qua và gã không còng tay tôi nữa. Tôi đã có thể đứng dậy và đi bộ loanh quanh. Nhìn ra ngoài các ô cửa sổ nhưng hầu như không thấy gì. Từ đây tôi chỉ trông thấy phòng studio, như cách Phillip vẫn hay gọi, ở phía bên ngoài. Trông nó giống như một nhà kho được tạo thành từ nhiều ván gỗ nâu và xung quanh giăng đầy dây kẽm. Tôi thích phòng này hơn nhiều. Có nhiều không gian và tôi không còn cảm giác chật hẹp như ở bên kia nữa.

Phillip đang đi tới cửa. Khi bước vào bên trong, gã nói có một người muốn gặp tôi. Đằng sau gã là một phụ nữ thấp người với mái tóc đen dài. Phillip giới thiệu bà ta là Nancy, vợ gã. Phillip muốn chúng tôi sẽ trở thành những người bạn tốt. Gã nói Nancy sẽ mang bữa tối cho tôi hôm nay. Họ không ở với tôi lâu, một lát sau Phillip quay lại bảo rằng Nancy chỉ ghen tị với tôi một chút xíu thôi, rồi bà ấy sẽ thích tôi nếu tôi ngoan ngoãn và cố gắng làm cho bà ấy thích. Tôi không thể tin được gã đã có vợ và bà ta giúp gã bắt cóc tôi. Lúc ấy tôi thật ngây thơ và vẫn tin vào tình yêu, tôi cũng cho rằng đã là vợ chồng thì phải tin tưởng lẫn nhau. Đây quả là một bài học mới. Có lẽ Nancy ghen tị là bởi vì gã chồng đã làm tình với tôi thay vì bà ta. Khi trò chuyện với tôi về Nancy, Phillip nói rằng vợ gã không thích tình dục và tôi cũng giúp bà ấy nữa. Tôi rất ghét tư tưởng này và ước gì tôi không phải làm thế. Tôi không hiểu tại sao tôi phải giúp bà ta.

Lúc đầu khi gã giới thiệu về Nancy, tôi mừng rỡ vì hi vọng mình có thêm một người ở bên cạnh. Tuy nhiên bà ấy chẳng ở lâu với tôi. Rồi Nancy bắt đầu mang thức ăn đến cho tôi. Phillip bảo rằng gã đã khuyến khích bà ấy nói chuyện với tôi cũng như trở thành bạn của tôi, nhưng bà ấy vẫn còn ghen tị lắm.

Sau này bọn họ mua cho tôi một chiếc máy điện tử Nintendo, cũng vui. Tôi không còn cô đơn nhiều như trước nữa. Nancy và Phillip ngủ trên chiếc ghế xếp còn tôi có tấm chăn ở dưới sàn. Một ngày nọ, Nancy nói rằng đang tìm một con gấu bông đặc biệt cho tôi, cuối cùng bà ta đã tìm được và mang đến cho tôi con gấu bông màu tím mềm mại vô cùng. Tôi nói với bà ta rằng tôi rất thích con gấu và sẽ cố đặt tên cho nó. Có lẽ là Gấu Nurple. Tôi ôm chặt Nurple mỗi đêm khi đi ngủ. Tôi nghĩ Nancy đang bắt đầu thích tôi hơn. Còn tôi thì không biết cảm xúc của mình dành cho bà ta là thế nào. Thỉnh thoảng bà ta ngồi chơi với tôi và kể về công việc đang làm. Nancy đang phục vụ những người già ở một viện dưỡng lão và bà ta có một khách hàng thân thuộc. Đó là một ông lão người Ý tên là Giovetti. Bà ta thích chăm sóc cho ông lão kia lắm và còn nói rằng gia đình ông lão rất trân trọng sự chăm nom của bà ta. Tôi chỉ hi vọng là Nancy sẽ sớm mang thức ăn cho tôi thôi.

Đôi khi Phillip thức suốt mấy ngày liền và lại tiếp tục "màn chạy" của gã. Gã còn nói là sẽ đưa Nancy vào để bà ấy "dự phần với chúng tôi". Tôi chẳng thích thế chút nào. Làm sao tôi có thể nhìn Nancy như mọi ngày nếu tôi phải làm tình với bà ta? Thật đáng kinh tởm. Tôi hi vọng là bà ta cũng nghĩ như vậy. Phillip bảo gã đang thuyết phục bà ta, và tôi thật sự cầu nguyện rằng bà ta sẽ không đồng ý. Phillip còn muốn xem con chó Cesar của gã làm tình với tôi. Gã nói thứ ấy của con chó không dài bằng của gã nên tôi sẽ không bị đau lắm đâu. Tôi cầu mong là gã chỉ nói chơi chứ không thực sự có ý định mang con chó của gã vào đây. Đó là một trong hai con chó giống Doberman đang canh giữ khu vườn. Gã bảo con chó đực Cesar không hung dữ lắm còn con chó cái Hera thì lại rất bẩn tính. Gã có những suy nghĩ thật quái đản mà trước giờ tôi chưa nghĩ tới. Tại sao một con người lại quan hệ với một con chó? Tại sao Phillip lại có những ý tưởng biến thái như thế? Tôi không muốn ở đây nữa. Tôi chỉ muốn về nhà với mẹ tôi.

Trong phòng có một chiếc tủ lạnh nhỏ, hai vợ chồng gã chất đầy hộp sữa chocolate cùng các hộp sữa khác bên trong. Phillip nói mẹ gã là công nhân vệ sinh ở một trường học và bà ấy mang sữa về cho gã. Ngoài ra còn có bột ngũ cốc để tôi ăn vào mỗi sáng nữa. Phillip rất thích bột ngũ cốc. Tôi thường nghe tiếng gã thức dậy lúc nửa đêm để ăn một bát bột ngũ cốc. Thật khó chịu bởi vì tôi không thích bị đánh thức vào ban đêm, trong khi gã liên tục khua muỗng vào bát tạo ra những tiếng lộc cộc ồn ào. Ngủ là cách trốn thoát duy nhất của tôi. Khi không còn dám nghĩ gì nữa thì tôi chỉ biết tìm đến những giấc mơ.

Ngày tháng trôi qua thật buồn tẻ. Tôi tự hỏi không biết Phillip làm gì suốt cả ngày. Tôi thì thích hí hoáy tạo ra mấy thứ linh tinh; tôi nghĩ đến việc tạo ra một chiếc ghế sofa và cả những chiếc ghế đẩu cho búp bê Barbie bằng các hộp sữa rỗng. Tôi cắt các cạnh của chúng ra rồi dán lại thành các hình thù mà tôi thích, sau đó thêm vào những viên bông gòn để làm đệm, tiếp theo tôi dùng keo để dán vải ở bên ngoài, thế là xong! Một bộ bàn ghế cho Barbie! Nancy còn mang cho tôi những thứ mà tôi yêu cầu nếu bà ta có thể. Bà ta đã mua cho tôi tạp chí *Disney* và cả *Highlights*. Nancy còn tặng tôi một búp bê Barbie Sinh Nhật vài ngày sau sinh nhật thứ mười hai của tôi. Và một điều kì cục đã xảy ra vài ngày trước ngày đặc biệt ấy. Hôm đó Phillip đi vào phòng đang lúc tôi xem ti-vi và bảo có một điều bất ngờ dành cho tôi. Tôi hào hứng nghĩ rằng hai vợ chồng nhớ ngày sinh nhật của tôi và rằng họ sẽ có quà cho tôi nữa. Gã bảo tôi nhắm mắt lại khi Nancy bước vào, điều này càng làm tôi nghĩ là họ sẽ tặng quà cho tôi. Khi Phillip bảo tôi mở mắt ra, tôi chỉ thấy Nancy ngồi ở cuối giường tôi với một nụ cười không mấy mặn mà. Bà ta nhìn tôi chằm chằm. Tôi hồ nghi là có chuyện gì đó nhưng không chắc lắm. Nhìn quanh, tôi hi vọng được trông thấy một thứ gì đó được bọc giấy gói, nhưng chẳng có gì khác lạ cả. Phillip hỏi: "Đã thấy điều bất ngờ chưa?" Tôi đứng dậy và lại nhìn xung quanh căn phòng. Cuối cùng tôi ngồi xuống trả lời rằng tôi không thể tìm thấy gì cả. Gã nói: "Thật ngốc quá, ở ngay trước mặt kia kìa." Nhìn thẳng về phía trước chỉ thấy Nancy, tôi bắt đầu cảm thấy tồi tệ khi không nhận ra điều bất ngờ nào ở trước mặt, bèn nhún vai và chờ đợi họ trả lời. Trong lúc đó, Nancy hết quay đầu về hướng này lại đến hướng khác, rồi còn lắc lắc đầu nữa chứ. Cuối cùng Phillip chỉ tay về phía Nancy, nói: "Nhìn mái tóc của Nancy kìa." Tôi quan sát và nhận ra nó được nhuộm đỏ, cũng như không còn dài như trước nữa. Nancy bảo: "Ngạc nhiên chưa, chị có mái tóc mới nên muốn khoe với em." Tôi cố che đậy nỗi thất vọng của mình bằng một nụ cười rồi nói rằng trông bà ta đẹp lắm, thấy mình thật kì cục và ích kỉ khi cứ nghĩ rằng họ sẽ mang đến cho mình một món quà nào đấy. Mong sao họ không nhận ra là tôi đã thất vọng như thế nào.

Tôi nhớ mẹ tôi. Mẹ thường may áo cho búp bê Barbie của tôi. Mẹ cũng vừa may cho tôi mấy bộ quần áo mới ngay trước khi tôi bị bắt cóc. Không biết giờ này mẹ đang làm gì? Mẹ có nhớ tôi nhiều như tôi nhớ mẹ không?

Cố không nghĩ về những điều khiến mình buồn nữa, tôi thường lục lại những kí ức lúc còn ở nhà, tôi không muốn quên chúng đi. Tôi sợ rồi tôi sẽ không còn nhớ mẹ trông như thế nào nữa. Tôi không muốn chỉ nhìn thấy mẹ trong kí ức, nhưng những lúc như thế thì hình ảnh của mẹ lại hiện lên. Những khoảnh khắc chỉ có hai mẹ con, mẹ gãi lưng cho tôi và làm món mì Ý phô mai cho tôi ăn. Tôi cũng nhớ mẹ hát bài "Con Là Ánh Dương Của Mẹ" cũng như làm những thứ lặt vặt chẳng hạn may quần áo cho Barbie và hôn tôi mỗi tối trước khi đi ngủ.

Tôi cũng không muốn quên những khoảng thời gian của tôi với dì Tina. Chẳng hạn như lúc dì Tina đón tôi đi học về rồi chở tôi đi xem cuộc diễu hành Hoa Hồng. Đó là lần cuối cùng tôi gặp dì trước khi chuyển tới Tahoe. Tôi đã làm dáng để dì chụp ảnh vào ngày hôm đó. Có lẽ tôi trông rất ngố khi đã thè lưỡi ra. Lúc này tôi nhớ dì nhiều lắm. Dì đã ở bên tôi suốt khi tôi còn nhỏ và dạy tôi cách thắt bím cho búp bê Barbie. Khi đã dọn đi khỏi nhà ông bà ngoại, nơi cả nhà từng sống cùng nhau, thỉnh thoảng dì vẫn về và đưa tôi đến nơi ở mới của dì để ngủ qua đêm. Bộ phim thích nhất mà hai dì cháu chúng tôi vẫn hay xem cùng nhau là *Nàng Tiên Cá*. Tôi tự hỏi dì có nghĩ đến tôi không? Liệu tôi có còn cơ hội để gặp lại dì? Và phải chăng mọi thứ vẫn còn nguyên vẹn như trước đây?

Suy ngẫm

Chỉ đến khi viết tới đoạn sinh nhật ở trên, tôi mới nhận ra rằng mình chẳng còn nhớ nhiều về những ngày sinh nhật khi đang bị giam cầm. Có lẽ tôi đã nhắc đến ngày đặc biệt của mình nên Nancy mới mua búp bê Barbie Sinh Nhật cho tôi, còn những việc khác thì tôi không nhớ gì cả. À, tôi có nhớ một sinh nhật với món quà rất nực cười là một chiếc lều. Còn những sinh nhật lúc bé hơn thì chẳng có bánh, bạn bè hay kí ức đặc biệt nào đáng ghi dấu trong tâm trí tôi.

Sinh nhật đầu tiên của tôi, ngày tôi thôi nôi.

Sau năm đầu tiên, mọi việc thay đổi, vợ chồng gã ở với tôi nhiều hơn. Phillip bắt đầu thuê phim và mua thức ăn nhanh về nhà. Sau khi đón Nancy ở chỗ làm về, cả hai cùng tôi ngồi trên chiếc giường xếp, vừa ăn thức ăn nhanh, vừa xem các bộ phim. Tôi vẫn còn nhớ đến phim kinh dị *Ác mộng trên phố Elm* và *Thiếu niên Ninja Rùa đột biến*. Tôi cũng thích loạt phim *Star Trek* thường được chiếu vào những đêm khuya. Rốt cuộc thì tôi cũng đã xem được tập *Star Trek: Thế hệ mới*. Tôi thích *Star Trek* bởi vì cho dù trong vũ trụ này vẫn còn nhiều kẻ ác thì chúng vẫn không tồn tại trên trái đất. Thật tuyệt nếu trái đất của chúng ta sẽ không còn tội ác nhỉ. Tôi hi vọng về một tương lai như thế bởi vì tôi có cảm giác mình sẽ không có tương lai.

Nancy mang đến cho tôi một cuốn sách về các loại cây và tôi viết lại từng chữ một lên cuốn sách mà tôi tự làm lấy. Mỗi lần đến, Nancy đều mang cho tôi một thứ gì đó, một cuốn sách mới hay mấy cây bút chì màu. Điều này làm tôi nghĩ rằng người phụ nữ ấy đã bắt đầu quí tôi. Bà ta thật tử tế khi bỏ thời gian đến thăm tôi dù rằng bà ta bảo việc ấy chẳng dễ dàng chút nào. Giờ này tôi đã có nhà vệ sinh riêng với một bệ xí bên trong. Mỗi lần đầy Phillip lại đổ nó đi ở đâu đó ngoài vườn. Phải mất một thời gian tôi mới quen dùng nó, bởi vì trước đây tôi chỉ toàn sử dụng bồn cầu giật nước. Thật kinh khủng khi đổ chất thải ra ngoài vườn, thế nhưng rồi tôi cũng quen. Đúng là khi thời gian trôi qua, tôi đã quen với tất cả mọi thứ. Có những khi tôi "buồn" khủng khiếp mà cái bệ xí ấy lại đầy tràn nên đành phải nín nhịn. Tôi nhớ có một lần vì "buồn" không chịu nổi, tôi đã phải dùng đến cả một chiếc lon đã bỏ đi. Giấy vệ sinh cũng hiếm. Thậm chí tôi còn dùng lại những mảnh giấy dính nước tiểu đã khô; biết là kinh khủng lắm nhưng tôi đâu còn cách nào khác? Chẳng hề có nước, thế thì tôi lấy gì mà rửa đây? Tôi cứ dùng tất cả những gì có thể, và rồi đã sống sót như thế. Có một con nhện chân dài nằm ở góc trần nhà bên cạnh nhà vệ sinh. Tôi đặt tên cho nó là Bianca và nói chuyện với nó (có lẽ tôi xem phim *Mạng nhện của Charlotte* nhiều quá). Lúc ấy tôi mới mười một, mười hai tuổi nên trí tưởng tượng của tôi phong phú lắm.

Có những lúc tôi thấy mình có phần tệ khi không hề nhớ Nancy. Đa phần là cảm giác nhẹ nhõm khi không phải chịu đựng tâm trạng thất thường và thói ghen tuông của bà ta nữa. Nhiều lần Nancy có cơ hội giải thoát cho tôi, thế nhưng không hiểu vì sao bà ta lại không hành động như thế.

Lễ Phục Sinh:
Phillip đi ra đảo

Nancy mang thức ăn đến cho tôi. Bà ta bảo đây là bữa tối đặc biệt nhân dịp lễ Phục Sinh. Năm nay là năm 1993 và tôi đã mười ba tuổi. Vậy mà tôi chẳng nghĩ mình đã lớn đến như thế. Tôi vẫn có cảm giác mình chỉ mười một tuổi chứ chưa phải là một cô bé tuổi teen. Bữa tối hôm nay có thịt bò hộp với rau cải, ngon thật. Thường thì họ chỉ mang đến thức ăn nhanh nên có được một bữa ăn nấu ở nhà thật thích. Tôi nói với Nancy rằng tôi rất cô đơn nên bà ta làm ơn ở lại để trò chuyện đôi chút và bà ta đồng ý. Tôi đã từng năn nỉ Nancy ở lại nhưng thi thoảng người phụ nữ đó nói rằng bà ta cảm thấy tội lỗi vì đã bắt tôi về và cũng không lấy làm dễ chịu khi ngồi lại cùng tôi. Bà ta còn nói rằng đã cầu nguyện và ước sao vào buổi sáng hôm ấy, Phillip đã bị đau nửa đầu và không thể bắt được tôi về được. Tôi nghĩ thầm trong đầu rằng tôi cũng mong như vậy. Khi tôi ăn xong, bà ta kể về ngày làm việc của mình tại viện dưỡng lão. Bà ta bảo rất thích công việc của mình nhưng chẳng ưa đám phụ nữ đồng nghiệp nhiều chuyện. Bà ta còn nói Phillip thật ngọt ngào làm sao khi đã đến gặp bà vào những giờ giải lao và mang theo cả hoa nữa. Đôi khi họ cùng đi về nhà trên chiếc xe tải nhỏ và hút bồ đà cùng nhau, có khi bà ta còn hít ma túy trong chiếc ống điếu của Phillip. Nancy nói ma túy giúp thân hình bà ta thon gọn, rằng bà ta không muốn béo lên chút nào. Tôi nghĩ thật kì cục khi lãng phí thời gian để lo lắng về cân nặng của mình. Phillip có để ý đến Nancy khi trò chuyện về mấy cô gái cứ nhìn chằm chằm vào gã đâu cơ chứ. Mối quan hệ của hai người họ thật chẳng giống ai.

Nancy thường hỏi tôi nhiều thứ như tôi thích nhạc gì và tôi trả lời rằng tôi thích các bài hát Disney. Tôi cũng thích Mariah Carey, Wilson Phillips và Whitney Houston. Thực sự tôi chỉ muốn Nancy thích tôi, tôi hi vọng là thế. Không biết vì lí do gì mà tôi có cảm giác là bà ta không thích tôi. Ngồi được một lúc, Nancy nói rằng cần phải đi nhưng sẽ trở lại ngủ với tôi tối hôm nay. Bà ta muốn xem bộ phim *Tái Sinh* bởi rất thích các phim kinh dị. Vì vậy mà tôi tỏ vẻ là cũng thích xem phim đó. Tôi đâu muốn xem phim kinh dị đâu, nhưng tôi hi vọng là bà ta sẽ vui vẻ với tôi. Tôi nghĩ là Phillip sẽ tới nhưng cả ngày nay chẳng thấy gã đâu cả. Tôi cố nhớ xem ngày cuối cùng gã ở đây là khi nào, chí ít cũng đã vài ngày rồi. Không biết gã đang ở đâu nhỉ. Tôi thấy nhẹ nhõm cả người khi được giải thoát khỏi chuyện tình dục, nhưng tôi cũng ý thức được rằng nếu gã không làm chuyện ấy càng lâu thì "màn chạy" sắp tới sẽ càng kéo dài hơn nữa. Tôi sợ ngày trở lại của gã lắm.

Đêm hôm đó Nancy đi vào và khóa cánh cửa sắt lại. Thật lạ lùng vì bà ta chỉ ngủ cùng Phillip. Thế là tôi hỏi bà ta Phillip đang ở đâu và bà ta trả lời rằng Phillip đã đi ra một hòn đảo cùng với một người bạn rất giàu. Bà ta còn nói gã sẽ đi tới một tháng. Trời ơi! CẢ MỘT THÁNG KHÔNG PHẢI LÀM TÌNH! Thật sung sướng. Nhưng khi trông bà ta có vẻ buồn, tôi chỉ nói "Thế à." Rồi bộ phim cũng bắt đầu với cảnh tượng hãi hùng, một đứa bé đi khắp nơi để giết người. Ghê quá! Sau đó cả hai chúng tôi giật bắn mình khi nghe thấy tiếng động ở bên ngoài. Nancy bảo bà ta sợ phải ra ngoài nhưng tốt nhất là cứ xem thử coi sao, và bà ta mở cửa đi mất. Chưa đầy nửa phút bà ta quay lại và nói mọi thứ đều ổn. Mấy con chó không còn sủa nữa nên mọi thứ chắc là ổn thôi. Bà ta bảo tôi có thể ngủ cùng bà ta trên chiếc giường lớn. Quả là dễ chịu khi không phải ngủ một mình. Lúc bấy giờ chiếc ghế xếp đã được thay bằng một tấm nệm. Tôi thích như thế bởi nó không kêu cót két như ghế sofa. Thế rồi chúng tôi cùng ngủ. Buổi sáng hôm sau, bà ta thức dậy và đi làm. Có lẽ tôi không gặp bà ta mãi đến giờ ăn tối. Nỗi cô đơn lại tràn ngập trong tôi.

Vài tuần sau đó Phillip trở về và đến "phòng bên", nơi tôi đang bị giam giữ. Thật sự là tôi cảm thấy vui khi gặp lại gã. Gã đã đi cả tháng trời rồi. Tôi nhớ những lúc mình cần một ai đó để trò chuyện cùng. Nancy chẳng những không nói nhiều mà còn khóc lóc hoài. Thật khó biết bà ta muốn gì và tôi cũng không biết nói sao trong những lúc ấy. Bà ta làm tôi nhớ tới những con rùa: đố ai biết được lũ rùa nghĩ gì, phải không? Tính ra thì ở bên Phillip dễ dàng hơn nhiều; ít nhất là tôi cũng biết gã đang suy nghĩ điều gì. Phillip thường làm tôi bật cười với những câu chuyện hài hước hay các trò hề của gã. Gã nói gã đã học được rất nhiều thứ khi đi xa. Giờ này gã trở về với một dụng cụ gì đó trên mắt cá mà tôi lấy làm lạ. Gã kể là gã lại bị bắt vào trại giam trong tháng rồi chứ không phải đi ra đảo với người bạn giàu có nào cả. Gã nói cảnh sát đã tìm thấy ma túy trong nhà và bắt gã vì đã tái phạm trong khi vẫn còn bị quản thúc. Gã giải thích thêm là vì cảnh sát đã tìm thấy chiếc ống điều của Nancy mà bà ta vô tình bỏ vào ngăn kéo ở nhà trong. Thế rồi gã hỏi Nancy có chăm sóc tôi tốt không và tôi trả lời có. Gã nói chuyện một lát rồi thiếp ngủ trên giường, trong lúc đó tôi vừa đọc vừa tự hỏi liệu gã đã chấm dứt việc làm tôi đau đớn hay chưa? Bằng cách nào đó mà tôi biết là vẫn chưa đâu.

Giáng Sinh

Chương trình truyền hình *Ngày nay* cho tôi biết hôm nay là ngày 25, tháng Mười Hai, năm 1993. Đã 907 ngày trôi qua từ khi tôi bị bắt. Hôm nay là Giáng Sinh và tôi chỉ có một mình, cũng như bao lâu nay hầu như lúc nào tôi cũng chỉ ở một mình vậy. Tôi không có ai để chuyện trò, để được nhận một cái ôm, ngoại trừ Phillip. Đôi khi Phillip ôm tôi và làm tôi có cảm giác mình được yêu thương. Nhưng thực sự có thế không? Tôi sẽ mãi cảm thấy cô đơn như thế này chứ? Tôi cố gắng không để day dứt mãi với những gì tôi không có. Phillip cám ơn tôi vì đã giúp giải quyết vấn đề của gã. Gã nói gã đang đọc Kinh Thánh và Chúa cũng đang giúp gã nữa. Tôi ghét cay ghét đắng những lần làm tình của gã, nhưng ít nhất là mọi chuyện đã đỡ hơn năm ngoái. Những "màn chạy" của Phillip cũng ngắn hơn và gã không còn chơi ma túy giữa những lần như thế. Thỉnh thoảng gã vào để thủ dâm chớp nhoáng, ít nhất là không phải lúc nào gã cũng đưa cái ấy vào trong tôi. Gã bảo gã muốn dành cho những "màn chạy" thôi. Tôi cũng ghét ma túy, ước gì gã không hít nó nữa. Tôi nghĩ nó đã biến gã thành một con người khác. Cũng có những lúc gã tử tế mà. Đó chính là cách mà tôi vượt qua những lần làm tình với gã: tôi tự nhủ rằng rồi nó sẽ kết thúc, và gã sẽ trở lại với con người "tử tế" mà tôi nghĩ gã có thể là như vậy. Dù sao thì tôi cũng phải vượt qua cảm giác đau đớn khi phải làm chuyện ấy.

Có vẻ như gã biết tất cả mọi thứ, đặc biệt là tôn giáo. Từ khi ra khỏi trại giam, gã rất chăm chỉ đọc Kinh Thánh. Gã nói những điều bí ẩn trong Kinh Thánh với gã giờ đã rõ ràng hơn nhiều. Nhưng tôi thấy gã đâu có sùng đạo. Những "màn chạy" giờ đây thật đáng sợ, nhưng rồi tôi cũng quen dần. Ít nhất là tôi cũng đoán trước được điều gì sẽ xảy ra vì hầu như gã làm chuyện ấy theo một lịch trình nhất định. Nhưng gần đây gã cư xử thật lạ. Gã nghĩ rằng gã nghe tiếng người trong ti-vi cho dù âm thanh đã bị tắt. Gã hỏi tôi có nghe thấy không và tôi bảo rằng không, đôi khi tôi sợ là sẽ làm phật lòng gã. Gã mua một thiết bị khuếch đại âm thanh gọi là "Tai Nghe Cơ Năng" và gắn nó lên tường, sau đó gã đeo tai nghe vào và lắng nghe bức tường suốt mấy giờ đồng hồ. Một mặt tôi thấy thật sung sướng khi không phải giúp gã thủ dâm hay làm những thứ đại loại như thế, nhưng mặt khác tôi thấy thật kì cục. Gã nghe thấy gì chứ? Gã bảo là nghe được những cuộc trò chuyện và tiếng của người ta. Tôi chẳng quan tâm, miễn sao nó giúp tôi có thời gian để nghỉ ngơi là được.

Lễ Giáng Sinh này chẳng có gì đặc biệt cả. Nancy hứa sẽ mang đến cho tôi một đĩa thức ăn nhân dịp Giáng Sinh mà mẹ của Phillip đã nấu. Nancy và Phillip nói họ muốn ăn tối cùng tôi, nhưng vì mẹ Phillip ở nhà một mình nên họ sẽ đến phòng tôi muộn. Tôi tự hỏi không biết mẹ tôi đang làm gì. Có lẽ mọi người đang ăn tối vui vẻ cùng nhau. Hi vọng là mẹ vui. Ắt hẳn dượng Carl sung sướng biết bao nhiêu khi tôi không còn ở đó nữa. Dượng không thích tôi chút nào, cứ như tôi đang là kì đà cản mũi dượng vậy. Liệu có bao giờ tôi được vui vẻ trở lại không? Tôi hay giả vờ mình đang rất vui để Phillip và Nancy không lấy làm khó chịu. Tôi học được một điều rằng nếu tỏ ra vui vẻ bên cạnh họ thì họ sẽ làm nhiều thứ cho tôi hơn. Vì vậy mà tôi cố che giấu những cảm xúc thật sự ở trong lòng.

Kế hoạch của tôi trong ngày hôm nay là: 1. Xem chương trình *Ngày nay*, 2. Chơi trò Super Mario Bros. trong vài giờ, 3. Ngủ một giấc, 4. Hi vọng sau khi tỉnh dậy là tới giờ ăn tối. Ngày của tôi đấy. Thú vị biết bao. Tôi rất cô đơn. Ước gì có ai đó để tôi trò chuyện. Có lẽ ngày mai vẫn sẽ như vậy thôi.

Suy ngẫm

Trong suốt những ngày tháng bị giam cầm ấy, tôi phải thường xuyên di chuyển qua lại giữa "phòng studio" và "phòng bên". Cũng không hiểu tại sao tôi phải làm như thế. Có lẽ vì Phillip thường mời bạn bè về chơi ma túy và chơi nhạc suốt đêm. Tôi vẫn còn nhớ tiếng nhạc ầm ĩ ở phòng bên, có khi kéo dài mãi đến tờ mờ sáng hôm sau và tôi chẳng thể nào ngủ được. Dần dà tôi cũng quen và âm thanh ấy trở nên dễ nghe hơn. Phillip như đang cố phấn đấu cho một tương lai tốt đẹp hơn nên tôi học cách chấp nhận nó. Tôi không bao giờ được nhìn thấy người nào đến chơi với Phillip. Tôi biết Nancy cũng ở đó và khi có người lạ tới phải len lén lẻn vào cho tôi ăn. Dường như chỉ có Phillip chơi nhạc một mình với các thiết bị âm thanh của gã. Một ngày nào đó gã sẽ trở thành nhạc sĩ, biết đâu được. Gã còn sáng tác cả bài hát và bảo rằng đã tự mình luyện tập guitar. Gã nói nhạc cụ chính của gã là đàn bass nhưng gã phục chính mình vì chơi rất cừ cả đàn guitar và keyboard nữa. Gã cũng chẳng cần ai chơi cùng vì thiết bị âm thanh kia có thể giúp gã lập thành một ban nhạc chỉ có một thành viên. Nancy thì thích chơi trống. Bà ta có cả một cuốn sách về loại nhạc cụ này và nói rằng bộ trống chính là của bà ta đấy. Đôi lúc tôi còn nghe tiếng bà ta tập đánh trống nữa.

Có lần khi đang ở "phòng bên", Nancy bảo rằng sẽ để ý trên báo xem có con mèo nào cho tôi không. Lần này thì vợ chồng gã muốn một con mèo con, còn tôi thì không chắc là mình có muốn nuôi mèo hay không nữa. Việc để con mèo lần trước ra đi thật chẳng dễ chút nào, tôi không muốn chuyện ấy lặp lại lần nữa. Nhưng rốt cuộc thì tôi cũng không chống đối lại ý kiến của họ. Ít lâu sau Nancy đọc trên tờ *Pennysaver* có đăng quảng cáo về một con mèo mới bốn tuần tuổi và đã gọi cho người ta để mua. Hóa ra mèo con đang bị cảm nhẹ, nhưng tôi quyết định là muốn có nên vợ chồng gã đã mua về cho tôi.

Em mèo dễ thương chưa từng thấy. Lông em trắng muốt và mịn như nhung nên tôi đặt tên cho em là Snowy. Em trông mới nhỏ nhắn và đáng yêu làm sao. Vì Phillip không muốn Snowy chạy lung tung trong phòng nên tôi phải buộc em vào cây cột dành cho mèo. Những lúc không có Phillip ở đấy thì tôi lại tháo dây buộc ra. Thế nhưng vào những lúc "màn chạy" diễn ra, Snowy lại kêu gào meo meo vì muốn đi tè. Bên cạnh đó, Phillip cũng không muốn lông mèo dính vào lọ Vaseline mà gã dùng để thủ dâm và bôi trơn cho tôi. Rốt cuộc thì Snowy làm phiền và gián đoạn những phút giây thăng hoa của gã nên gã đã tống khứ em ấy.

Sau này tôi đã dựng một chiếc lều ở cạnh "phòng studio" – nó là quà sinh nhật của tôi đấy. (Tôi biết, một món quà rất nực cười phải không?) Tôi cũng có một chiếc túi ngủ riêng, một chiếc kệ đóng vai trò là một chiếc bàn và một giá sách. Tôi cũng có một chiếc ti-vi của riêng tôi nữa. Mỗi khi Phillip vào phòng làm chuyện ấy thì tôi phải rời túp lều trú ẩn của mình. Người gã dài hơn cả chiếc lều nên không thể làm trong ấy được. Gã trải một tấm chăn lên trên sàn của "phòng bên", bảo tôi nằm xuống rồi nói sẽ nhanh thôi nếu tôi không chống cự. Tôi nhớ mình nằm đấy với những giọt nước mắt chảy ngược vào trong và nhìn chiếc lều mong cho đến lúc lại được chui vào đấy. Sau đó vợ chồng gã lại mang về cho tôi một em mèo khác và tôi đặt tên là Eclipse. Hình như Eclipse chỉ ở với tôi được một tháng thì Phillip cũng bắt em ấy đi. Tôi không nhớ tại sao chỉ nhớ là mình có viết nhật kí cho em ấy. Tôi đã viết tất tần tật mọi thứ mà Eclipse đã làm mỗi ngày. Cuốn nhật kí này cũng là một trong số vài thứ cuối cùng tôi nhận lại được sau khi cảnh sát trả lại các bằng chứng cho chủ nhân. Đây là bìa trước của cuốn nhật kí:

Nhậc* kí của Eclipse

---

* Jaycee đã viết sai chính tả từ Journal thành Jounal trong nguyên bản.

Như bạn thấy, cho dù tôi thích viết nhưng tôi lại không viết đúng chính tả, và bìa cuốn nhật kí này đã cho thấy điều đó. Khi đọc lại cuốn nhật kí từ cảnh sát, tôi nhận ra mình đã xé đi các góc trên trang tựa đề. Kí ức bỗng ùa về và tôi nhớ mình thấy tội lỗi như thế nào khi đã viết tên mình trên đó. Thật ra tôi đã viết là "của Jaycee Dugard". Tôi viết Nhật kí của Eclipse vào năm 1993, lúc mà cuộc sống của tôi bấy lâu nay đã bị kiểm soát hoàn toàn bởi Phillip. Tôi vẫn còn nhớ mình tự hào biết bao khi viết nhật kí cho cô mèo cưng của mình. Tôi muốn chia sẻ điều này với ai đó nên đã đưa cho Phillip xem, và gã thấy tên tôi. Thế là gã giảng giải cho tôi suốt cả tiếng đồng hồ rằng gã không muốn tôi viết tên trên đó, bởi sẽ thật nguy hiểm nếu có người đọc thấy tên tôi. Mà tôi có gặp được ai đâu, thế nhưng tôi chẳng buồn xen vào vì lúc nào gã chẳng đúng còn tôi thì sai. Vì vậy mà tôi đã xé đi các góc có tên tôi và không bao giờ viết tên thật của mình lên bất cứ thứ gì mãi cho đến năm 2009.

Thứ Hai, ngày 3, tháng Năm, 1993
Tuổi - 10 tuần
Chiều cao - 7 inch*
Chiều dài - 18 inch

Được viết bởi...
cho mèo cưng Eclipse của tôi
Sinh nhật - Ngày 23 tháng Hai, 1993
Giống - Ba Tư
Màu lông - xám
Màu mắt - xanh vàng
Thức ăn yêu thích - nho khô
Đồ chơi yêu thích - bất cứ thứ gì lăn được,
quả bóng lò xo màu cam, gấu bông màu tím
Sau đây sẽ là câu chuyện về cuộc đời của
mèo cưng Eclipse, được viết bởi một người
bạn, mãi mãi thân thiết nhất.

---

* 1 inch = 2,54 centimét.

Monday May 3, 1993
Age - 10 weeks
height - 7 inches
length - 18 inches

Written by
for Eclipse Sweetie my new
baby kitten
Birthday - February 23, 1993
Breed - Persian
Color of coat - gray
Color of eyes - yellow-green
Favorite food - rasins
Favorite toy - anything that rolls,
orange spring ball, purple bear

This will be the life story
of Eclipse Sweetie
Written by her best friend
for all time. My face down.
                up and rubs
                it is so very

Thứ Hai, ngày 3, tháng Năm, 1993
Tuổi - 10 tuần
Chiều cao - 7 inch
Chiều dài - 18 inch

Hôm nay tôi có một em mèo mới vào lúc 4 giờ chiều. Tôi vui lắm. Phải mất cả ngày tôi mới chọn được cái tên Eclipse đấy.
Tôi chọn tên này bởi vì khi nhật thực toàn phần xảy ra, mọi thứ đều tối đen và chúng ta không còn nhìn thấy mặt trăng được nữa, mà mỗi khi Eclipse đứng trong bóng tối thì em ấy cũng biến mất tiêu. Tên đệm của Eclipse là Cục Cưng vì mỗi khi tôi đưa mặt xuống thì em ấy lại chạy đến dụi vào người tôi, yêu lắm cơ.

Monday May 3, 1993
Age - 10 weeks
height - 7 inches
length - 18 inches

Today I got my new kitten at 4:00 pm. I am so happy that I have her. It took me all day before I chose the name Eclipse. I chose that name because when a total eclipse accurs it becomes dark and you can't see the moon and when Eclipse is in the dark she too disapears. Eclipse's middle name is Sweetie because when I put my face down she comes up and rubs against me, it is so very sweet.

Thứ Sáu, ngày 28, tháng Năm, 1993
Tuổi - 13 tuần

Hôm nay tôi bắt đầu viết nhạc kí* cho Eclipse đây. Từ lúc có được em ấy vào ngày 3, tháng Năm, lúc nào tôi cũng vui. Tôi dạy cho em ấy nhiều thứ lắm và giờ đây cô nàng đã biết tặc lưỡi và làm cho tô đựng thức ăn kêu lách cách. Dù Eclipse không ăn thức ăn của tôi nhưng tôi biết là em ấy muốn lắm. Eclipse có thể nhảy rất cao, đến bốn foot** cơ. Tôi nghĩ em ấy là con mèo xinh xắn nhất thế giới. Tôi đã thử tắm cho Eclipse nhưng em ấy không thích lắm. Tôi bèn lau khô cho em ấy rồi chải lông, ôi bộ lông óng ánh cứ như ánh trăng khiêu vũ trên mặt nước buổi đêm. Tôi còn đeo chiếc vòng tình bạn lên cổ của em ấy nữa. Tôi nghĩ là chúng tôi sẽ luôn hạnh phúc cùng nhau, ít nhất là tôi hi vọng thế.

---

* *Những lỗi chính tả trong nhật kí của Jaycee được giữ nguyên theo nguyên bản.*

** *1 foot = 0,3048 mét.*

Friday May 28, 1993
Age- 13 weeks

Today I'm starting this Jounal
for Eclipse. Since May 3, when I
got her, I've been very happy. I've
taught her many things she comes to
the sound of clicking of the tongue and
the sound of her bowl ringing. She
does'nt try to eat my food but I know
she wants to. Eclipse can jump very
high about four feet. I think she's
the prettiest cat in the world. I
gave her a bath but she didn't like
it. I dried her off and brushed her
coat, her coat was very shiny like
moon beams dancing on the water
at night. I gave her a friendship
bracelet, she now wears it as a
collar. I think we will be very
happy together atlest I hope so.

Thứ Sáu, ngày 4, tháng Sáu, 1993
Tuổi - 14 tuần

Thứ **Nam**, ngày 3 là ngày kỉ niệm một tháng chúng tôi ở bên nhau. Tôi không thể tin được là Eclipse lớn nhanh như thổi! Tôi cố gắng dạy cho em ấy đi lại chỗ tôi mỗi khi tôi gọi tên nhưng khó lắm. Em ấy biết tên mình thế mà chẳng bao giờ lại đâu. Mỗi khi tôi vuốt ve và em ấy kêu rừ rừ thì tôi biết ngay là em ấy đang đói. Tôi đưa cho em ấy một đĩa đầy sữa và em ấy thích lắm, thế là giờ đây tôi hay cho em ấy sữa như một phần thưởng đặc biệt. Nhìn em ấy tìm cách trèo lên đỉnh chiếc lều của tôi mà không bị ngã buồn cười cực. Eclipse rất đặc biệt đối với tôi, bởi vì nhờ em ấy mà tôi có bạn để trò chuyện cùng, cho dù em ấy không nghe gì cả nhưng tôi biết là em ấy quan tâm đến tôi.

Friday June, 4 1993
Age-14 weeks

Thrusday the third was our one
month aniversity together. She is
growing up so fast I can't believe
it! I'm trying to teach her to stay
but it is pretty hard. She knows her
name but she won't come to it. I
know she's hungry if I pet her and
she starts to purr. I gave her a
saucer of milk she loved it, now
I give her some as a treat. She
found a way to climb to the top of
my tent she does'nt hurt it and it
is so funny. Eclipse is very special
to me because she is always with
me for me to talk to, even if
she does'nt listen I know she
cares ♡

Eclipse giúp tôi ngủ nhanh hơn. Trước đây cả ngày tôi chỉ ngồi xem ti-vi, giờ thì tôi nhìn em ấy đùa nghịch và chơi cùng em ấy, bởi vậy mà đến giờ ngủ, tôi mệt rã rời và cứ thế ngủ lăn quay. Tối qua tôi khóc và khi nghe tiếng tôi em ấy lại ngồi bên cạnh tôi, thế là tôi cảm thấy đỡ hơn được phần nào. Nếu có một điều ước thì tôi sẽ ước rằng mình có thể hiểu Eclipse, và Eclipse cũng hiểu được tôi.

Eclipse is helping me fall asleep faster.
Before all I did was sit around
and watch T.V. all day, now
I watch her all day and play
with her, so by the time I go to
sleep I'm very tired and I fall right
to sleep. Last night I started to
cry and she heard me and she
came to me and sat next to
me after that I felt a little better.
If I had one wish it would be
to understand Eclipse, and she
would understand me ♡

Thứ Sáu, ngày 18, tháng Sáu, 1993
Tuổi - 16 tuần

Lần trước tôi đã viết rằng ước gì tôi có thể
hiểu được Eclipse. Nhưng tôi nghĩ ở mức độ
nào đó thì tôi đã có thể hiểu được em ấy
rồi. Khi Eclipse ngoe nguẩy đuôi và đôi đồng
tử giãn ra thì thường là em ấy đang cáu
giận hay bực bội, còn khi em ấy đang thích
thú với điều gì đó thì chiếc đuôi thẳng đuột
hay cụp xuống, khi em ấy vui thì dễ thấy
rồi, còn khi em ấy đói, chiếc đuôi thẳng đứng
và đồng tử nhỏ lại. **Dễ dàng** là Eclipse rất
ghét tắm, tôi rất cực nhọc khi tắm cho em
ấy, nhưng cho dù cố chạy đi thì em ấy vẫn
không **càu** hay cắn tôi. Tôi tự hào vì em ấy
lắm. Có lẽ em ấy biết như thế là sẽ làm đau
tôi cũng nên. Lúc đầu em ấy đã **càu** tôi một
vài lần. Tôi thật sự nghĩ là em ấy thích tôi,
và không nghi ngờ gì là tôi yêu em ấy lắm.

In my last entry I said I wish I could understand her. I suppose I can in a way, when her tail wags she is usually mad or fustrated and her pupils get real big, when she's interested in something her tail is either straight out or down, when she is happy you can always tell, and when she's hungry her tail is straight up and her pupils are small. Eclipse absultly hates baths I have a hard time giving her one but even though she tries to get out, she has never scatched me or bit me. I'm very proud of her. I think she knows that she could of hurt me. She has scatched me a couple of time in the begining. I really think she likes me and I have no dout that I love her. ♡

Thứ Năm, ngày 24, tháng Sáu, 1993
Tuổi - 17 tuần

Tôi đặt tên thân mật cho em ấy là Cục Cưng P, tôi không rõ tại sao như thế nhưng mà tên đó thật dễ thương. Lúc đầu khi có được Eclipse, tôi đã hứa là sẽ không bao giờ đánh em, thế nhưng tôi đã không thể giữ lời bởi vì tôi không biết làm cách nào để em ấy hiểu tôi. Tôi biết để có được một tình bạn thì trước hết ta phải là một người bạn tốt, nhưng tôi buộc phải đánh vì sự an tàn của em ấy, và bởi tôi muốn giữ em ấy lại. Giờ thì tôi tin chắc là em ấy đã biết điều gì nên làm và không nên làm, cho nên tôi vẫn giữ lại lời hứa trước kia. Từ giờ tôi sẽ không phá vỡ lời hứa ấy nữa, cho dù em ấy có làm gì đi chăng nữa thì tôi sẽ mãi mãi yêu thương em ấy bằng tất cả trái tim mình.

I have nicknamed her Sweetie P, I'm
not sure why but it is pretty cute.
When I first got Eclipse I promised
her that I would never hit her I
broke my promise because I didn't
know how to make her understand me.
I know the way to make a friend is
to be a friend but I had to do it
for her safty and so I could keep
her. Now I'm pretty sure she has
learned what to do and what not
to do, so again I have made her
that promise and this time I
will not break it no matter what
she does I will always love her
with all of my heart. ♡

Thứ Bảy, ngày 3, tháng Bảy, 1993
Tuổi - 18 tuần

Eclipse và tôi đã trở nên thân thiết vô cùng và tôi nghĩ không có gì chia rẽ được chúng tôi. Em ấy biết lúc nào tôi vui và khi nào tôi buồn. Dường như được gắn một chiếc máy đo niềm vui ở trong người nên em ấy biết được cảm xúc của tôi, và lúc nào em ấy cũng làm cho tôi cảm thấy tốt hơn. Eclipse có vài quả bóng màu lục và thích chơi với chúng lắm, em ấy có thể lăn mấy quả bóng suốt mấy giờ liền.

Eclipse and I are becoming very close I don't think anything can break that closeness. She knows when I'm happy or sad. It's almost like she has a happy meter inside of her that lets her know what I'm feeling and she always makes me feel better. She has a couple of green balls that she loves to play with, she bats them around for hours. ♡

Thứ Tư, ngày 7, tháng Bảy, 1993
Tuổi - 4 tháng

Giờ Eclipse hay kêu rừ rừ lắm, trước đây em ấy cũng làm thế khi muốn thứ gì đó, còn bây giờ em ấy kêu rừ rừ để biểu lộ niềm vui. Trong phòng có một chiếc gương to và mỗi lần thấy mình trong gương, em ấy lại tưởng đó là một con mèo khác nên đùa nghịch cùng với hình ảnh phản chiếu của chính mình. Em ấy còn có một loại thức ăn yêu thích mới là nho khô. Hôm nọ tôi muốn thưởng cho em ấy và tìm thấy nho khô nhưng không nghĩ là em ấy sẽ thích nên cứ bỏ đại xuống rồi lại tìm món khác, vậy mà khi quay trở lại thì em ấy đã ăn sạch rồi.

Eclipse is purring alot more now, she purred before but only when she wanted something now she purrs because she's happy. There is a large mirror here and when she sees herself in it she thinks it's another cat and she tries to play with the image. She has a new favorite food rasins. One day I wanted to give her a treat and I found some rasins I didn't think she would like them so I put them down to look for something else, when I came back they were gone, she ate them. ♡

Thứ Hai, ngày 12, tháng Bảy, 1993
Tuổi - 4 tháng

Tôi nghĩ mình đã làm cho Eclipse trở thành một kẻ nghiện ti-vi. Thỉnh thoảng khi có chương trình gì hay hoặc là nhìn thấy một con mèo trên ti-vi, Eclipse lại ngồi và nhìn chằm chằm vào màn hình. Em ấy lớn nhanh đến nỗi tôi không kịp nhận ra, trong khi tôi vẫn nhớ lúc em ấy còn là một cô mèo bé xíu. Tuy nhiên tôi vẫn vui bởi vì chúng tôi đã có một tình bạn khắng khít.

Mỗi buổi sáng sau khi ăn, em ấy lại cực kì hiếu động, rốt cuộc thì tôi cũng dạy cho em ấy ngồi yên và em ấy làm rất tốt.

Tôi mong được dạy cho em ấy những trò khác quá.

I think I've turned Eclipse
into a couch potato, sometimes
when there's something good
on or when she sees another
cat on the T.V. she sits in
front and literally stares at
it. She is growing so fast
I can't keep up with her
I miss her being a little kitten
but I'm glad we have built
such a strong friendship.
In the morning after she eats
she gets extremly frisky, I
have finally taught her to
stay and she does it very
well. I can't wait until
I teach her other tricks.
♡

Thứ Sáu, ngày 16, tháng Bảy, 1993
Tuổi - 5 tháng

Tôi đã có Eclipse vào ngày sinh nhật của mình là nhờ Phil và Nancy. Họ đã làm một điều mà không ai sẽ làm cho tôi: trả 200$ để tôi có được một con mèo cho riêng mình. Đó là số tiền mà tôi không bao giờ có thể trả lại được cho họ, nhưng có một điều tôi biết chắc là Eclipse xứng đáng với số tiền ấy lắm. Trước khi có Eclipse, tôi đã có hay em mèo khác là Tiger và Snowy (các em ấy ở với tôi không được lâu lắm). Eclipse có ý nghĩa hơn cả cuộc sống của tôi. Mỗi khi em ấy nhìn tôi, tôi lại thấy được tình yêu thương, sự tò mò, trí thông minh, nhưng trên tất cả là tình yêu em ấy dành cho tôi.

Friday July 16, 1993
Age - 5 months

I got Eclipse for my birthday
from Phil and Nancy they
did something that no one
else would do for me,
they paid 200 dollars just
so I could have my own
kitten. For that I could
never repay them but one
thing I know for sure
Eclipse is worth every
penny. Before I got Eclipse
I had to other cats
Tiger and Snowy, (I didn't
have them very long), Eclipse
means more to me than my
own life. When she looks
at me I see love, curiousity,
intellengee but most of all
I see her love for me.

Thứ Tư, ngày 21, tháng Bảy, 1993
Tuổi - 5 tháng

Tôi rất nhớ em mèo bé bỏng nhỏ xinh mà tôi từng bế trên tay, nhưng giờ tôi lại có một cô mèo sắp lớn mà tôi càng yêu thương gấp bội. Eclipse bắt đầu rụng răng sữa, tới giờ đã mất hết thảy bốn chiếc và tôi giữ lại một chiếc vì giá trị tình cảm. Hầu như sáng nào Eclipse cũng hiếu động và cứ thế chạy nhảy khắp phòng. Nếu bạn cho các thí sinh khác chạy trước 75 mét trong cuộc thi chạy một trăm mét thì có lẽ Eclipse vẫn thắng cuộc đấy.

I miss my little baby kitten
I used to hold, but now I
have a half grown kitty that
I love even more. She's
losing her baby teeth, she
has lost four so far, I'm
keeping one for sentimental
value. Almost every morning
she gets really wild and she
runs very fast around the room
If you gave the other runners
a 75 meter head start in
the one-hundred meter dash
Eclipse runs so fast she
probably would still win the
race. ♡

Thứ Ba, ngày 27, tháng Bảy, 1993
Tuổi - 5 tháng

Eclipse rất thích được gãi ở cuối đuôi và
trên cổ, đôi khi em ấy còn kêu rừ rừ nữa.
Mỗi đêm khi đến giờ đi ngủ, tôi nằm xuống
với em gấu tía của tôi thì Eclipse lại đến,
khều khều em gấu rồi kêu rừ rừ. Xong em ấy
đến bên cạnh tôi, nằm lên ngực và tựa đầu
lên má tôi rồi ngủ say. Em ấy cư xử như thể
đang mang trong mình dòng máu quí tộc
của một cô công chúa vậy, ban ngày tôi
không thể nói được là em ấy có yêu thương
tôi không, nhưng ban đêm tôi biết chắc chắn
là em ấy yêu tôi lắm lắm.

Tuesday July 27, 1993
Age - 5 months.

She loves to be scracted at the
bottom of the tail and the nab of
the neck sometimes she will
start to purr. At night when it's
time to go to sleep I lay down
with my purple bear and Eclipse
comes over paws the bear and
starts to purr when she's done
with the bear she comes over
to me and lays down on my chest
and puts her head right on my
cheeks and fall asleep. She acts
like she has royal blood from a
princess, during the day I can't
really tell if she loves me or not
but not at night I can't help
but know that she does love
me!

Thứ Năm, ngày 5, tháng Tám, 1993
Tuổi - 6 tháng

Eclipse bắt ruồi rất siêu, chỉ có điều là sau khi bắt em ấy lại ăn chúng luôn. Có một điều tôi chắc chắn là Eclipse rất trung thành, em ấy vừa kiểu cách lại vừa hiếu động, ngủ nhiều, hay tò mò và thông minh nữa. Mỗi khi ị xong, em ấy cào cái hộp cho đến khi tôi đến dọn mới thôi. Khi thức ăn rơi vãi đâu đó, em ấy đánh hơi và tìm ra ngay. Thực sự là trước kia tôi không có nhiều mèo lắm, nhất là những em mèo thông minh ngoại trừ Rusty, em mèo đầu tiên mà tôi có, và giờ hẳn em ấy đã lớn tuổi lắm rồi (13 tuổi). Rusty là em mèo thông minh, dũng cảm và biết quan tâm đến người khác nhất mà tôi biết cho tới khi tôi có Eclipse. Cả hai đều luôn ở bên cạnh tôi khi tôi cần đến các em. Eclipse làm tôi nhớ đến Rusty, có lẽ vì vậy mà tôi yêu em ấy vô cùng.

Eclipse is a great fly catcher the only thing is after she catches them she eats them. One thing I know for sure is that Eclipse is a ture blue cat, she's very finiky, super playful, sleeps alot, and is very curious and smart. When there's poop in her cat box she'll scarch and scarch until I come and get in out and when there's cat food out of place she'll sniff it out and find it. I really have'nt had many cats before atleast not very smart ones except for Rusty, he was the first cat I every got so he's pretty old right now (13 years). Rusty was the smartest, bravest, caring cat I have every kaow until Eclipse. They were always been there when I needed them. Eclipse reminds me of him maybe thats why I love her so much.

Rusty

Rusty là chú mèo mà bà ngoại đã tặng tôi khi tôi còn bé tí. Rusty vẫn ở đó cho đến khi tôi lớn lên và sống cùng với mẹ, dì Tina, bà ngoại Ninny và ông ngoại Poppy. Rusty thuộc giống mèo khoang vàng và sống ở bên ngoài, cho nên khi mẹ và tôi dọn sang căn hộ mới, tôi không thể mang Rusty theo được. Cũng may là căn hộ của tôi chỉ cách nhà ông bà ngoại chừng năm phút nên tôi có thể đến thăm chú ấy thường xuyên. Mỗi lần đến chơi, tôi chỉ cần gọi tên là Rusty liền chạy đến ngay cho dù lúc ấy đang ở đâu đó bên nhà hàng xóm. Tôi nhớ Rusty của tôi lắm. Khi mẹ con tôi chuyển đến Tahoe, tôi không bao giờ được gặp Rusty nữa.

Không lâu sau khi tôi viết trang cuối cùng trong cuốn Nhật kí của Eclipse, Phillip đã chuyển tôi trở lại phòng studio. Gã bảo tôi xếp hết mọi thứ trong lều vào mấy cái thùng và nói rằng sẽ đưa Eclipse cho người dì tên là Celia của gã. Vì lí do gì chứ? Tôi không biết nữa. Gã là một người cực kì hoang tưởng. Gã nói dì Celia của gã rất thích mèo và thường cho thú cưng của nhà hàng xóm đi lạc ăn. Gã còn nói dì ấy sẽ chăm sóc Eclipse thật tốt, và sau này nếu có điều gì đó thay đổi, tôi sẽ được gặp lại em ấy. Nhưng tôi không bao giờ được gặp Eclipse nữa.

Nhớ lại điều này, tôi không cho rằng họ bỏ ra đến hai trăm dollar để mua một con mèo. Ắt hẳn khi ấy tôi muốn tin một điều gì đó tốt đẹp về họ. Tôi nhận thức được rằng nếu mình "ngoan ngoãn" và không than phiền thì sẽ được tự do nhiều hơn. Nhưng điều tôi cần chẳng có nghĩa lí gì cả. Tất cả đều xuất phát từ Phillip, từ những gì gã cần và muốn. Gã đã để Eclipse ra đi khi gã đang trong một "màn chạy". "Màn chạy" ấy kéo dài đến mấy ngày, và khi tôi được chuyển trở về "phòng bên" thì Eclipse đã đi mất. Tôi học được rằng mình không bao giờ nên hỏi vì những câu trả lời sẽ chẳng làm tôi khá hơn. Dường như mọi tranh luận đều kết thúc ở chố gã đúng và tôi sai. Gã có tất cả quyền lực mà.

Tôi được chuyển trở lại phòng studio một vài tuần, cũng không nhớ chính xác là khi nào. Thế rồi sau đó lại trở về "phòng bên". Tôi không hiểu vì lí do gì mà gã cứ chuyển tôi qua lại như con thoi vậy. Tôi cũng chẳng hỏi và cứ làm theo điều gã bảo. Tôi không biết điều gì đã xảy ra với Eclipse. Phải đến bốn năm sau tôi mới có một em mèo khác.

Biết được
mình có thai

Ngày Chủ nhật Phục Sinh năm 1994. Tôi lại bị chuyển về phòng studio. Phillip bảo đã nghe phong thanh ai đó nói rằng cảnh sát hay đến khu vực này và cho rằng tốt nhất là tôi cần được bảo vệ trong phòng studio bán cách âm. Gã bảo tôi phải tuyệt đối không làm ồn khi đi lại trong phòng. Gã còn dỡ bỏ bức tường ngăn giữa phòng phối khí và phòng thu âm. Giờ thì nó đã trở thành một căn phòng lớn. Tôi có một chỗ ngủ mới trên sàn ở góc cuối phòng, nhờ có một vách ngăn nên tôi có được chút riêng tư. Hôm nay là lễ Phục Sinh nên chúng tôi ở nhà cả ngày. Nancy, Phillip và tôi. Phillip và Nancy có một chiếc giường đặt ở giữa phòng, hay chính xác là một tấm nệm không có lò xo. Chúng tôi cùng xem phim *Mười Điều*

Răn Của Chúa với diễn viên chính là Charlton Heston và ăn bữa tối cùng thịt nguội do mẹ của Phillip, bà Pat nấu. Hai vợ chồng gã bảo tôi nhắm mắt lại, và khi mở mắt, tôi thấy một giỏ thức ăn lễ Phục Sinh ngay trước mặt. Giỏ thức ăn đựng đầy kẹo và còn có hai em thỏ bông nho nhỏ, một trai và một gái. Tôi cảm ơn và nói là rất thích. Phillip bảo rằng còn có chuyện khác cần nói với tôi nữa. Dạo gần đây gã cùng Nancy nhận thấy tôi béo ra và đi lạch bà lạch bạch. Tôi nói là tôi cũng biết thế. Tuy nhiên, tôi chỉ thấy mình mập hơn chứ không hề biết dáng đi của mình buồn cười đến vậy. Tôi bảo với họ là bụng tôi đau lắm. Thế rồi họ nói: "Có lẽ em đã có thai rồi." Tôi giật bắn mình và sợ hãi vô cùng. Điều gì sẽ đến với tôi? Điều gì sẽ xảy ra với đứa bé? Tôi chỉ biết là trẻ con phải được sinh ra ở bệnh viện, như mẹ tôi đã sinh ra em gái tôi. Làm sao mà tôi có thể sinh một đứa con ở nơi này? Có lẽ cuối cùng tôi phải cho người khác nhận làm con nuôi mất thôi, chứ tôi đâu thể nuôi nấng một đứa trẻ trong môi trường này được? Tôi tự hỏi không biết Phillip có vui khi có đứa trẻ này không, tuy nhiên tôi không nên hỏi gã trước mặt Nancy, có lẽ là nên để sau này. Mỗi lần Nancy bực bội chuyện gì đó thì tôi không thấy bà ta đâu cả, hoặc là bà ta chẳng thèm trò chuyện với tôi suốt mấy ngày liền.

Một vài ngày sau, tôi vẫn còn ám ảnh với ý nghĩ là sẽ từ bỏ đứa trẻ trong bụng mình. Tôi cần phải nói với

Phillip sớm. Thế rồi Phillip đến và mang theo một con chó cốc tên là China với bộ lông vàng óng. China là con chó của bà Pat, mẹ của Phillip. Gã kể chuyện đã tìm thấy nó như thế nào. Vài năm trước đây, tại một trạm xăng, khi gã mở cửa xe thì con chó đột ngột nhảy vào. Thế là gã chở nó về nhà. Những lúc mẹ gã đi làm (tôi biết mẹ gã là công nhân vệ sinh tại một trường học), gã lại mang China đến gặp tôi. Gã biết tôi thích mấy con vật. China luôn làm tôi cảm thấy thật dễ chịu. Khi nó tựa đầu lên chiếc bụng đang nở to và đau nhói của tôi, dường như mọi lo lắng trong tôi cứ thế tan biến. Nằm kế bên China và cảm nhận đứa bé đang cử động và đá chân vào bụng mẹ, tôi bỗng nhận ra rằng tôi không thể nào từ bỏ con mình được. Việc đem con mình cho người khác chắc chắn không phải là một lựa chọn. Tôi cần phải tìm cách xoay xở thay vì có ý định đó. Dù chưa biết sẽ phải làm như thế nào, nhưng tôi khẳng định một điều rằng tôi sẽ không bao giờ ngừng suy nghĩ cho đến khi tìm ra một cách nào đó.

Cảm giác được kết nối với con mình mỗi lần bé cử động thật quá đỗi tuyệt vời. Tôi trò chuyện và kể những câu chuyện cho bé nghe. Những lần cảm nhận con tôi đang đạp chân trong bụng, nỗi cô đơn trong tôi được vơi đi nhiều lắm. Cơ thể tôi cứ lớn dần lên mỗi ngày để chở che cho đứa bé. Những chiếc xương sườn của tôi giãn ra làm tôi đau đớn. Tôi nhận thấy rõ ràng sự thay đổi trong tôi. Tôi không chắc mình có thai từ lúc nào, nhưng hẳn là đã lâu cho dù nó không biểu hiện rõ lắm. Phillip đã nói như thế đấy. Gã có vẻ vui khi biết tôi có em bé và chưa bao giờ nói rằng sẽ đem đứa bé cho ai đó.

Suy ngẫm

Tôi nghĩ về những điều tôi đã viết và không chắc rằng mọi thứ đã diễn ra chính xác như những gì Phillip nói. Chẳng hạn thật khó mà tin được một con chó nào đấy lại nhảy vào xe của một người lạ tại trạm xăng. Giờ ngẫm lại, tôi chẳng thấy đúng tí nào và tự hỏi thực sự thì gã đã có China bằng cách nào. Còn nhớ lúc ấy tôi không có chút nghi ngờ gì ở gã mà chỉ thắc mắc chó đâu có nhảy vào xe người lạ đâu. Lúc nào gã cũng bảo rằng những con thú yêu thích gã lắm. Gã từng có một con chó săn lông xù tên là Baby cùng một đàn con. Lúc nào chúng cũng chạy về phía gã mỗi khi gã gọi. Nancy cũng luôn nói rằng thú vật rất yêu thích gã. Thế nhưng tôi chưa bao giờ thấy đó là điều đặc biệt. Thú vật lúc nào mà chẳng yêu thích chủ của chúng. Bởi lẽ quá khao khát tình yêu thương và sự săn sóc, cho nên dù có bị hành hạ hay đối xử tệ, nhiều con vật vẫn làm tất cả mọi thứ để được chủ của chúng chú ý.

China

Ngôi nhà trên xe

Tôi lại bị chuyển về "phòng bên". Phillip đã sơn lại màu vàng cho căn phòng và ngăn một bức tường để chia thành hai phòng nhỏ. Gã để tôi ở phòng không có cửa sổ.

Một buổi tối nọ trước khi đứa bé chào đời, Phillip vào phòng khi tôi đang xem ti-vi. Gã bảo có chuyện và chúng tôi cần ra khỏi căn nhà ngay lập tức. Tôi chưa bao giờ rời khỏi nơi đây kể từ ngày Phillip bắt tôi gần hai năm trước. Tôi hỏi chuyện gì nhưng gã phớt lờ và nói rằng gã muốn đảm bảo sự an toàn cho tôi và đứa trẻ nên tôi cần phải nghe lời gã. Gã kể có người bảo gã rằng ngôi nhà này sẽ bị lục soát và như vậy thì sẽ không an toàn nữa. Gã còn nói sẽ trùm chăn lên đầu tôi và dẫn tôi ra chiếc xe tải nhỏ. Tôi mệt quá và chẳng muốn đi đâu. Nhưng tôi còn sự lựa chọn nào khác? Gã điều khiển tất cả mọi thứ. Gã nói Nancy đang đợi chúng tôi trong xe và mọi thứ đã sẵn sàng. Tôi hỏi liệu tôi có thể mang theo một thứ gì đó không thì gã nói không và bảo nếu mọi chuyện êm xuôi thì gã sẽ đưa tôi về nhà sớm. Rồi gã phủ tấm chăn lên đầu tôi. Tôi thấy sợ thật sự. Lỡ có chuyện gì xảy ra với gã thì sao? Tôi sẽ làm gì? Gần như nghẹt thở, tôi phải hít thở thật chậm rãi và tự trấn an mình rằng rồi mọi chuyện sẽ ổn thôi. Gã dẫn tôi ra xe và tôi leo lên hàng ghế sau. Chưa kịp hỏi gã muốn tôi ngồi ở đâu thì gã đã bảo tôi bò xuống phía dưới gầm ghế, rồi gã đặt mấy chiếc hộp lên trước để che lại. Ôi Chúa ơi, thật nực cười, tôi thầm nghĩ! Sao tôi không thể ngồi ở chỗ góc xe chứ? Gã trả lời là nguy hiểm lắm. Nhưng nguy hiểm cho ai? Nghĩ vậy nhưng tôi không cãi lại mà chỉ lẳng lặng bò xuống dưới ghế. Thật vất vả bởi vì bụng của tôi cứ bị kéo lê trên sàn. Tôi sợ rằng mình sẽ làm tổn thương đứa bé. Tôi ngọ nguậy một hồi để tìm vị trí thoải mái nhất. Cuối cùng tôi cũng xoay xở được để nằm nghiêng và chúi người về phía trước vì chiếc ghế thấp quá. Thật không còn có chỗ để mà cử động nữa. Tôi thấy khó chịu kinh khủng! Tôi chỉ muốn được nằm trên chiếc giường của mình! Chiếc xe nổ máy và chạy ra đường lớn. Không biết tôi đang bị đưa đi đâu? Phillip sợ người ta có thể nghe gã nói nên đã dặn trước rằng khi nào muốn trò chuyện với tôi thì gã sẽ giả vờ như đang nói chuyện với Nancy. Gã không muốn ai đó nghĩ rằng còn có một người khác trong xe nữa.

Chuyến đi dài đằng đẵng và có vẻ như không bao giờ

kết thúc. Chúng tôi đã ở trên xe bao lâu rồi? Mấy giờ rồi nhỉ? Khi chúng tôi rời khỏi nhà, trời chỉ vừa chập tối, giờ thì mọi thứ đã tối đen, nhất là phía dưới hàng ghế sau. Hẳn tôi đã thiếp đi, và khi tỉnh dậy, chiếc xe đã ngừng lại và gã giúp tôi ra ngoài. Gã phải kéo tôi ra một chút vì cả người tôi cứng đờ sau mấy giờ ở yên một tư thế. Thật là thoải mái khi được ra khỏi gầm ghế khó chịu. Trời vẫn tối đen như mực. Hiện thời chúng tôi đang đứng trước một ngôi nhà ở trên một chiếc xe. Tôi phải cúi đầu khi bước vào bên trong, những bậc thang dốc lắm. Có một chiếc ghế sofa ở phòng khách và Phillip bảo tôi ngồi đấy còn Nancy và gã kiểm tra toàn bộ ngôi nhà. Sau đó gã trở lại và hỏi tôi có cần gì không. Tôi thắc mắc rằng mình đang ở đâu thì gã trả lời là ngôi nhà này vốn thuộc về một người bạn của gã tên là Virginia. Bà ấy đã chết nên để lại ngôi nhà cho gã. Tôi bảo tôi rất muốn đi vệ sinh, bàng quang của tôi không còn cho phép tôi nín nhịn lâu kể từ khi có thai nữa. Tôi đi theo gã tới một phòng vệ sinh đúng nghĩa! Thật tuyệt làm sao! Lâu lắm rồi tôi không được dùng một bồn cầu giật nước! Ở đây còn có cả một bể nước để tôi rửa tay nữa! Tôi đi ra, gã bảo tôi phải quay trở lại ghế. Nhưng tôi muốn đi lại xem xét! Khám phá một ngôi nhà thực sự - đã lâu lắm rồi! Tôi có thể thấy cả nhà bếp và phòng ngủ ở cuối căn nhà. Nhưng tôi phải ngồi lại trên ghế. Tôi xin nước và Nancy mang nước cho tôi. Phillip bảo mọi người sẽ ở lại đây trong đêm nay vì ở nhà không được an toàn. Không biết điều gì sẽ xảy ra ở nhà nữa. Liệu có người nào lục lọi đồ đạc của tôi không? Chuyện gì thế nhỉ? Phillip khóa cửa trước và nói tôi ngủ trên ghế còn hai vợ chồng gã sẽ ngủ trong phòng. Mãi một lúc sau tôi mới ngủ được vì có hàng tá câu hỏi trong đầu, nhưng rồi cũng thiếp đi, khi tỉnh dậy thì trời đã sáng. Nancy và Phillip đang nói chuyện trong nhà bếp, hẳn họ đang đợi tôi thức dậy. Khi tôi tỉnh giấc, họ nói rằng sẽ để tôi lại đây trong vài giờ đồng hồ để về kiểm tra căn nhà và mang thức ăn tới cho tôi. Gã nói tôi có thể dùng nhà vệ sinh, nhưng tốt nhất là cứ nằm ngủ trên ghế, rằng mọi thứ sẽ ổn thôi và tôi đừng nên sợ vì gã sẽ trở lại. Tôi phát hoảng vì nhỡ gã không quay lại và để tôi ở lại đây suốt đời thì sao. Tôi sẽ phải làm gì khi một mình bụng mang dạ chửa thế này? Thế là tôi bắt đầu khóc. Tôi nói với gã rằng tôi không muốn ở một mình, tôi sợ có chuyện gì không hay xảy ra lắm. Gã tiếp tục trấn an rằng họ cần phải đi để đảm bảo rằng ngôi nhà vẫn an toàn và sẽ mang thức ăn cho tôi. Thế rồi vợ chồng gã bỏ đi, tôi nghe thấy tiếng khóa cửa lách cách. Cố ngủ nhưng mãi vẫn không thể thiếp đi, cuối cùng tôi đứng dậy và đi vào phòng tắm. Tôi nghĩ thầm rằng: Mình đã đứng dậy rồi, thôi thì đi một vòng căn nhà xem sao. Tôi nhớ Phillip đã dặn là không được, nhưng một chút tò mò thì có ảnh hưởng đến ai đâu? Tôi nhón chân đi dọc hành lang và chợt nghĩ nhỡ gã biết thì sao nhỉ? Gã biết nhiều thứ lắm. Chuyện gì sẽ xảy ra khi gã biết tôi đi loanh quanh trong nhà? Cuối cùng sự hiếu kì trong tôi đã chiến thắng. Căn phòng đầu tiên khá lớn nhưng chỉ chứa duy nhất một tấm nệm. Ngoài ra còn có một căn phòng đối diện phòng tắm trông như một phòng nới thêm. Sẽ rất tuyệt nếu mẹ con tôi được ở đây một ngày nào đó. Phillip bảo đang tìm cách dựng một căn phòng giống như vậy ở sau vườn. Có được một phòng tắm và phòng bếp thế này thật tuyệt vời quá! Lạy Chúa tôi, tuyệt vời không thể tả. Hi vọng rằng gã sẽ tìm được cách. Sau đó tôi quay trở lại phòng khách. Tất cả đồ đạc ở đây đều cũ kỹ và bị phủ một lớp bụi mờ. Nhưng phòng bếp trông đẹp lắm. Tôi mở tủ lạnh và ước sao sẽ được dùng nó mỗi ngày. Lúc nào cũng có sẵn thức ăn quả là một niềm vui to lớn! Rốt cuộc tôi trở lại ghế sofa và chìm vào giấc ngủ. Bỗng tiếng mở cửa làm tôi choàng tỉnh và điếng người. Nhỡ không phải là vợ chồng gã thì sao? Nhưng đúng là họ thật làm tôi thấy nhẹ nhõm. Nancy mang đến món đậu hầm cay và hâm nóng cho tôi ăn cùng với bánh bột ngô. Phillip bảo giờ thì đã an toàn để về nhà nhưng phải đợi đến khi trời tối đã. Nói rồi vợ chồng gã đến phòng cuối nhà đánh một giấc trong khi tôi ngồi trên ghế chờ đợi. Thế là tôi nghĩ về cuộc sống của mình trước đây. Hồi tưởng về những kí ức chính là một trong những cách giúp cho quá khứ của tôi được sống lại. Tôi không hề muốn quên gia đình mình. Tôi sợ rằng một ngày nào đó tôi sẽ không còn nhớ mẹ tôi trông như thế nào nữa. Giờ đây hình ảnh mẹ đã dần phai nhòa trong tâm trí tôi mất rồi. Cuối cùng trời cũng tối và Phillip đã có thể lái xe về nhà, thế nhưng chuyện bực mình lại xảy ra. Gã nghĩ rằng tốt nhất là nên lái xe lòng vòng đâu đó trước khi về nhà. Nhưng tôi muốn về nhà cơ. Chuyện gì xảy ra mà gã bảo là không thể chứ? Một lần nữa gã chẳng trả lời tôi. Tôi lại bước vào trong xe và nằm dưới hàng ghế sau. Đã có kinh nghiệm một lần rồi nhưng tôi vẫn chẳng thấy dễ dàng hơn chút nào. Sau một hồi, tôi thấy buồn nôn không chịu nổi. Tôi gọi to và nói rằng tôi muốn nôn. Phillip dừng xe bên vệ đường và Nancy đi ra sau xe cùng với một bịch nylon. Bọn họ bảo tôi ráng nhịn thêm một lát. Tôi cố nhịn nhưng xe chuyển động làm thức ăn từ trưa cứ chực dâng lên tận cổ. Chiếc túi nylon nhỏ xíu không đủ cho những thứ trong tôi, và tư thế nằm kì cục ở gầm ghế chật hẹp này khiến tôi khó mà xoay xở được. Nôn làm tôi dễ chịu hơn, nhưng giờ thì tôi phải nằm chung với cả một đống hổ lốn kinh khủng. Cuối cùng thì Phillip cũng báo là đã tới nhà. Nancy ra phía sau xe, lấy chiếc túi nylon và lau dọn thảm lót xe. Tôi bước ra khỏi xe và ngập ngừng gượng gạo "Xin lỗi." Thế nhưng tôi lại nghĩ trong lòng rằng: Ơ, nhưng đó có phải là lỗi của tôi đâu. Ai bảo các người chở tôi đi chứ? Nhưng dĩ nhiên là tôi không nói gì, tôi không nên cãi lại gã bằng cách đó. Dù sao thì cũng đã về tới nhà. Tôi tắm rửa và thay quần áo rồi lên giường ngủ. Phillip bảo mọi thứ đã xong xuôi và giờ thì không còn gì phải lo lắng nữa.

Suy ngẫm

Tôi vẫn không hiểu tại sao mọi chuyện lại xảy ra như vậy vào hôm ấy. Dù sao tôi lấy làm mừng là tất cả đã kết thúc. Tôi luôn nghĩ mình thuộc dạng người "gió chiều nào, theo chiều ấy", vậy mà mẹ đã nói rằng tôi từng có tên cúng cơm là "Bò tót". Giờ tôi cũng chẳng còn nhớ nữa. Mẹ bảo tôi rất cứng đầu khi thật sự muốn một điều gì đó; tôi rất cố chấp và không bao giờ từ bỏ điều mình mong muốn. Tôi thì không bao giờ nghĩ mình lại cứng đầu như thế, nhưng giờ nghĩ lại, tôi thấy cũng có vài điều đúng. Lúc đầu tôi đã đặt ra hàng loạt câu hỏi về mọi thứ, và tôi thừa nhận mình là một kẻ rất tò mò. Thế nhưng sau đó, tôi biết mình không nên hỏi Phillip nữa. Đôi khi không hỏi lại làm mọi chuyện dễ dàng hơn. Việc lạm dụng ngôn ngữ của Phillip rất hiệu quả. Dù tôi luôn mong muốn có những câu trả lời trực tiếp cho câu hỏi của tôi, nhưng bởi vì lúc nào gã cũng trả lời dài dòng, lê thê, đến nỗi cuối cùng tôi chẳng nhớ mình đã hỏi gì nữa, cho nên tôi biết mình không nên hỏi nhiều. Sự thật là tôi đã có rất nhiều câu hỏi cần lời giải đáp, chẳng hạn: Căn nhà trên xe kia là của ai? Gã đã nghe thấy điều gì? Điều gì đã xảy ra với người từng sống ở đó? Nhưng có lẽ tôi sẽ chẳng bao giờ biết được câu trả lời.

Chờ phút lâm bồn

Tôi xem rất nhiều chương trình truyền hình thiếu nhi để chuẩn bị sẵn sàng cho việc chăm sóc bé. Cả Phillip cũng bắt đầu xem chúng. Gã đặc biệt thích một người dẫn chương trình trên kênh TLC mà tôi không còn nhớ tên. Gã còn thuê những bộ phim về việc sinh nở từ thư viện và xem chúng cùng tôi. Trông thật đáng sợ, thế nhưng gã bảo rằng nếu là gã thì gã sẽ làm được vì chẳng có điều gì đáng lo cả.

Cứ thế ngày tháng dần dần trôi qua. Tôi không biết liệu điều gì sẽ xảy ra. Mọi chuẩn bị dường như biến mất và tôi không thể nhớ nổi hằng ngày cần phải làm gì để chào đón đứa bé ra đời. Phillip lại chuyển tôi sang "phòng bên", nơi tôi có một chiếc giường, một chiếc tủ nhỏ và cả chiếc ti-vi của riêng tôi. Chiều nay tôi xem một trong những bộ phim truyền hình tôi yêu thích nhất là *Nữ bác sĩ Quinn* và thấy đau suốt. Sáng nay tôi không để ý tới cơn đau lắm vì gần đây cứ hay bị đau như vậy. Nhưng lần này có vẻ rất khác, đến chiều thì cơn đau dữ dội đến nỗi tôi không thể di chuyển nổi. Tôi sợ quá! Cả ngày nay không ai tới chỗ tôi và cánh cửa vẫn im ỉm khóa nên tôi đành phải đợi.

Cuối cùng thì Nancy cũng đến vào khoảng năm giờ chiều và thấy tôi quằn quại trong cơn đau. Bà ta gọi Phillip tới và gã đặt ra một loạt câu hỏi như những cơn co thắt đã kéo dài bao lâu, đại loại thế, trong khi Nancy tất bật đi tìm những thứ cần thiết như khăn bông và nước nóng. Phillip nhắc lại những đoạn phim về sinh nở và trấn an tôi rằng gã biết sẽ làm gì. Nancy còn là một hộ tá nữa nên tôi không phải lo. Mà tôi còn có ai nữa đâu.

Những cơn co thắt đau nhói kéo dài đến tận đêm. Tôi co mình, xoay qua trở lại và cố gắng tìm một tư thế thoải mái nhưng cũng chẳng ích gì. Đến khuya thì nước ối vỡ. Lúc đầu tôi nghĩ mình chỉ tiểu ra quần thôi. Tôi gọi Phillip và gã bảo sẽ không lâu nữa đâu. Khi nước ối vỡ, bỗng chốc tôi có cảm giác nhẹ nhõm sau mấy tháng trời áp lực vì đứa bé cứ lớn lên mỗi ngày. Nhưng áp lực đã quay trở lại ngay khi tôi phải rặn. Chưa bao giờ tôi đau đến thế. Phillip bảo giờ tôi phải cố rặn ra. Có vẻ như tôi phải rặn đến cả đời mà em bé vẫn nằm yên trong bụng. Gã đưa tay dò tìm và nhận ra sợi dây rốn đang quấn vào cổ em bé ngăn không cho bé ra ngoài.

Thế rồi gã dùng ngón tay kéo nhẹ sợi dây rốn và tôi đã thành công trong lần rặn tiếp theo! Nancy bế con tôi rồi tắm rửa cho bé. Tôi vẫn còn phải rặn để đưa nhau thai ra ngoài. Sau đó bọn họ để tôi bế con trong khi dọn dẹp mớ hỗn độn cũng như thay ga trải giường. Bao nhiêu sức lực đều cạn kiệt và tôi chỉ muốn thiếp đi. Tôi cho con gái bú lần đầu tiên và thấy lạ lẫm vô cùng, thế rồi hai mẹ con cùng chìm vào giấc ngủ. Con gái bé bỏng của tôi đã chào đời vào lúc 4:35 sáng ngày 18, tháng Tám, năm 1994. Lúc ấy tôi chỉ mới mười bốn tuổi đầu và vô cùng sợ hãi.

Suy ngẫm

Khi thuật lại sự việc của ngày hôm ấy, tôi vẫn không thể tin được mình đã trải qua một chuyện như vậy. Tôi càng không thể tin sau này lại đối mặt với nó một lần nữa. Tất nhiên việc mang thai lần thứ hai cũng không phải là lựa chọn của tôi. Làm sao tôi lại không lo lắng đến phát điên lên được? Làm thế nào để vượt qua mọi chuyện mà mình chẳng muốn chút nào? Đơn giản là ta cứ thế mà làm. Tôi đã làm được vì đó là điều duy nhất tôi có thể thực hiện. Nếu được làm lại thì tôi vẫn chọn điều tôi đã làm, bởi vì điều quí giá nhất trên thế gian này là hai cô con gái của tôi đã được chào đời.

Tôi không rõ rại sao Phillip đã đặt tên cho con gái đầu của tôi như vậy, sau này, trong những cơn ảo tưởng của mình, gã cho rằng cái tên ấy gợi đến những năng lực tinh thần kiểm soát ý thức của gã. Tôi có lí do riêng để không phản đối lại cái tên ấy. Đối với tôi, tên của bé con tượng trưng cho mọi điều tốt đẹp trong toàn thể vũ trụ này. Nó chứa đựng những niềm tin vốn có trước đây của tôi và giúp tôi mãi tin vào chúng, ngay cả khi gã kịch liệt phản đối bằng "thuyết thiên thần" của gã. Tôi không nghĩ mình là một người sùng đạo. Cho dù đã ngồi hàng giờ với Phillip để nghe gã giảng giải về Kinh Thánh, tôi vẫn không biết là mình có thực sự tin vào Kinh Thánh hay không. Khi còn bé, trước khi bị Phillip bắt đi, một trong những vật tôi thích sưu tập là các bức tượng nhỏ thuộc bộ "Những khoảnh khắc quí giá". Tất cả các bức tượng có hình dạng và kích cỡ khác nhau, mỗi bức đều có một dòng chữ đặc biệt để trên mặt dây chuyền. Tôi cũng đã được tặng một bức tượng Thiên Thần Hộ Mệnh trong bộ "Khoảnh khắc quí giá" vào sinh nhật lần thứ chín và đã để nó trên đầu tủ của mình.

Săn sóc con

Đã hai giờ sáng mà A không chịu ngủ. Bé con chỉ nín khóc khi tôi đứng dậy và bế bé tựa lên vai. Con có chịu ngủ đêm nay không con? Ngực của tôi đau nhói mỗi lần cho bé con bú. Tôi đã nói với Phillip và gã bảo sẽ hỏi dược sĩ. Hi vọng là gã sẽ tìm được thứ gì đó để tôi cảm thấy đỡ hơn. Tôi vừa có một chiếc ghế đu mà Phillip mới mang về từ tổ chức thiện nguyện Đạo Binh Cứu Khổ. Chiếc ghế chỉ có một thanh gỗ phẳng được bọc bằng vải màu quả đào. Trông chẳng đẹp đẽ gì, nhưng tôi cũng lấy làm mừng vì đã có nó! Bé A rất thích được đẩy lắc lư trên ghế. Tôi đẩy chiếc ghế hết giờ này qua giờ khác và hát bài *Con Là Ánh Dương Của Mẹ* như mẹ đã từng hát cho tôi nghe. Nancy còn mang cho tôi một chiếc máy cassette với những băng nhạc Disney yêu thích của tôi. Phillip thì đưa tôi cuốn băng thâu lại những bài hát của

Con gái bé bỏng xinh xắn của tôi.
Bức ảnh này được chụp tại "phòng bên."

gã. Có lẽ tôi sẽ mở chúng lên xem A có ngủ được không.
Tôi muốn tập cho bé con thói quen giờ giấc. A thức dậy
lúc chín giờ sáng để bú rồi hai mẹ con tôi thiếp ngủ đến
trưa để cho bé bú lần thứ hai, sau đó hai mẹ con sẽ chơi
mấy trò như "ú òa" hay đánh khăng. Giờ bé con đã được
ba tháng tuổi và lớn dần mỗi ngày. A có đôi mắt to tròn
nhất mà tôi từng thấy. Tôi tự hỏi không biết bé con có
vẫn giữ đôi mắt to như vậy khi lớn lên không. Tôi thích
cho bé con tắm một lát trước khi ngủ để giúp bé ngủ dễ
dàng hơn. Phillip đặt một chiếc lò vi sóng ở phòng bên

cạnh để tôi hâm nóng nước trong một chiếc hộp nhỏ cũ kỹ, và mua mấy bình nước lớn cho tôi có đủ nước để tắm cho bé con và đánh răng mỗi tối, bởi ở đây không có vòi nước nào. Tôi tắm cho A rồi mới đặt bé con lên một chiếc khăn sạch. Bất cứ thứ gì tôi cần cho bé con, Nancy và Phillip đều mang đến. Vì lẽ đó ở đây có đủ đồ chơi, áo quần, tã lót và khăn lau. Đôi khi bé con bị hăm tã và tôi phải sử dụng Desitin để thoa cho bé. Bé con của tôi rất khỏe mạnh, lúc nào cũng hiếu động, tò mò.

Cuộc sống của tôi đỡ hơn rất nhiều kể từ lúc sinh con. Phillip không còn buộc tôi làm tình với gã nữa, giờ đây các "màn chạy" cũng không còn. Khi tôi mang thai, gã đã hết làm tình với tôi, duy chỉ có một lần gã bắt tôi cởi áo và giúp gã thủ dâm.

Phillip và Nancy cũng đến thăm tôi thường xuyên hơn. Đôi khi bọn họ mang bé A sang phòng studio – nơi hai vợ chồng gã ngủ. Tôi nghĩ rằng Nancy thích làm mẹ của A. Cho dù muốn được nghỉ ngơi đôi chút vì đã ở bên bé con suốt 24/7, nhưng tôi vẫn thấy một chút ghen tị. Tôi cũng muốn được chú ý lắm chứ.

Tôi thấy thật cô đơn. Đôi khi tôi mơ về những người bạn trước kia, nhất là Jessie, cô bạn đầu tiên của tôi. Chúng tôi gặp nhau vào năm 1984, khi tôi được bốn tuổi còn bạn ấy mới lên ba. Lúc bấy giờ mẹ con tôi vừa mới chuyển sang sống ở một căn hộ chung cư. Chỉ có mẹ và tôi thôi. Trước đó chúng tôi đã sống cùng ông bà ngoại. Tôi thấy cực kì hạnh phúc khi được sống cùng mẹ trong ngôi nhà riêng của chúng tôi. Một ngày nọ khi tôi đang chơi ngoài vườn, có một cô bé nhỏ xíu cũng ra chơi cùng. Bạn ấy gầy gò và có mái tóc nâu dài. Khi tôi tìm kiếm những con cánh cam trong bụi rậm (trò tiêu khiển yêu thích nhất của tôi), bạn ấy đến và cũng bắt đầu tìm. Tôi bắt một con cánh cam ra khỏi bụi cây và đặt lên tay bạn ấy. Con cánh cam rơi xuống đất, và khi bước tới định nhặt nó lên thì bạn ấy đã vô tình giẫm chân lên nó. Tôi bật khóc và bạn ấy cũng khóc theo. Thế là hai bà mẹ chạy tới để xem chuyện gì xảy ra, sau đó bạn ấy nhẹ nhàng bắt một con cánh cam khác trên cây và đưa nó cho tôi. Tôi nhìn con cánh cam một chặp rồi mỉm cười và nhận món quà đầu tiên của bạn. Sau đó chúng tôi cứ quấn chặt lấy nhau và mẹ chúng tôi cũng trở thành bạn bè nữa. Giờ đây tôi nhớ bạn Jessie của tôi hơn bao giờ hết.

Khi lớn hơn một chút, tôi được chuyển đến sống với dì và dượng trong một năm, lúc đó Jessie luôn gửi cho tôi những món quà rất đặc biệt. Chẳng hạn như một lần Jessie tặng tôi một con gấu bông với một chiếc lỗ bí mật đằng sau lưng để cất một món đồ nào đó. Tôi quí con gấu bông ấy lắm, và tôi cũng yêu Jessie vô cùng vì bạn ấy đã không quên tôi. Không biết cuộc sống của bạn ấy bây giờ như thế nào. Tôi luôn nghĩ rằng hai chúng tôi là một, chỉ có điều là bị tách ra thành hai cơ thể thôi.

Bạn ấy gầy nhom còn tôi thì tròn trịa. Bạn ấy sôi nổi, hoạt bát còn tôi thì kín đáo, dè dặt. Cả hai chúng tôi đều sống cùng mẹ và không có bố. Tôi tự hỏi không biết chúng tôi có vẫn còn là bạn của nhau giả như tôi đang ở nhà không. Tôi ước gì mình được về nhà. Tôi không hỏi Phillip về chuyện trở về nữa. Chỉ nghĩ đến nó thôi là tôi đã đau lòng lắm rồi. Tôi chỉ hi vọng rồi một ngày nào đó mọi chuyện sẽ tốt hơn. Tôi không thể tưởng tượng nổi là mình sẽ phải ở đây đến lúc già nua và chết dần chết mòn, nhưng tôi cũng không biết tương lai của tôi sẽ ra sao. Tất cả những gì tôi có là Phillip và có vẻ gã luôn biết đối phó với mọi chuyện. Mẹ con tôi có thể đi đâu chứ? Có ai còn muốn có tôi nữa đâu?

Sarge

Năm 1996, bé A đã bắt đầu biết đi chập chững. Phillip mới sửa lại căn phòng và thêm những chấn song để mẹ con tôi sống ổn định hơn. Tôi vẫn không được phép rời khỏi căn phòng, nhưng Phillip đã dần dần hoàn thành dãy hàng rào ở phía sau vườn. Gã bảo làm vậy là để tôi và A có được chút ánh nắng mặt trời. Tôi mong đợi điều đó lắm.

Hôm nay Nancy mang từ chỗ làm về một con vẹt mào. Lúc ấy đã xế trưa, tôi nghĩ bà ta sẽ mang thức ăn tối đến nên rất đỗi ngạc nhiên khi thấy trong tay bà ta là một chiếc lồng chim thay vì bữa tối của tôi. Bà ta bảo một phụ nữ ở chỗ làm cho bà ta con vẹt nâu vàng này vì cậu con trai và cô con gái của người đó không chịu chăm sóc con chim. Tôi nhận ra ngay điều đó vì trên mỏ của con vật còn nguyên một mảng keo siêu dính còn ngực của nó trụi hết cả lông. Rõ ràng nó chẳng vui vẻ, sung sướng tí nào. Nancy bảo con vẹt là của bà ta, nhưng tôi có thể giữ nó một thời gian. Tôi thấy biết ơn Nancy và nghĩ mình có thể dạy cho con vẹt nói, như vậy thì tôi sẽ có ai đó để chuyện trò. Nancy bảo con vẹt rất dữ và tôi không nên đụng vào. Tôi thầm nghĩ chỉ cần một ít thời gian là con vẹt sẽ tin tôi thôi, biết đâu nó sẽ dần dần thích tôi hơn. Ngay lập tức trong đầu tôi đã hình thành một kế hoạch, nhưng tôi không nói ra làm gì. Tôi chỉ hỏi con vẹt đã có tên chưa, Nancy bảo chưa. Tôi nói với Nancy rằng có lẽ tôi và bà ấy sẽ theo dõi con vẹt rồi chọn một cái tên phù hợp với tính tình của nó. Mấy ngày trôi qua, tôi cứ trò chuyện với con vẹt. Tôi còn luồn tay vào chiếc lồng nữa. Con vẹt có vẻ sợ hãi mỗi khi tay tôi sắp chạm nó nên cứ thế lùi vào góc chuồng. Khi tôi thay thức ăn mới, lúc nào nó cũng cố cắn vào tay tôi. Nhưng tôi cứ để nó cắn vì không đau lắm, hơn nữa tôi muốn nó biết rằng tôi không sợ nó. Vào các ngày cuối tuần, khi Nancy ở nhà, bà ta đến mang con vẹt ra ngoài sưởi ấm, và bảo rằng chim cần có chút không khí trong lành. Tôi ghen tị với con vẹt về khoản này. Thỉnh thoảng tôi phải nhắc Nancy mang chiếc lồng vào khi bà ta mang bữa tối đến cho tôi. Thường sau mỗi lần con vẹt được mang vào phòng tôi, nỗ lực thân thiết với nó lại càng vất vả. Sau một vài tuần liên tiếp cố gắng làm cho con chim ngớ ngẩn này quen với tay của mình, tôi đã có đủ dũng cảm để đưa cả bàn tay vào bên trong lồng. Khi nó ra sức mổ tôi, tôi nhẹ nhàng đẩy mỏ nó ra và bảo không được, không được. Tôi làm như vậy mỗi ngày và dần dần sau một tuần con chim không còn phản ứng khi tôi thò tay vào lồng của nó nữa. Cũng vào lúc này, tôi bắt đầu gọi nó là Sergeant, hay ngắn gọn hơn là Sarge. Con vẹt hay nhảy tới lui trong lồng làm tôi nghĩ đến một viên trung sĩ trong quân đội. Vì vậy mà tôi gọi nó là Sergeant. Sarge quả là một ca sĩ tuyệt vời; nó đặc biệt thích âm nhạc và hót líu lo mỗi khi nghe thấy tiếng nhạc. Lần đầu tôi nhận ra điều đó khi hát ru cho bé A ngủ. Tôi thậm chí còn không nghe được cả tiếng ru của tôi vì tiếng hót ầm ĩ của nó. Nó còn hót líu lo theo tiếng radio nữa. Ngày tháng trôi qua và lông trên cổ nó đã mọc trở lại, mảng keo dính trên mỏ cũng tróc mất. Sergeant đã vui vẻ hẳn ra và thậm chí còn đứng trên ngón tay tôi. Tôi đưa con vẹt ra khỏi lồng, cứ thế nó nhảy tới lui trên sàn làm tôi cùng bé A cười rũ rượi. Tôi không muốn cho Nancy biết tôi đã dạy Sarge những gì, bà ta sẽ đưa nó đi hoặc là lấy làm ghen ty lắm. Mỗi lần Phillip đến, tôi thả Sarge ra và gã rất đỗi ngạc nhiên trước sự thay đổi từ một con vẹt hung hăng, cau có trở thành một chàng ca sĩ rất đỗi tự hào về tiếng hót của mình. Gã cũng nghĩ là tôi không nên khoe chuyện này với Nancy. Nancy có thể sẽ không hài lòng vì tôi đã không nghe lời bà ấy là không được sờ vào con vẹt. Tôi nói với gã rằng Nancy chỉ bảo tôi không nên sờ vì nó sẽ mổ, chứ không phải cấm đoán tôi làm chuyện đó. Dù gì tôi cũng không muốn gây rắc rối và thực sự mong là Nancy sẽ thích tôi. Tôi đã hết lòng yêu quí con vẹt nâu vàng biết bước đều và hót líu lo này rồi. Tôi hi vọng là có thể giữ nó cho riêng mình nhưng vì nhút nhát quá nên không dám nói với Nancy. Ước gì Nancy sẽ không bao giờ đem con vẹt đi đâu hết.

Mùa hè đến rồi đi, và mùa thu đã tới. Nancy không mang Sergeant ra ngoài nhiều nữa vì trời đã trở lạnh hơn. Nhưng vào một ngày nọ, Nancy đến và bảo hôm nay trời ấm hơn bình thường nên sẽ mang con vẹt ra ngoài một, hai giờ rồi sẽ mang vào. Tôi đang xem ti-vi và không để ý lắm. Cuối ngày hôm ấy Nancy mang bữa tối đến rồi đi. Tôi không có cơ hội nào để nhắc bà ta về con vẹt. Sau khi ăn xong, tôi lại xem ti-vi và chẳng nghĩ đến Sergeant mãi đến khi chuẩn bị đi ngủ. Tôi phát hiện ra chiếc lồng không có ở góc nhà và nghĩ chắc Nancy đã quên rồi. Tuy nhiên tôi không biết cách nào để gọi bà ta từ phòng bên cạnh; vợ chồng gã luôn khóa cánh cửa sắt nên tôi không thể đi ra ngoài mang con chim vào. Liên tục nhấp nhổm, tôi kéo những chiếc khăn nhìn ra ngoài cửa sổ. Họ đâu rồi nhỉ? Cũng chẳng thấy ánh điện từ phòng studio. Phillip đã chẳng nói sẽ lại "chạy" với Nancy tối hôm nay sao? Tôi không thể nhớ ra Phillip đã nói gì nữa. Thế rồi tôi cố gắng xem ti-vi để không nghĩ đến điều tồi tệ nhất. Hi vọng là Sergeant sẽ ổn. Tôi chỉ sợ nó sẽ chết cóng nếu ở ngoài đó lâu hơn. Rốt cuộc thì Nancy cũng đi vào với chiếc lồng và trông Sergeant có vẻ bình thường. Nancy hối lỗi vì đã không mang nó vào sớm hơn. Thì ra bà ta và Phillip đi lấy ma túy từ một người bạn. Sarge có vẻ ổn và lại hót vang. Bà ta bảo là đã nghe tiếng chú kêu quang quác từ phía trước nhà. Đợi bà ta đi khỏi, tôi nói với Sarge rằng tôi cảm thấy rất có lỗi khi đã để chú ngoài trời tối đen và rồi đưa ra một nhánh hạt kê để làm hòa. Sarge thậm chí không thèm đụng tới và có vẻ chỉ muốn ngủ, vì vậy tôi phủ một chiếc khăn lên trên lồng. Tôi và bé A cũng đi ngủ ngay sau đó.

Buổi sáng hôm sau vừa mở mắt, tôi đã nhận thấy có điều gì không ổn. Mọi buổi sáng tôi vẫn hay thức giấc với âm thanh của đôi chân bé xíu loạc xoạc trên tờ báo lót. Tiếng gõ cọc cạch trên máy tính lại làm tôi nhớ đến tiếng đôi chân của Sarge ở đáy lồng. Nhưng sáng hôm nay tôi chẳng nghe tiếng gì, không gian cứ yên lặng như tờ. Tôi ngồi thừ ở mép giường một lúc và không muốn biết tại sao tôi lại không nghe tiếng của Sarge nữa. Cuối cùng rồi tôi cũng lấy hết can đảm để ghé mắt nhìn vào trong lồng. Tôi phát hiện ra chú chim bé bỏng đáng yêu của tôi nằm chết dưới đáy lồng. Tôi không biết vì lí do gì, nhưng nhất định tôi phải sờ vào người chú lần cuối, thế là tôi đưa tay vào lồng. Toàn thân người bạn nhỏ của tôi lạnh ngắt. Tôi khóc suốt một ngày hôm đó. Khoảng thời gian khủng khiếp nhất là đợi cho đến khi Phillip và Nancy vào để báo cho họ biết là Sarge đã ra đi. Cuối cùng Phillip cũng đến, tôi bật khóc và nói rằng Sarge bị lạnh và chết rồi. Lúc đầu gã không nghĩ là vì lạnh nhưng cũng không biết lí do nào khác để giải thích. Tôi không thấy Nancy vào hôm đó. Sau này tôi biết được rằng bà ta không dám ló mặt vì sợ tôi sẽ đổ tội cho bà ấy. Mà đúng là thế thật còn gì.

Cô con gái thứ hai

Tôi lại có thai. Tôi đã lo sợ chuyện này lại xảy ra biết bao nhiêu. Trong những năm gần đây, Phillip chỉ có vài "màn chạy" và cũng không chơi ma túy nhiều như trước. Có vẻ gã đã có công việc ổn định khi làm việc tại một viện dưỡng lão của một người tên là Marvin. Marvin còn cho gã mang về rất nhiều gỗ và đá lót đường. Phillip vẫn hứa là sẽ dựng một hàng rào thật cao để tôi có thể ra ngoài và tận hưởng ánh nắng mặt trời. Có lẽ bé A cũng thích ra ngoài nữa. Đôi khi Nancy dắt bé con ra ngoài chơi, nhưng tôi thì không được vì hai vợ chồng gã sợ rằng ai đó sẽ nhìn thấy tôi. Dù sao tôi cũng không muốn rắc rối xảy ra cho họ. Mà tôi sẽ đi đâu nếu bọn họ đi mất? Liệu Nancy có thả tôi ra nếu Phillip không có ở đây không? Tôi không nghĩ Nancy sẽ làm thế vì bà ta đã chẳng để tôi đi khi Phillip bị bắt giam suốt một tháng trước kia. Bà ta đã có cơ hội mà thậm chí tôi còn chẳng biết đến.

Chắc chắn là sẽ rất tuyệt vời nếu thỉnh thoảng được đi ra ngoài. Phillip còn dựng thêm một căn phòng mới phía ngoài căn phòng tôi đang ở. Mặc dù nó ở sát bên ngoài nhưng tôi vẫn không được đi đâu nếu không có Phillip hoặc Nancy. Cả ba mặt của căn phòng mới này đều kín mít. Phillip đã đặt bồn vệ sinh của tôi và chiếc tủ lạnh mini vào đó, ngoài ra gã còn gắn thêm một bồn rửa mặt. Thế là tôi đã có nước. Thỉnh thoảng tôi phải vào trong phòng tắm một lúc khi bé A đang chơi ở trong phòng để được nghỉ ngơi đôi chút. Tôi biết điều này thật không đúng và đáng lẽ tôi không nên bận lòng với chuyện trông con suốt cả ngày, thế nhưng đôi lúc tôi thấy không thể nào chịu nổi nữa. Khi nhận ra tôi đi mất, A bắt đầu đập cửa và tôi phải nói vọng ra rằng tôi sẽ ra ngay sau khi đi vệ sinh xong, thế nhưng bé con vẫn liên tục đấm tay lên cửa và la hét như thể không chịu đựng được khi phải ở xa tôi. Thường thì bé con ngoan lắm, nhưng một khi đã nổi cơn tam bành lên thì tôi không biết phải làm gì. Nancy bảo tôi nên dựng một chiếc ghế ở góc nhà và bảo A ngồi lên đấy. Tôi đã làm thế nhưng bé con cứ đứng lên và làm những gì bé thích. Bé con bướng bỉnh vô cùng. Ngày này qua ngày khác chỉ có hai mẹ con tôi chơi với nhau. Bé con có rất nhiều đồ chơi do Nancy và Phillip mang về. A thích xem chương trình *Phố Vừng* và *Barney* vào mỗi buổi sáng, và tôi thì thích dạy cho bé con bảng chữ cái ABC. Bé con đã lên ba tuổi mà tôi vẫn phải cho bú sữa mẹ. Vất vả lắm, nhất là vì bé con đã mọc răng rồi.

Tôi phải liên tục bảo bé con không được cắn nữa. Phillip dặn tôi nên làm điều tốt nhất cho bé con bằng cách cho bé bú sữa mẹ.

Tôi không hiểu tại sao tôi biết mình đã có thai lần nữa, ấy vậy mà tôi lại biết. Cả người tôi có cảm giác đầy đặn khó tả. Lần cuối gã bắt tôi làm tình với gã mà chẳng kịp rút ra nên tinh dịch đi vào trong người tôi. Gã nói lần này sẽ là lần cuối cùng. Tôi không biết liệu tôi có thể tin gã hay không bởi vì gã đã nói như vậy không biết bao nhiêu lần rồi. Gã nói gã đang cố gắng giải quyết vấn đề của gã và tôi sẽ không phải chịu đựng nữa đâu. Tôi không biết điều gì khiến gã nói là gã sẽ ngừng làm chuyện đó. Nhưng đó chính là điều mà tôi mong muốn nhất. Tôi căm ghét chuyện đó. Lần nào cũng ghét. Chẳng có gì đáng để thích thú cả, cho dù gã đã nói rằng rồi có ngày tôi sẽ thích. Tôi tự hỏi không biết gã cảm thấy như thế nào với đứa bé thứ hai. Tôi biết gã thương A lắm và thề với Chúa rằng gã sẽ không bao giờ làm tổn thương bé con. Gã nói đã bế bé con trên tay ở trong phòng studio vào ngày nọ và cầu nguyện với Chúa trong nước mắt: "Chúa ơi, đừng bao giờ để con làm tổn hại đến con gái bé bỏng của con." Gã còn bảo Chúa đã chữa lành cho gã, và vì vậy mà gã sẽ không bao giờ chạm tới tôi nữa. Tôi muốn tin lắm, nhưng thật khó mà tin được gã sẽ không bao giờ chạm tới tôi nữa. Đôi khi tôi mơ về việc trốn chạy, nhưng quả thật tôi không biết chạy về nơi đâu. Còn bây giờ tôi lại có con lần thứ hai đây.

Tôi có thể nghe thấy tiếng xe. Đó là tiếng động cơ ầm ĩ của chiếc xe tải nhỏ mà Phillip đang chạy. Cho dù chưa bao giờ tận mắt chứng kiến nhưng tôi vẫn có thể ghi nhận được âm thanh của nó mỗi khi gã đi và rồi lại trở về nhà. Nó gợi cho tôi nhớ đến mẩu quảng cáo của xe tải Dodge với động cơ "Hemi". Động cơ Hemi thì ồn ào khỏi phải nói. Đôi khi tôi thấy hồi hộp khi nghe tiếng chiếc xe chạy đi. Nhiều cảm xúc hòa lẫn vào nhau làm tim tôi đập thình thịch. Tôi thích thú khi gã đi, nhưng lại lo sợ khi phải ở một mình. Cho dù biết gã sẽ luôn quay trở lại, thế nhưng tôi không biết mình cảm thấy thế nào về chuyện này nữa. Tôi không muốn phải ở một mình, nhưng khi gã đi thì tôi không còn phải lo lắng về chuyện làm tình. Tôi chưa bao giờ rời khỏi nơi đây kể từ khi đến "ngôi nhà trên xe" lần trước.

Khi gã bước vào phòng với món cá và khoai tây chiên hiệu Jack in the Box, tôi mỉm cười và nói cám ơn. Gã nói gã có điều ngạc nhiên dành cho tôi và bảo tôi sang phòng studio để gã và Nancy có thể cùng nhau tiết lộ. Tôi bảo gã rằng gần đây tôi buồn nôn và tôi nghĩ mình đã có thai lần nữa, gã nói gã biết và rằng gã sẽ lo hết mọi thứ. Gã còn nói gã rất hạnh phúc và tin rằng đó sẽ là một bé gái bởi vì Chúa biết điều gã cần. Tôi chỉ mới mười bảy tuổi đầu và chuẩn bị sinh đứa con thứ hai.

Tôi sang phòng studio để chơi với bé A một lát, và khi hai vợ chồng gã quay trở lại vài giờ sau đó, tôi theo họ trở về phòng mình và thật ngạc nhiên khi thấy một chiếc giường tầng màu đỏ rất to. Phải nói là khổng lồ mới đúng. Tầng dưới là một chiếc giường lớn còn tầng trên là một chiếc giường đơn. Tầng dưới cách tầng trên khoảng hai foot nên tôi có đủ chỗ ngồi mà không bị đụng đầu. Có một chiếc cầu thang dẫn lên tầng trên và bé A muốn trèo lên đó. Phillip giúp bé con và bé con thích thú vô cùng. Vợ chồng gã hỏi tôi có thích màu này không và tôi trả lời có, cho dù tôi không thích màu đỏ lắm. Tôi thích màu xanh, đen hoặc là màu bạc. Nhưng bọn họ cho rằng tôi rất thích màu đỏ. Giờ thì căn phòng trông bé tẹo. Bé A sẽ không còn nhiều không gian để chơi đùa nữa; thế nhưng chiếc giường này thích thật. Tôi cũng thất vọng đôi chút vì giờ đây không còn được sắp xếp nhiều thứ trong căn phòng; một trong những việc làm yêu thích của tôi là thường xuyên làm cho phòng mình trông có vẻ khác đi, bởi vì mọi thứ cứ nguyên như cũ thì chán lắm.

Mỗi ngày Phillip đều làm việc ở ngoài vườn và cuối cùng thì dãy hàng rào cũng được dựng xong. Tôi thích thú vô cùng khi sắp được ra ngoài. Rồi tôi sẽ được tự do hơn. Nancy cũng ở ngay bên cạnh và bảo tôi nên nhắm mắt lại để tận hưởng điều bất ngờ này. Thế là tôi nhắm mắt, Phillip dắt bé A còn tôi nắm tay Nancy và tất cả đều bước ra ngoài ánh mặt trời. Đúng là nó rồi, ôi ánh mặt trời ấm áp trên gương mặt tôi. Ngoài vườn có cả một chiếc bàn dã ngoại cũ kỹ và một chiếc ghế dài. Phillip và Nancy bảo sau này chúng tôi có thể nướng thịt ở đây và sẽ trở thành một gia đình thực thụ. Tôi rất mong đợi một mái ấm gia đình và được làm lại những chuyện như xưa. Tôi đã bị giam hãm ở đây không biết bao lâu rồi. Ngoài này có một chiếc tủ nhỏ và trên nóc tủ là chiếc lồng đựng một con chuột lang nhỏ xíu. Con chuột xinh ơi là xinh. Phillip bảo người hàng xóm tên J. không muốn nuôi nó nữa. Gã nói bà ta có hàng tá thú cưng và đã hỏi gã có thích nuôi chuột lang không. Tôi nâng con chuột lên và nó kêu chít chít, sau đó tôi đưa cho A xem và bé con bật cười rồi cạ mũi vào đám lông mềm mịn. Dạo gần đây tôi có xem một bộ phim truyền hình mới tên là *Thiên Đường Thứ Bảy*. Gia đình trong phim đó có nuôi một con chó tên là Happy nên tôi nghĩ sẽ đặt tên cho con chuột lang này là Happy luôn.

Nancy có vẻ không thích cái tên tôi đã chọn lắm. Bà ta cứ gọi là Guinevere cho dù nó là chuột đực. Thật kì cục. Tuy nhiên bà ta có quyền gọi như thế nào cũng được. Đôi khi Nancy thật khác thường, nhưng thật lòng tôi vẫn muốn bà ấy thích tôi. Phillip nói rằng gã đã nói chuyện với Nancy rất nhiều lần và luôn khuyến khích bà ta nên thân thiết với tôi hơn. Tôi tự hỏi liệu điều này có bao giờ xảy ra không. Thảng hoặc Nancy nói với tôi rằng bà ta rất ghét mùa hè. Lúc ấy bà ta thường cùng Phillip lái xe đến các sân trường và công viên để quay phim các bé gái. Thỉnh thoảng Nancy còn phải làm trò với mấy cô bé để các em ấy ngồi giạng hai chân ra và Phillip sẽ bí mật ghi hình lại hết. Bà ta bảo chiếc máy quay phim đã được giấu bí mật, Phillip đã khoét một lỗ thủng trên chiếc ví cầm tay của bà ta rồi bỏ máy quay vào. Thật kì quặc và kinh tởm quá. Gã vẫn nói là đang giải quyết vấn đề tình dục của gã. Nhưng với tôi thì chẳng phải vậy chút nào. Tôi biết gã vẫn chơi ma túy với Nancy và xem mấy đoạn phim đã quay để thủ dâm. Tôi vẫn không hiểu nổi vấn đề của gã. Tất cả những gì tôi biết là gã đang có vấn đề. Ít nhất là bây giờ không còn "màn chạy" nào xảy ra với tôi nữa. Tôi cũng hi vọng là gã sẽ để yên cho các cô bé mà gã đã quay phim.

Khởi đầu cơ sở
In Giá Rẻ

Phillip vừa mới đem về một chiếc máy vi tính thuê ở tiệm. Gã còn mua cả một máy in hiệu Canon nữa. Đó là kế hoạch làm ăn mới của gã. Gã nói rằng giờ đây có nhiều người cần in danh thiếp, vì vậy mà gã sẽ kinh doanh in ấn với giá mềm hơn rất nhiều so với các công ty khác. Trước đây gã có công việc tại viện dưỡng lão với người sếp tên là Marvin. Nhưng gã đã nghỉ công việc đó vào lúc vừa dựng xong dãy hàng rào. Nancy từng kể rằng trước kia Phillip làm việc tại một trung tâm điều dưỡng, nơi bà ta là nhân viên vệ sinh. Bà ta bảo mọi người đều quí gã nhưng người quản lí phải cho gã thôi việc vì đi muộn nhiều lần. Đó là vì lúc nào gã cũng chơi ma túy cả. Nancy bảo cũng vì vậy mà người ta cho bà ta thôi việc luôn. Vì đi trễ hoài. Sau đó bà ta chuyển sang công việc mới trong một chương trình được gọi là *Chương trình hỗ trợ khách hàng CAP*. Nancy nói rất thích công việc này. Theo bà ta thì làm việc với "khách hàng" là những người thiểu năng rất thú vị. Một trong số họ có tên là Bernard rất ồn ào và hay la hét ầm ĩ, nhưng thực chất là một người rất ngọt ngào. Bà ta không thích nhân viên ở đó lắm, ngoại trừ một người tên B vốn không hay ngồi lê đôi mách như những đồng nghiệp khác. Rốt cuộc thì Phillip muốn bà ta nghỉ việc khi tôi sinh con lần thứ hai. Gã cũng muốn bắt đầu công việc in ấn vào thời điểm đó.

Tôi rất thích chiếc máy vi tính ấy. Nó còn rất mới và tôi có thể làm được vô số thứ. Trước đây gã có một chiếc cũ hơn, nhưng màn hình thì trắng đen và cổ lỗ sĩ lắm rồi. Còn chiếc máy này mới tuyệt vời làm sao. Giờ đây Phillip đã thỉnh thoảng cho tôi qua lại giữa phòng studio và "phòng bên" vào những lúc Nancy đang ở chỗ làm. Tôi cũng bế theo bé A để chơi trên chiếc máy vi tính đó. Phillip đã mua vài trò chơi, một trong số đó có trò xếp chữ và tính toán mô phỏng theo chương trình truyền hình *Phố Vừng*. Nhờ vậy mà bé A học được rất nhiều. Mỗi khi bé con ngủ, tôi cũng học nhiều thứ trên đó nữa. Chiếc máy này có màn hình màu và chạy trên hệ điều hành Windows. Phillip còn mua một chương trình dùng để làm danh thiếp có tên là Corel Print House. Tôi cũng thích làm nhiều thứ cho bé A với chiếc máy tính này. Tôi đang thực hiện một cuốn sách ảnh và còn viết những câu chuyện trên chương trình Word. Thậm chí tôi nghĩ mình có thể thiết kế tốt hơn cả Phillip. Gã đã cho tôi xem vài danh thiếp của gã và tôi tin mình có thể làm đẹp hơn nhiều hay cắt còn sắc nét hơn nữa. Những đường cắt của gã không sắc sảo tí nào bởi vì gã hay làm ẩu và cố cắt mười chiếc một lượt. Gã nên cắt từng chiếc một thôi. Gã trả lời như vậy thì lâu lắm. Tôi bảo rằng không, sẽ không lâu đâu và đề nghị để tôi thử cắt một chiếc xem sao. Gã đồng ý cho tôi thử và tôi đã cắt khá tốt. Vả lại nếu vạch ra những đường kẻ thật mảnh trên giấy thì tôi lại càng cắt dễ dàng hơn. Vậy nên tôi thử kẻ trên máy tính rồi in ra, quả thật là dễ cắt hơn rất nhiều. Ngày hôm sau Phillip về giao cho tôi công việc đầu tiên. Làm thiệp cưới cho ai đó. Tôi tự thiết kế trên máy tính và gã mang đến cho khách hàng xem, cuối cùng thì họ đồng ý với mẫu thiết kế của tôi. Khi gã mang về, tôi lại in ra trên loại giấy mà người phụ nữ ấy đã chọn. Kết quả thật tuyệt vời và tôi tự hào về mình lắm. Phillip nghĩ tôi nên làm công việc thiết kế còn gã sẽ tìm kiếm khách hàng và phụ việc in ấn. Tôi tiếp tục học và sử dụng máy vi tính thành thạo hơn, càng ngày Phillip càng mang về thêm nhiều công việc hơn nữa. Thật là thích, tôi đã không còn chán nản suốt ngày như trước.

Vượt cạn lần hai

Ngày 12, tháng Mười Một, năm 1997, tôi thức giấc vào lúc mười một giờ tối với cơn đau dữ dội. Tôi không biết cơn đau bắt đầu từ đâu, và nhớ là ngày hôm trước không bị gì cả. Bên cạnh tôi, bé A đang ngủ và tôi cần đánh thức bé con rồi dắt sang phòng studio kế bên, nơi Phillip và Nancy đang ngủ. Ít nhất là tôi hi vọng rằng họ đang ngủ. Tôi biết hôm trước đó họ lại "chạy" và hi vọng họ đã xong, bởi tôi nghĩ con tôi sắp ra đời.

Tôi đánh thức bé A, bảo rằng em con sắp ra đời và mẹ con mình phải đi gặp bố. Tôi mong là Phillip không nổi đóa khi tôi đánh thức gã dậy, cơn đau càng lúc càng không thể chịu nổi nữa nên tôi không còn lựa chọn nào khác. Tôi bắt đầu bước đi và dắt bé A theo. Được một lát, tôi phải thả tay bé A để dùng cả hai tay đẩy cánh cửa nặng trịch. Thỉnh thoảng khi chỉ có một mình, tôi đã đứng nhìn chằm chằm vào cánh cửa từng là chốn tù ngục của tôi. Hiện thời tôi vẫn đang ở trong một nhà tù khác, dù đã được tự do đi lại sau vườn nhưng tôi vẫn là một tù nhân không hơn không kém. Tôi có cảm giác như mình đã bị dính chặt với những con người này – những kẻ đã bắt cóc tôi – bằng những sợi dây vô hình thay vì bị còng tay liên tục. Dường như chẳng ai quan tâm đến việc tôi đang ở đâu.

Rốt cuộc thì cánh cửa cũng mở ra và tôi lại dắt tay bé A đi. Tôi giúp con gái mình bước lên các bậc thang dẫn vào căn phòng ấm áp trên đó. Trời tối đen, sợ ngã nên tôi với tay mở điện. Hồi đầu Phillip đã dựng một bức tường ở đây để giam tôi, giờ thì nó chính là chỗ ngủ của vợ chồng gã. Gã dùng tầng trên của chiếc kệ vốn đặt mấy chiếc đàn của gã để làm thành một chiếc giường, và tầng dưới là một chiếc giường khác. Gã đã đem bán hay cầm hầu hết các thiết bị âm nhạc để mua thuốc phiện và tã lót. Gã đang ngủ trên tầng trên và tôi phải lay gã dậy với một nụ cười kèm theo niềm hi vọng rằng tôi sẽ không gặp rắc rối, mà đồng thời tôi cũng mặc kệ chuyện gì sẽ xảy ra. Gã giật mình tỉnh giấc, chắc hẳn gã đã ngủ say lắm. Gã hỏi chuyện gì và tôi nói đứa bé sắp chào đời. Gã đánh thức Nancy và cả hai ngay lập tức vào cuộc. Nancy đi vào nhà trong để lấy khăn và nước nóng còn Phillip thì lấy túi y tế cùng bất cứ thứ gì cần thiết cho lần vượt cạn này. Gã trấn an tôi không được lo lắng, rằng gã biết sẽ phải làm gì. Những cơn co thắt cứ đến mỗi lúc một nhiều hơn và tôi chỉ muốn gục xuống. Nancy quay trở lại và dọn chỗ cho tôi nằm. Thế rồi tôi nằm xuống và cảm thấy đỡ hơn. Ánh đèn điện bật lên chói lóa, Phillip cần ánh sáng để nhìn rõ. Gã cho tôi ngậm những mẩu đá nhỏ và đặt một túi chườm lạnh lên trán tôi. Tôi còn uống cả thuốc giảm đau Codein nữa. Kì thực tôi không muốn uống vì sợ làm ảnh hưởng đến đứa bé, nhưng Phillip đảm bảo rằng sẽ chẳng có gì ảnh hưởng đến con tôi. Tôi đã từng uống lúc sinh bé A và giờ bé con vẫn phát triển tốt. Nancy bật ti-vi lên và chơi đùa cùng A để bé con không phải lo lắng cho tôi. Tôi có thể nghe thấy tiếng con gái tôi hỏi đủ các câu từ phòng bên cạnh. Nhưng giờ đây tất cả mọi thứ tôi có thể nghĩ

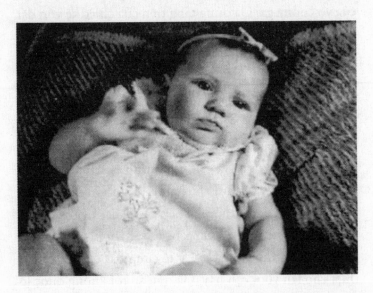

Con gái bé bỏng thứ hai xinh xắn của tôi

tới là chính bản thân mình, với cơn đau dữ dội mà tôi đang phải chịu đựng.

Với lần vượt cạn thứ hai này, tôi không phải rặn lâu lắm. Lần trước với bé A thì mọi thứ như thể không bao giờ chấm dứt. Lần này thì tất cả diễn ra thật nhanh. Tôi đã sinh con gái thứ hai vào lúc 2:15 sáng ngày 13, tháng Mười Một, năm 1997. Sau này Phillip đặt tên cho bé con là S. Nancy và Phillip muốn tôi chọn từ trong Kinh Thánh tên đệm cho bé con. Nancy gợi ý là Ruth hoặc G, và tôi thích G hơn. Gần đây Phillip thường xuyên đọc Kinh Thánh hơn trước. Không biết gã đã tìm thấy điều gì trong đó, nhưng có lẽ nó giúp gã tập trung hơn và tôi thấy thật biết ơn về điều đó. Phillip từng kể gã đã xé cuốn Kinh Thánh hai lần rồi. Một lần gã ném hết mấy trang giấy vào trong cái bô gã hay đi tiểu tiện ở bên ngoài. Gã bảo đã chán ngấy Chúa và nghĩ sẽ chẳng bao giờ nhặt cuốn Kinh Thánh lên. Phải, có lẽ điều gì đó đã thay đổi bởi vì gã lại có một cuốn Kinh Thánh mới tên là NIV. Tôi thấy gã đọc rồi giảng giải cho Nancy mỗi lần tôi gặp họ. Gã cũng nhắc nhở tôi và Nancy cần phải học Kinh Thánh. Gã nói với sự giúp đỡ của Chúa, gã có thể hiểu được tất cả những tiếng nói gã đã nghe, và Chúa đã chữa lành vấn đề tình dục của gã. Tôi chỉ tin được khi tận mắt chứng kiến thôi.

Suy ngẫm

Đêm trước khi đứng trước bồi thẩm đoàn để làm chứng ở tòa, tôi đã có giấc mơ này...

Lúc đó tôi ngồi trong phòng thẩm vấn cùng Phillip và Nancy. Phillip ngồi phía sau một chiếc bàn lớn bên tay phải tôi, Nancy thì ngồi ở một chiếc bàn nhỏ hơn trước mặt. Còn tôi ngồi trên một chiếc ghế xoay ở ngay trung tâm căn phòng. Phillip đã hỏi tôi hàng loạt câu hỏi mà tôi không nhớ nổi, tôi chỉ cười khẩy và nói rằng tôi sẽ chẳng trả lời bất cứ câu hỏi nào bởi vì tôi không phải làm thế. Sau đó gã bảo có lẽ tôi cần được ôm, và khi gã đứng lên, tôi đã gọi nhân viên bảo vệ đang đứng ngay ngoài cửa. Vì anh ta không đến nên ngay lập tức tôi đứng dậy và hét to "Ông không được đến gần tôi" rồi chạy ù ra cửa. Tôi chạy dọc theo sảnh để tìm nhân viên bảo vệ căn phòng. Thật kì lạ là anh ta chỉ mặc độc chiếc quần lót khi đứng cùng một nhân viên khác. Anh ta nói xin lỗi tôi rồi bảo rằng anh ta cần phải đi mặc đồ đã. Thế rồi tôi tỉnh giấc.

Đối với tôi, đây là giấc mơ phản ánh cảm giác khó khăn của tôi khi tin vào luật pháp. Họ đã không có mặt khi tôi cần, và chính vì vậy, ngay cả trong mơ họ cũng chẳng có ở đó để giúp tôi. Tôi biết là khi gặp bồi thẩm đoàn, tôi sẽ được bảo vệ và chăm sóc rất tận tình, thế nhưng chính quyền đã không làm gì được cho tôi trong suốt mười tám năm qua. Và điều này cần phải có thời gian mới có thể chữa lành.

Nuôi con ở sau vườn

Con gái thứ hai của tôi đã được hai tuần tuổi. Giờ thì tôi đã là mẹ của hai cô con gái rất xinh xắn và khỏe mạnh. Phillip và Nancy đã cho phép tôi ở cùng phòng studio với họ. Phillip nói bây giờ tất cả chúng tôi đã là một gia đình lớn. Gã nói sẽ làm việc hết sức với cơ sở in của gã. Gã cũng muốn Nancy nghỉ việc tại CAP để ở nhà trông mấy đứa bé và phụ giúp công việc in ấn. Gã còn nói sẽ mang đủ công việc về cho tất cả mọi người.

Ngày tháng của tôi trôi qua thật bận rộn với hai cô con gái và cơ sở In Giá Rẻ. Vì bé A đã lên ba nên tôi cố gắng tập cho bé con ngưng bú mẹ. Tôi không thể cho cả hai bú cùng một lúc được. Phillip vẫn khuyên tôi nên làm điều tốt nhất của một người mẹ cho các con mình. Gã còn huyên thuyên với tôi về tất cả những lợi ích của sữa mẹ nữa. Tôi biết bú sữa mẹ là tốt, nhưng trẻ con không nên làm điều đó quá lâu. Bé A cần phải dừng lại.

Sau này cái tên S không hợp với con gái út của tôi nên chúng tôi đều gọi bé con là G. Khi sinh ra, bé con đã có một khối u nhỏ ở trên mắt, chỗ cuối chân mày, trông như một quả banh tí hon. Phillip sờ vào rồi bảo không sao đâu, chẳng qua là một khối "nang nước" thôi. Tôi ước sao có thể đi bác sĩ để kiểm tra cho bé con. Phillip nói sẽ tiếp tục theo dõi, nếu cái u lớn hơn thì gã sẽ tìm cách dẫn bé con đi khám. Gã nói là có thể đến một trong những trạm y tế miễn phí. Nancy sẽ đưa G đi vì bà ta trông giống một phụ nữ Mexico không biết tiếng Anh bế con đi khám bệnh. Có lẽ như vậy sẽ chẳng bị tra hỏi gì. Tôi chỉ hi vọng khối u đó sẽ không phát triển để bé con không phải đến bệnh viện. Nếu có đi thì tôi cũng muốn đi cùng, nhưng tôi không nghĩ là Phillip sẽ cho phép tôi đi.

Phillip vừa mua một chiếc máy ảnh kỹ thuật số để phục vụ cho công việc in ấn. Hôm nay gã sẽ đi cả ngày nên tôi muốn dùng nó để chụp ảnh các con tôi. Nancy đã mang về cho bé G một chiếc váy màu hồng rất xinh với những bông hoa nhỏ xíu. Tôi mặc váy cho bé con và nhớ lại lúc được tặng một chiếc máy ảnh dùng một lần để chụp cho bé A. Phillip nói tôi sẽ được phép sử dụng máy ảnh, miễn là tôi chỉ chụp ảnh các con tôi. Chiếc váy màu hồng bằng len xinh xắn đã được Nancy mang về từ chỗ làm của bà ấy. Thế là tôi chụp lại những khoảnh khắc lúc bé con đi chập chững, đang tắm hay ngồi trên chiếc ghế đu yêu thích. Sau khi Phillip rửa ảnh ra, tôi đã làm thành một cuốn sách ảnh. Mãi đến khi bé con lên sáu tháng tuổi tôi mới được chụp ảnh, trước đó chỉ có duy nhất một tấm mà Nancy chụp lúc bé con vừa đầy tháng thôi. Thật đáng tiếc là tôi không có tấm ảnh nào của G lúc mới sinh ra cả. Tôi cũng thích có một chiếc máy ảnh kỹ thuật số vì giờ đây tôi có thể chụp tất cả những gì tôi muốn và in ra ngay tại đây. Trông bé G tạo dáng mới đáng yêu làm sao trong những bức ảnh phải nói là rất hoàn hảo.

Phillip đi ra ngoài suốt ngày để tìm kiếm công việc. Tôi nghĩ Nancy sẽ nghỉ việc sớm và dành cả ngày với ba mẹ con tôi. Phillip còn làm cả một chiếc máy bộ đàm để chúng tôi trò chuyện khi gã đang chạy trên đường. Hầu như mỗi ngày gã đều rời nhà vào khoảng bảy hay tám giờ sáng, mãi đến giờ ăn tối khoảng năm hay sáu giờ chiều mới trở về nhà. Để liên lạc với gã trên đường, gã đã dạy chúng tôi nói "Alô, alô, Sky Walker, anh có in không?" Sky Walker là biệt hiệu của gã. Gã bảo chúng tôi cũng nên chọn các biệt hiệu để mỗi lần gã gọi, chúng tôi sẽ nhận ra mà không bị nhầm lẫn với người lạ trên cùng một tần số. Biệt hiệu của Nancy là Baby Blue. Nancy nói đó là cách mà Phillip hay gọi bà ta khi cả hai lên trên núi cao để chơi thuốc, họ còn mang theo cả máy bộ đàm để liên lạc với tất cả các tài xế xe tải nữa. Tôi chọn tên Data, vì đó là nhân vật yêu thích của tôi trong phim *Star Trek: TNG*, còn bé A thì muốn được gọi là Tinky Winky trong *Teletubbies*, chương trình thiếu nhi yêu thích nhất của bé con. Phillip bảo rằng gã đi ra ngoài càng lâu thì sẽ càng có nhiều việc để làm. Và chiếc máy bộ đàm sẽ giúp gã ra ngoài mà không phải lo lắng gì về tình hình ở nhà cả.

Tôi mong đến lúc Nancy có thể ở nhà cả ngày với mẹ con tôi. Thật sự tôi rất cần ai đó giúp đỡ. Phillip hầu như đi suốt ngày và không còn thời gian để chăm sóc con tôi lúc về nhà. Đúng là về mặt vật chất thì tôi đã có đủ, nhưng tôi mong là gã có thể ở nhà nhiều hơn. Tôi đã quá sức chịu đựng rồi.

Càng ngày bé A càng làm tôi nhớ mẹ tôi hơn. Đôi lúc nhìn con gái, tôi cứ nghĩ đến mẹ. Tôi phải quên đi những suy nghĩ này mới được; nó chỉ làm cho tôi buồn mỗi khi nhìn bé con, mà tôi thì không muốn vậy chút nào. Tôi cần phải thay đổi cảm xúc theo chiều hướng tích cực chứ không phải tiêu cực như vậy. Phillip đã dạy tôi cách sử dụng tính quả quyết của mình để thay đổi quá trình suy nghĩ. Tôi biết thời gian sẽ giúp cho mọi thứ dễ dàng hơn, và rồi mỗi ngày tôi sẽ không còn cảm thấy như vậy nữa.

Suy ngẫm

Có lẽ đây là thời điểm tốt để cập nhật một tí về tình hình hai cô con gái của tôi. Hôm nay là ngày khai trường đúng nghĩa của các bé. Ôi, thật không thể tin được là tôi đang viết những dòng này. Đây là điều mà tôi đã mơ ước từ lâu lắm. Tuy đã cố gắng hết sức để dạy dỗ các con ở khu vườn sau, nhưng tôi chỉ có thể làm trong giới hạn của mình. Dù gì thì trình độ học vấn của tôi cũng chỉ tới lớp năm thôi mà.

Phillip luôn tin rằng trường học là một môi trường tệ hại. Gã nghĩ việc dạy dỗ các con tôi ở nhà tốt hơn nhiều so với các trường công. Gã cho rằng mình đã tạo dựng được một môi trường hoàn hảo để nuôi nấng và dạy dỗ các bé. Nhưng mẹ con tôi nào có được lựa chọn khác? Phillip tin trường học sẽ làm cho các bé bị ảnh hưởng những thói xấu như nói tục, ma túy, bạo hành và tất cả những thứ khác mà gã tin rằng trẻ con cần phải được bảo vệ. Xét về mặt nào đó, tôi đồng ý với gã là vài trường học không phải là môi trường tốt nhất để trẻ phát triển, nhưng tôi tin vào giáo dục. Tôi đã rất thích đến trường. Tuy không phải lúc nào tôi cũng thích mấy đứa trẻ chung trường – thường thì bọn chúng rất xấu hoặc có thể là tôi nhút nhát quá, không thể tự bảo vệ mình – nhưng nhìn chung những trải nghiệm của tôi ở trường rất là tích cực. Còn Phillip, có lẽ gã chẳng thích thú quãng thời gian lúc đi học, gã còn nghiện thuốc lúc học trung học nữa, vì vậy mà quãng thời gian đó đã làm gã nhìn cuộc đời méo mó. Tôi tin rằng bằng nhiều cách khác nhau, gã đã muốn tạo ra một thế giới nhỏ của riêng mình, và trong suốt thời gian qua, gã đã thành công bằng việc bắt người khác phải trả giá. Xét cho cùng thì tôi chỉ là một nhân vật trong thế giới của gã, thế giới mà gã đã xây dựng cho lợi ích của riêng mình.

Trình độ học vấn của tôi chỉ dừng lại ở lớp năm, và mặc dầu vẫn tiếp tục đọc và học thêm trong những năm qua, tôi vẫn không thể nào là một giáo viên tốt được. Mạng Internet quả là cứu tinh của tôi! (Tôi biết mọi người đang nghĩ gì, và câu trả lời là đúng – đúng vậy, tôi đã nghĩ đến việc sử dụng Internet để tìm mẹ tôi, nhưng Phillip đã dặn dò và làm tôi tin rằng gã đang theo dõi tất tần tật mọi hành động của tôi trên mạng. Gã nói máy vi tính ghi nhớ tất cả mọi thứ và gã có thể biết được bất cứ lúc nào). Nếu không có Internet, tôi không nghĩ mình có thể dạy dỗ các con với trình độ của mình. Khi tôi bàn đến việc lập ra một thời khóa biểu nghiêm túc cho việc học hành của lũ trẻ, lúc đầu Phillip có vẻ chần chừ. Gã tin là trong vòng vài năm nữa, gã sẽ có khả năng thuê gia sư về dạy cho các bé. Mấy cô con gái của tôi cũng có vấn đề với thời khóa biểu này – các bé vốn rất bướng bỉnh. Chẳng giống "mẹ" của chúng tí nào, hay nói cách khác là "chị" như chúng vẫn nghĩ tôi với vai trò như thế. Hai đứa nhỏ không hiểu tại sao bỗng dưng lại phải tuân theo một thời khóa biểu. Trước đây, hằng ngày các bé cứ thích gì thì làm nấy, miễn là trong phạm vi của khu vườn sau. Chẳng có bạn bè. Chẳng có những lần đi ngủ ở nhà bạn khác. Cũng chẳng có những ngày nghỉ học và tụ tập ở sân trượt băng. Một ngày của các bé chỉ là các trò chơi điện tử và một số kênh truyền hình nhất định mà Phillip cho phép xem. Dù sao đi nữa thì cuối cùng tôi cũng đã thành công trong việc buộc lũ trẻ phải học hành nghiêm túc. Và trước khi các bé nhận ra, tôi đã lên kế hoạch cho chúng là phải học từ mười giờ sáng đến hai giờ chiều. Tôi in thời khóa biểu vào mỗi buổi tối trước đó và xếp những tập tài liệu riêng cho mỗi bé. Có tổng cộng bốn môn học là toán, chính tả/tập đọc, xã hội học và khoa học. Tôi rất thích các trang web như www.enchantedlearning.com và www.superteacherworksheets.com rất tuyệt vời cho tất cả các môn học. Lúc này chúng tôi có rất nhiều máy in ở nhà. Phillip rất thích máy in hiệu Canon với một hộp mực riêng. Điều này làm cho việc in ấn trở nên rẻ hơn rất nhiều bởi vì gã có thể tra mực bằng loại gã đã mua sỉ. Vì vậy mà tôi có đủ dụng cụ để in thời khóa biểu cho các con. Bên cạnh đó, lúc nào chúng tôi cũng có giấy dư nên chẳng phải lo. Mỗi đêm, tôi thường thức khuya để soạn thời khóa biểu trước khi đi ngủ. Mỗi sáng, tôi thường thức dậy vào lúc chín giờ để bắt tay vào việc. Tôi đánh thức các con dậy và bảo các bé mặc quần áo, sau đó tôi vào phòng studio (giờ được gọi là văn phòng) rồi làm một cốc Hills Bros. - bao gồm Cappuccino với gấp hai lượng mocha trong khi xem chương trình *Ngày nay*.

Hai cô con gái của tôi thường hay đòi vào nhà trong để ăn sáng. Phillip đã dặn chúng là phải luôn luôn gọi trước. Mẹ con tôi đều biết là gã đang bị quản thúc vì đã từng cưỡng bức một phụ nữ. Tuy nhiên đó là điều mà mẹ con tôi không thể hỏi gã. Phillip sợ các nhân viên quản thúc sẽ đến bất chợt và gã không muốn họ biết có các con tôi ở đây. Gần đây Phillip ngủ trong nhà cùng Nancy và mẹ gã. Thật quái lạ khi không có nhân viên quản thúc nào của Phillip biết là căn nhà đã được nới rộng ra ở phía sau. Chắc họ không quan tâm và đinh ninh rằng Phillip đã là một tội phạm được cải huấn hoàn toàn. Tôi mong muốn một vài thứ cần phải được thay đổi ngay lập tức. Tôi muốn các nhân viên quản thúc của gã phải đặt ra thật nhiều câu hỏi. Nếu Phillip không thể trả lời thì có lẽ mọi thứ đã đổi thay rồi. Nhưng tôi cũng lo sợ nhỡ có chuyện gì xảy ra. Tôi còn có nơi nào khác để đi? Tôi còn các con và phải chăm sóc cho chúng nữa. Tuy nhiên, tôi muốn lũ trẻ của tôi có một cuộc sống tốt đẹp hơn. Đáng tiếc là tôi không thể tự làm được. Tôi cần một ai đó giải thoát tôi, thế nhưng chẳng có ai cả.

Bản thân tôi lại có nhiều cảm xúc lẫn lộn về trường trung học. Một mặt thì trong suốt mười tám năm qua, tôi đã được dạy bảo rằng trường học là nơi không tốt, trẻ con sẽ tiêm nhiễm những thói xấu ở đó, và áp lực của bạn bè có thể làm hỏng cả cuộc đời của trẻ; nhưng khi nghĩ lại tôi đã học được những thứ ấy từ đâu: một kẻ bắt cóc, một tên hiếp dâm, một kẻ yêu bản thân và một tên đồi bại, tôi đã có riêng kết luận cho mình. Có lẽ trường học không xấu đến thế! Tôi không biết nếu mình đã được học trung học thì lúc đó sẽ như thế nào? Một mặt tôi muốn quay ngược thời gian và bước bước chân đầu tiên ra khỏi xe hơi với tư cách là một cô bé năm nhất, nhưng mặt khác tôi lại thấy vui vì đã không phải đi học như vậy. Tôi nhìn các con và tự hỏi tôi sẽ ra sao nếu không bị bắt cóc và bị đánh cắp cuộc đời của mình vào năm mười một tuổi.

Giờ đây, cả hai cô con gái của tôi đều đã đi học cả ngày. Lúc đầu, khi hai đứa đưa ra quyết định, tôi đã không muốn chúng thấy việc đến trường đã làm tôi sợ hãi đến mức nào. Tất cả những gì tôi lo nghĩ là liệu trường học sẽ thay đổi chúng ra sao, rồi tôi sẽ cô đơn biết nhường nào nếu không có chúng ở bên cạnh, và nhỡ như có điều gì xảy ra với chúng thì tôi chết mất. Nhưng tôi biết nói ra những điều này sẽ chẳng giúp ích được gì. Vì vậy mà tôi chỉ khuyến khích chúng. Tôi đã dẫn A đến nhiều trường trung học khác nhau và cũng giúp G quyết định trường, lớp nào là phù hợp nhất cho con bé. Rồi cả việc đi mua sắm cho mùa tựu trường nữa chứ. Trước khi tôi kịp nhận ra thì ngày khai giảng của A đã đến rồi. Đó là một ngày thứ Ba và tôi đã làm món rau cuộn cho con bé. Tôi hỏi A cảm thấy thế nào và con bé bảo vừa hồi hộp lại vừa rất thích thú. Một tuần trước đó tôi đã dự buổi định hướng đầu năm ở trường con bé. Quả là một kinh nghiệm hoàn toàn mới. Tôi cảm thấy rối tung cả lên, cứ như thể tôi không phải là tôi nữa vậy. A thúc nhẹ khuỷu tay tôi và nói: "Này, mẹ làm con hồi hộp quá." Vì vậy mà sau đó tôi cố hết sức để bình tĩnh và tập trung. Trong đầu tôi chỉ có suy nghĩ không biết đây có phải là những gì đáng lẽ đã xảy ra với tôi trước đây không. Ngày hôm đó hóa ra lại rất dễ chịu với A; ban đầu con bé rất hồi hộp về những đứa trẻ khác, thế nhưng sau khi nhìn thấy chúng cũng sợ sệt hệt như mình, mọi lo lắng của A đều tan biến. Chẳng giống như tôi. Tôi vẫn thấy hoang mang nhiều. Một phần cũng là vì tôi sợ mọi người sẽ nghĩ, "Sao cô bé này lại làm mẹ được nhỉ?" Tôi thấp người và thường được nhận xét là trẻ hơn so với tuổi, và sự thật là tôi đã sinh con lúc mới mười bốn tuổi đầu. Tất nhiên là mọi người hẳn sẽ tò mò lắm. Nhưng hóa ra chẳng ai nói gì với tôi cả. Thế là tôi bắt đầu thư giãn và tận hưởng thời gian của mình. Chúng tôi lắng nghe lời phát biểu của thầy hiệu trưởng. Khi ông ấy giới thiệu cô thư kí của mình, chúng tôi quay sang nhìn đúng lúc cô ta đang đưa tay lên ngoáy mũi! Chuyện này đã làm giảm bớt phần nào cảm giác căng thẳng trong tôi từ lúc ở đây. Nhìn A nhận thẻ học sinh, chìa khóa tủ đựng đồ tập thể dục và trò chuyện với những đứa trẻ khác quả là một trải nghiệm hoàn toàn mới. Tôi nhận ra rồi con tôi sẽ ổn. Và tôi cũng nhận ra lòng mình đã trở nên thanh thản.

Lúc đi bộ trong sân trường, trong tôi dấy lên cảm giác đau xót vì những gì mình đã mất. Thậm chí tôi còn thấy đố kỵ và ghen tức trong sâu thẳm lòng mình. Đáng lẽ tôi đã có được mọi cơ hội như thế này, nhưng tất cả đều đã bị cướp sạch. Tôi luôn mơ ước được quay trở lại trường học. Thỉnh thoảng tôi thậm chí còn mơ là Phillip cho tôi đi học và cả những ngày cắp sách đến trường. Nhiều lúc chúng thật đến nỗi tôi cứ nghĩ đó không phải là một giấc mơ.

Vào những ngày đầu bị giam giữ, tôi cô đơn vô cùng. Chính tôi còn không biết mình đang ở đâu, vì vậy mà tôi không tin là có người sẽ tìm thấy mình. Tôi sợ nhưng không dám chạy trốn vì nghĩ rằng cho dù có trốn được thì nhỡ chuyện tồi tệ hơn nữa xảy ra thì sao? Tôi rất sợ. Nếu được giải cứu ngay từ lúc đầu thì bây giờ tôi sẽ ra sao?

Tôi biết mình đang dài dòng và lạc đề, thế nhưng Phillip đã gieo vào đầu tôi những hình ảnh đầy ghê sợ của thế giới bên ngoài như thế. Đối với tôi, thế giới này chủ yếu được tạo ra bởi những kẻ hiếp dâm và lạm dụng trẻ em. Tuy nhiên, cuối cùng thì tôi cũng nhận ra điều đó là sai lầm. Trên thế giới này vẫn còn nhiều người rất đỗi tuyệt vời và quảng đại, luôn cố gắng hết mình để làm những điều đúng đắn. Tôi đã bị buộc phải nghĩ rằng thế giới bên ngoài là một nơi đáng sợ, và mẹ con tôi chỉ được an toàn khi ở cùng với bố chúng. Gã luôn lo hết mọi thứ và có câu trả lời cho bất cứ điều gì. Nếu tôi có bao giờ đặt câu hỏi cho gã thì đúng là gã có lắng nghe, nhưng rồi gã sẽ giải thích tại sao tôi đã sai, và tại sao chỉ có cách của gã là đúng. Một trong những lí do tôi ở lại là vì tôi muốn con tôi được an toàn. Thế giới bên ngoài rất đáng sợ đối với tôi. Tôi sợ rằng nếu mẹ con chúng tôi bỏ đi hoặc cố bỏ đi thì tôi sẽ chẳng có cách nào để bảo vệ cho chúng cả. Tôi biết chúng rất an toàn ở sau vườn và không phải lo lắng về chuyện có kẻ đến bắt cóc chúng như tôi đã từng bị trước đây.

Cuộc sống ở bên ngoài vẫn làm tôi lo sợ, đôi khi tôi muốn giữ chặt lũ trẻ không bao giờ cho chúng rời xa tôi. Nhưng tôi biết trường hợp như tôi chỉ chiếm 1% dân số mà thôi. Bị bắt cóc bởi người lạ là rất hiếm. Tôi vẫn luôn nhắc nhở mình về con số này mỗi lần để chúng ở đâu đó rồi bỏ đi. Tôi hi vọng rằng chúng sẽ lớn lên với ý thức về bản thân mạnh mẽ hơn tôi. Từ nhỏ tôi đã có ý thức là phải luôn tỏ ra lịch sự với người lớn tuổi. Trong đa số trường hợp thì điều này là đúng, nhưng có những lúc chúng ta cần phải dũng cảm nhận thấy rằng mình có quyền nói không với người lớn nếu chúng ta tin chắc họ đang làm sai. Ta phải có tiếng nói của riêng mình và không ngại ngần cất tiếng khi cần. Ấy vậy mà tôi đã trao hết quyền lực cho những kẻ bắt cóc tôi. Tôi chính là người đã khuyến khích và an ủi gã cho dù gã đã làm sai. Còn niềm an ủi của tôi ở đâu? Tự do của tôi ở đâu? Tại sao tôi lại có cảm giác như mình cần phải an ủi kẻ đang hành hạ mình chứ? Chẳng lẽ xâm hại cơ thể tôi còn chưa đủ? Gã phải xâm hại cả tinh thần của tôi nữa? Tôi phải thừa nhận là gã có khả năng biến mọi tình huống trở nên phù hợp với nhu cầu của gã. Điều gì đã xảy ra với cái tính "đầu bò đầu bướu" của tôi nhỉ? Tôi chỉ biết mình đã bị buộc phải làm theo gã mà không một chút than phiền. Trong tôi luôn có nỗi sợ là sẽ làm điều gì đó sai và khiến cho Phillip nổi đóa, mà như thế thì ai biết điều gì sẽ xảy ra nữa. Theo bản năng, tôi biết mình cần phải hợp tác với gã chứ không nên chống đối.

Tôi căm ghét những chuyện gã đã làm, nhưng tôi cũng thấy bất lực không thể làm gì được. Mỗi khi gã khóc và "cám ơn" tôi vì đã giúp giải quyết vấn đề tình dục của gã, tôi chỉ muốn gào lên rằng làm ơn hãy để tôi yên. Tôi không muốn giúp đỡ bất cứ thứ gì cả. Tôi nhận ra rằng Phillip Garrido đã và vẫn luôn là một gã đàn ông ích kỉ. Gã đã cướp tôi khỏi gia đình, khỏi người mẹ mà tôi yêu quí với tất cả tâm hồn và tôi vẫn cần mẹ biết nhường nào. Gã đã làm những điều thật kinh tởm với tôi. Lúc nào gã cũng nói tôi đang giúp đỡ gã. Thậm chí gã khóc lóc và xin lỗi sau những lần làm tình. Thế rồi tôi tha thứ cho gã và nói rằng chuyện đó ổn thôi, và tôi cũng không bị sao cả. Nhưng tôi không ổn chút nào! Đó là điều làm tôi hoang mang nhất – gã có thể là một con quái thú làm những điều kinh tởm, nhưng bỗng chốc lại tỏ ra yếu đuối, khóc lóc rồi xin tôi tha thứ. Tôi hoang mang cùng cực. Giờ đây tôi nhận ra đó chỉ là một phần trong thủ đoạn lôi kéo, dụ dỗ của gã – một trò chơi mà gã đã chơi suốt cả cuộc đời mình. Khi bắt cóc và hãm hiếp Katie Callaway, gã cũng đã phun ra những lời lẽ giống như nói với tôi vậy. Đó là vì gã có vấn đề tình dục và cần ai đó giúp đỡ. Gã cũng dùng những lời lẽ sáo rỗng chẳng hạn như đừng chống cự thì mọi thứ sẽ dễ dàng hơn. Hãy để gã thăng hoa với những khát khao tình dục và rồi mọi chuyện sẽ tốt cả. Cơ bản đó cũng là những điều mà tôi từng nghe từ gã.

Không thể phủ nhận một điều là tôi đã tha thứ cho gã. Sau này tôi biết thêm rất nhiều thông tin mới về gã và không chắc là mình có quyền tha thứ cho gã hay không. Có lẽ đây là câu hỏi sẽ làm tôi băn khoăn đến cuối cuộc đời. Đúng vậy, trong đầu gã luôn mong muốn tất cả chúng tôi trở thành một gia đình, nhưng khi nghĩ lại, tôi thấy rõ ràng tất cả chỉ là ngụy biện. Ngụy biện rằng mọi thứ đều ổn. Ngụy biện rằng các con tôi không cần phải đến trường. Ngụy biện rằng thật bình thường khi tôi không cần phải lái xe. Bình thường khi chúng tôi không cần bạn bè gì cả. Rằng bình thường khi Phillip nghe thấy những tiếng nói trong đầu. Hiển nhiên gã luôn là cha của các con tôi. Không điều gì có thể thay đổi được điều đó. Giờ đây chúng tôi có rất nhiều cơ hội trong cuộc sống này. Tôi rất mong đợi được nhìn thấy các con mình sẽ làm gì với cuộc sống của chúng. Giờ đây không ai có thể nói là chúng tôi không thể leo lên một ngọn núi ở Istanbul hay bay qua dải núi Alps ở Thụy Sĩ, hay là tản bộ cùng nhau trên một con đường yên tĩnh. Giờ đây mọi thứ đều mở rộng trước mắt chúng tôi, trong khi trước kia tất cả đã đóng im ỉm.

Tôi vẫn lo rằng mình không thể bảo vệ được cho các con. Có người mẹ nào lại không muốn bảo vệ con mình khỏi hiểm nguy trong cuộc sống này? Nhưng tôi phải tin là cả hai con gái của tôi sẽ sống tốt. Tôi cũng nhận thức được rằng đôi khi che chở quá nhiều cho con cái thực chất chỉ là chúng ta đang bảo vệ cho bản thân mình mà thôi.

Mẹ tôi đã vượt qua nỗi đau mất con. Tôi nghĩ em gái tôi làm mẹ bận bịu suốt ngày cũng là một điều tốt. Thế nhưng mẹ đã không bao giờ nguôi hi vọng rằng sẽ tìm được tôi vào một ngày nào đó. Thực ra tôi cũng chỉ mới biết điều này. Bấy lâu nay tôi đã quyết định không nghĩ đến một vài điều, chẳng hạn như về mẹ tôi, bởi vì nó làm tôi đau đớn. Có đôi lúc tôi cứ nghĩ mãi về những điều "sẽ thế nào nếu" hoặc nhớ về một vài chuyện đã xảy ra giữa mẹ con tôi, nhưng hầu hết thời gian là tôi không nghĩ gì cả. Tôi đã chỉ cho phép mình nghĩ về mẹ vào đúng ngày sinh nhật của mẹ. Nhưng thỉnh thoảng đầu óc tôi không chịu nghe lời, những dòng suy nghĩ về mẹ cứ hiện lên. Mẹ vẫn sống ở Tahoe chứ? Mẹ có nghĩ về con không? Một lần tôi có cảm giác rất kì lạ là mẹ đã không còn hiện diện trên thế giới này nữa và đau đớn tột cùng. Tôi phải liên tục tự trấn an mình rằng chuyện này không đúng và tôi phải thôi làm mình hoảng sợ đi. Cám ơn Chúa khi điều đó không phải là sự thật.

Nancy trở thành "mẹ"

Nancy đã nghỉ việc tại CAP và ở nhà. Phillip bảo công việc in ấn có thể kiếm đủ tiền sinh sống cho đến ngày gã trở nên nổi tiếng. Gã luôn nói rằng một ngày nào đó, gã sẽ nổi tiếng nhờ các bài hát của mình. Gã cũng khoe là đã viết bài hát cho tất cả mọi người. Thậm chí gã còn viết một bài hát cho mẹ của gã nữa. Lúc nào Nancy cũng dặn tôi cần phải khuyến khích gã, có nghĩa là khuyến khích cái tôi của gã để gã tiếp tục vươn lên thay vì quay trở lại với con người của gã lúc xưa. Hiện gã đang uống thuốc do bác sĩ tâm lí của gã kê toa. Tôi mới biết một trong những bác sĩ tâm lí cho rằng gã mắc Hội chứng thiếu tập trung ADD. Gã bảo vị bác sĩ này đã làm thay đổi cuộc đời gã. Rốt cuộc thì gã đã hiểu tại sao mình có nhu cầu "tự chơi thuốc" trong những năm qua. Vì hội chứng ADD được chữa trị bằng ma túy methamphetamine, gã tin rằng trong tiềm thức của gã, chơi thuốc chính là để chữa hội chứng đó. Giờ thì một bác sĩ tâm lí khác được phân công chữa trị cho gã. Người này đã kê thuốc Dexedrine cho hội chứng ADD cùng với Zoloft cho chứng rối loạn tâm thần hưng cảm mà trước đây một bác sĩ khác cũng chẩn đoán giống như vậy.

Suy ngẫm

Tôi đã tìm hiểu sự khác biệt giữa phương pháp trị liệu hỗ trợ và trị liệu tăng cường. Sau khi đọc hàng loạt bản báo cáo và từ những gì Phillip nói với tôi, tôi nghĩ một trong những bác sĩ tâm lí của gã đã dùng phương pháp trị liệu tăng cường. Người này cũng giải thích tại sao Phillip đã không xuất hiện trong những lần hẹn khám. Có một lần Phillip mang kết quả dương tính với ma túy trong một lần bị kiểm tra bất ngờ. Khi bị dương tính một lần nữa, gã nói với bác sĩ tâm lí là ai đó đã bỏ thuốc vào nước uống của gã tại một bữa tiệc. Rõ ràng điều tồi tệ nhất là người bác sĩ đó đã tin lời gã và không báo cáo với nhân viên quản thúc. Cả hai vợ chồng gã đều đến gặp vị bác sĩ tâm lí này ba ngày trước khi bắt cóc tôi, và bốn ngày sau đó. Không phải là vị bác sĩ này cần phải biết chuyện gì đã xảy ra; tôi chỉ muốn nói thật lạ khi một bác sĩ tâm lí lại không nhận ra có điều gì không ổn. Phillip đã tìm được lí do mà bấy lâu nay gã vẫn đang tìm kiếm. Sở dĩ gã đã "tự chơi thuốc" trong suốt mấy năm qua là vì gã mắc hội chứng ADD và rối loạn tâm thần hưng cảm. Vị bác sĩ tâm lí kia đã khuyên gã uống Zoloft để điều trị rối loạn tinh thần hưng cảm và Ritalin cho hội chứng ADD. Không hiểu sao bác sĩ tâm lí của Phillip luôn cho rằng gã là người đáng tin cậy.

Một bác sĩ khác của Phillip cũng dùng phương pháp trị liệu tăng cường tương tự. Vị bác sĩ này đã hẹn Phillip đến phòng khám mỗi tháng hay đại loại thế, và ông ta cũng tin Phillip đã đổi thay. Lúc này Cơ sở In Giá Rẻ bắt đầu in danh thiếp, giấy in sẵn tiêu đề thư và phong bì. Phillip muốn có màu sắc và phông chữ đặc biệt vốn rất khó in trên máy in phun – không phải lúc nào màu cũng đúng như mong muốn và chúng tôi phải in đi in lại nhiều lần. Năm 2008, Phillip và Nancy lại đến bác sĩ tâm lí. Sau khi đã về nhà, Phillip kể cho tôi nghe rằng cuối cùng gã đã nói với vị bác sĩ tâm lí kia rằng gần đây gã nghe thấy nhiều tiếng nói trong đầu mình. Phillip còn kể suốt ba tháng sau đó, vị bác sĩ này chẳng mảy may hồi âm, thế là gã đã không có thuốc điều trị suốt một thời gian. Sau đó gã chuyển sang dùng Dexedrine cho hội chứng ADD và không dùng thuốc gì cho hội chứng rối loạn tâm thần hưng cảm nữa. Phillip bảo với sự giúp đỡ của Chúa, gã đã kiềm chế được tính khí thất thường của mình. Và phần lớn thời gian gã đã thành công. Phillip gặp khó khăn khi phải tập trung vào một thứ gì đó. Những dòng suy nghĩ của gã rối tung rối mù, một lúc trong đầu gã có thể có đến năm mươi hướng suy nghĩ khác nhau. Mọi thứ có vẻ như loạn hết cả lên. Tất cả chúng tôi đều khốn đốn với tình trạng ấy. Vị bác sĩ tâm lí kia đột nhiên gửi thư cho Phillip và kê toa thuốc cho hội chứng ADD của gã. Thật kì lạ, chẳng lẽ vị bác sĩ này không có chút tò mò nào khi bệnh nhân cư xử như vậy sao? Ông ta cũng chẳng quan tâm xem bệnh nhân của mình đang ở trong tình trạng nào. Trong mắt tôi, Phillip đã đề nghị giúp đỡ nhưng không được thỏa nguyện. Còn biết nói gì đây? Rồi mẹ gã ngã bệnh và mọi thứ tồi tệ hơn nhiều.

Phillip nói Nancy rất khó chịu khi con gái tôi gọi tôi là "Mẹ." Bà ta đã bị sảy thai vài lần, và chứng cao huyết áp khiến bà ta không thể giữ được con mình cho đến ngày sinh nở. Tôi rất buồn cho Nancy. Phillip còn nói bà ta có cảm giác là người thừa thãi, nhìn tôi và mấy đứa bé mà đau xé ruột xé gan. Vì thế, gã gợi ý rằng để chúng tôi trở thành một gia đình hạnh phúc thì hai con tôi phải gọi Nancy là "Mẹ" và gọi tôi là "Chị." Tôi không muốn Nancy phải có cảm giác như người thừa. Nhưng tôi cũng không muốn gọi bà ấy là "Mẹ" tí nào. Tôi có mẹ mà. Tôi yêu và nhớ mẹ tôi vô cùng. Chẳng lẽ gã không biết điều này khó khăn như thế nào với tôi hay sao? Tuy nhiên cũng thật tốt nếu con tôi không phải phụ thuộc vào tôi trong mọi vấn đề nữa. Tôi sẽ có thêm sự trợ giúp để con tôi được chăm sóc tốt hơn, và những cuộc nói chuyện "người lớn" với Nancy sẽ tuyệt hơn nhiều. Tôi biết lúc đầu A bối rối vì bé con vẫn thường gọi tôi là Mẹ, nhưng tôi nghĩ bé con cũng quí Nancy, cho nên khi thấy tôi gọi Mẹ, bé con cũng bắt chước theo. Nếu chúng tôi bắt đầu xưng hô như thế, Phillip bảo bé G sẽ nghĩ rằng Nancy là mẹ của bé, và A thì còn quá nhỏ nên cũng sẽ quên việc gọi tôi là mẹ thôi. Rồi rốt cuộc Nancy sẽ cảm thấy là một phần của cả gia đình. Phillip còn bảo tôi nên chọn một cái tên để cho mọi người gọi.

Sau một vài ngày suy ngẫm, tôi quyết định chọn một tên mới và nói cho Phillip cùng Nancy nghe lựa chọn của mình. Tôi muốn được gọi là Allisa. Tôi từng rất thích xem chương trình *Ai là sếp?* và nữ diễn viên yêu thích nhất của tôi là Alyssa Milano. Nhưng tôi muốn phải khác một chút bằng cách đánh vần là A-L-L-I-S-S-A. Đó là cái tên mà lũ trẻ đã gọi tôi cho đến khi chúng lớn lên.

Gia đình giả tạo

Hôm qua là ngày Bốn tháng Bảy, Phillip muốn tất cả chúng tôi trèo lên nóc nhà kho xem pháo hoa. Tôi rất sợ phải leo cầu thang, mà còn hãi hùng hơn nữa khi phải trèo lên mái nhà kho ọp ẹp cùng với hai cô con gái nhỏ của mình. Tuy nhiên Phillip trấn an rằng mái nhà rất chắc chắn và an toàn, rằng nó có thể chịu đựng sức nặng của gã nên chúng tôi sẽ ổn cả thôi. Thế là tất cả chúng tôi leo lên cầu thang và gã lần lượt bế các con của tôi lên. Lúc này A đã lên bốn còn G thì được một tuổi và cứ đi đến bất cứ nơi nào mà bé con muốn. Bé con không bao giờ chịu ngồi yên và đã bập bẹ được vài tiếng như Lissa, Bố, và Mẹ.

Thời tiết ban đêm thật ấm áp. Những ngôi sao sáng lấp lánh và vầng trăng lưỡi liềm treo lơ lửng giữa bầu trời. Tôi ngồi trên nóc nhà mà cứ nghĩ về mẹ và trò chơi của chúng tôi với trăng. Tôi nhớ mẹ và thầm hát bài hát mà mẹ con tôi vẫn líu lo cùng nhau: "Tôi nhìn trăng và trăng nhìn tôi, Chúa ban phước lành cho trăng và cũng ban phước lành cho tôi nữa." Tôi nhớ mẹ biết bao.

G không chịu ngồi yên. Nancy cố bảo bé con hãy xem pháo hoa. Có lẽ tiếng pháo ầm ĩ làm bé con sợ, tôi muốn ôm bé con lắm nhưng sợ làm thế thì có vẻ như mình đang tranh giành với Nancy. G ngọ nguậy và cố thoát khỏi vòng tay của Nancy. Bé con rướn người về phía tôi để đòi tôi bế. Tôi nói với Nancy là tôi có thể bế bé con nếu bà ta muốn, thế nhưng bà ta bảo chắc pháo hoa làm bé con sợ thôi. Thế rồi bà ta bảo Phillip rằng chúng tôi nên vào trong nhà. Phillip cũng thấy không yên nên tất cả chúng tôi đều leo xuống. Nancy trả lại bé G cho tôi để tôi cho bú. Đôi khi tôi có cảm giác mình chỉ có mỗi nhiệm vụ là cho bé bú. Đúng là G rất thích bú sữa, nhưng tôi nghĩ bé con thích được tôi dỗ dành hơn. Bé con lúc nào cũng hiếu động, cựa quậy không yên và rất khoái cái ti giả. Chúng tôi đã đặt tên cho cái ti là Bucky. Tôi thấy dễ chịu hơn khi con gái tôi nằm yên trong vòng tay mình; còn lúc nãy, khi ở trên nóc nhà kho, tôi có cảm giác như tim mình muốn rớt ra ngoài. Tôi chỉ muốn giành lấy bé con và ôm chầm lấy bé. Tôi không biết phải nói với Nancy như thế nào sau chuyện này. Mối quan hệ giữa tôi và bà ta vốn dĩ đã rất mong manh rồi. Nhưng tôi đang cố hết sức để giữ lấy chút tình cảm mà cả hai chúng tôi đã tạo nên.

Hôm nay Phillip và Nancy dẫn mẹ con tôi ra biển. Tôi hơi bất an vì đã rất lâu rồi chẳng được ra ngoài. Lỡ tôi làm chuyện gì sai thì sao? Phillip bảo chúng tôi sẽ là một gia đình bình thường trên bãi biển nên chẳng có gì đáng để lo.

Khi đến nơi, biển cho tôi cảm giác thật tuyệt vời về sự tự do, dẫu tôi biết rằng mình đang không có. Phillip đỗ xe kế bên một mỏm đá và tất cả chúng tôi bước ra ngoài ngắm biển. Mỏm đá cao chót vót khiến A phải khuỵu gối xuống vì sợ. Tôi muốn chạy đến dỗ con mình rằng chẳng có gì phải sợ cả, thế nhưng Phillip đã ở đó và nói rằng gã sẽ bế bé con đi xuống.

Chúng tôi đã ở biển suốt mấy giờ đồng hồ. Tôi rất thích vui đùa trong nước mát cùng với các con. Nancy cũng tham gia nữa, riêng Phillip thì ngồi trên một tấm chăn trải trên cát và đọc Kinh Thánh. Sau bữa ăn trưa, tất cả chúng tôi đi dạo bãi biển. Chân tôi rộp lên dù lâu nay vẫn đều đặn tập thể dục cùng với Nancy. Lũ trẻ đang tận hưởng một ngày thật vui và tôi thấy mừng cho chúng. Rồi Phillip thấy đau lưng nên chúng tôi quay trở lại xe, đi về nhà và trở lại với khu vườn sau như cũ.

Một vài tuần sau đó, Nancy bảo tôi cùng đi làm móng tay với bà ta. Nancy bảo sẽ thuyết phục Phillip rằng việc này sẽ tốt cho mối quan hệ của chúng tôi. Thật sự trong lòng tôi chẳng muốn đi đâu. Tôi còn lấy làm lo sợ nữa. Thế rồi Phillip đưa cho tôi một trăm dollar và nói rằng Nancy sẽ dẫn tôi đi. Gã còn bảo là sẽ rất vui cho mà xem.

Tôi bước lên xe và Nancy đưa tôi đến tiệm làm móng tay. Tôi hồi hộp kinh khủng. Nhỡ người làm móng thấy tôi run thì sao? Khi tới nơi, tôi khoác lên người cái vẻ "chuyện gì cũng ứng phó được" rồi đi theo Nancy. Bà ta nói với một phụ nữ Nhật Bản rằng chúng tôi muốn làm móng tay. Tôi ngồi xuống ghế và chìa tay ra cho thợ làm móng. Lạy Chúa là tay tôi không hề run, thế nhưng trong lòng tôi lại như có lửa đốt. Tôi chỉ muốn về với các con. Người phụ nữ ấy hỏi tôi vài câu và tôi cứ thế trả lời cho qua chuyện. Tâm hồn tôi không để ở đây. Tôi không phải là một con người thật. Tôi không là ai cả. Không ai nhận ra tôi.

Thế rồi móng tay của tôi cũng được sơn xong và chúng tôi quay trở lại xe. Nancy dừng xe để mua bữa trưa ở tiệm Jack in the Box và chúng tôi ăn trong xe. Nancy tỏ vẻ rất thích thú với chuyện làm móng. Bà ta có một bộ móng kiểu Pháp và than phiền rằng người phụ nữ kia đã cắt lố đi một chút. Tôi thì không thấy có gì đáng phải chê trách và khen móng tay của bà ta rất đẹp.

Cuối cùng chúng tôi cũng về đến nhà. Phillip đang đọc Kinh Thánh trên ghế và các con tôi đang xem phim *Vua Sư Tử*. Không có gì thay đổi, nhưng mọi thứ đã thay đổi hết rồi. Hôm nay tôi đi ra ngoài và trở về nhà mà chẳng có ai nhận ra tôi. Thậm chí chẳng có ai buồn hỏi xem tôi là ai nữa.

Lần đi ra ngoài tiếp theo của tôi là đến Walmart. Tôi đi kè kè bên Nancy và hết sức cảnh giác, không nhìn thẳng vào mắt ai. Đôi bàn tay tôi run rẩy... liệu có ai nhận ra tôi không?

Suy ngẫm

Tôi không được phép rời khỏi "khu vườn bí mật" của Phillip mãi đến khi con gái út của tôi lên hai và chúng tôi cùng đến Lễ hội ngô Brentwood. Lúc ấy Phillip và Nancy cắt tóc cho tôi thật ngắn và nhuộm thành màu nâu. Tôi tăng những ba mươi pound* sau khi sinh nở nên Phillip nghĩ sẽ chẳng có ai nhận ra tôi nữa. Tôi vẫn còn nhớ mình đã hồi hộp như thế nào, cứ đi sát bên cạnh Phillip trong khi lảng tránh đến mức tối đa ánh mắt của tất cả mọi người. Nancy bảo tôi mặc một chiếc áo đen rộng thùng thình và chiếc quần jean tôi mặc cũng màu đen nốt. Kể từ lúc ấy, tôi đã phó mặc bản thân mình cho số phận. Kí ức rõ ràng nhất của tôi về ngày hôm đó là tôi đã câm như hến và chẳng hét to cho cả thế giới nghe "Này, tôi đây, Jaycee đây!" cho dù tôi khát khao được làm như thế. Tôi là Allissa, một cô gái đã bụng mang dạ chửa đến hai lần, và mục đích lớn nhất của tôi là bảo vệ các con khỏi thế giới đầy xấu xa, độc ác. Những gì còn lại trong ngày hôm ấy thì tôi không nhớ rõ lắm; tôi chỉ nhớ Phillip đã động viên tôi đi thử một vòng quay ngựa gỗ. Tôi không muốn đi một mình nhưng rốt cuộc cũng thử. Tôi vẫn nhớ mình đã nghĩ đến những vòng quay và ước gì tôi cũng được tự do như tất cả mọi người ở đấy. Tự do đi lại và tự do là chính mình. Thế nhưng tôi

_____

* 1 pound = 453,592 gam.

— 209 —

không được như thế. Lần tiếp theo chúng tôi đi ra ngoài là vào dịp lễ Halloween cũng trong năm 1999. Chúng tôi đến nông trang Smith và tất cả đều được hóa trang: tôi và Nancy là những người hippy, A là cô nàng Belle trong phim *Người đẹp và quái vật*, còn cô con gái út của tôi hóa trang thành chú chó xanh Blue trong bộ phim *Manh mối của chó Blue*. Phillip thì mặc bộ đồ rock'n'roll của thập niên 70 mà gã vẫn giữ được từ lúc còn trong ban nhạc. Gã mang theo cả một cây đàn guitar và sẵn sàng đàn hát cho ai đó lắng nghe. Quả thật là khó chịu, thế nhưng mọi người đều tỏ ra thân thiện và lịch sự. Hai con gái của tôi đi nhặt bí ngô và trò này thật vui. Chỉ có một điều vẫn không bao giờ thay đổi: Tôi biết là chúng tôi sẽ quay trở lại "khu vườn bí mật", nơi không phải là nhà mà chỉ là một căn phòng và một túp lều.

Lần đi ra ngoài này dẫn đến lần đi kế tiếp. Tôi đã quen với việc không nhìn vào mắt người khác. Tôi chỉ sợ nếu mình nhìn thì họ sẽ đặt ra những câu hỏi mà tôi không trả lời được. Tôi cứ thế đi sát bên Nancy và cảm thấy đôi tay của mình run rẩy khi đưa tay chạm vào vật gì đó mà tôi muốn. Rồi thời gian cũng trôi qua và việc đi ra ngoài cũng trở nên dễ dàng hơn, thậm chí chúng tôi còn dắt theo cả hai con gái của tôi đi mua sắm nữa. Tuy nhiên tôi không thể nào thôi nghĩ đến một ngày nào đó, có ai đó sẽ hỏi rằng: "Này, có phải em là cô bé bị mất tích không?", tiếc rằng thực tế không có ai hỏi như thế. Tôi không là ai cả. Chẳng có ai nhận ra tôi.

Những con mèo

Phillip đã cho một con mèo hoang đến khu vườn sau ăn và con mèo này có cả một đàn con. Gã gọi nó là "mèo mẹ" và cho vào trong nhà ở cùng với mẹ của gã. Gã đã tìm được chỗ nuôi tất cả những con mèo con ngoại trừ một con gã buộc ở ngoài vườn. Gã gọi nó là Blackjack. Chú mèo này rất thân thiện. Thật tuyệt khi lại có một con mèo. Dù vậy tôi không thích cách mà Phillip đối xử với nó lắm. Những lần gã "chạy", tôi lại nghe Blackjack kêu khóc suốt cả đêm. Con mèo chưa bị thiến nên tiếng kêu rất to làm cho Phillip bực mình. Để cho nó im, Phillip đã tạt cả bô nước tiểu của gã vào Blackjack tội nghiệp. Tôi ghét gã và muốn gã dừng lại. Nhưng mỗi khi phê thuốc, gã không bao giờ nghe tôi. Tôi chỉ khơi lại chuyện khi gã tỉnh và gã nói gã cảm thấy rất tệ với chuyện đã xảy ra và hứa rằng sẽ không bao giờ làm điều đó nữa. Tôi bảo gã rằng con mèo cần được thiến và Phillip nói sẽ tìm cách.

Suy ngẫm

Blackjack sống rất lâu. Sau này tôi là người chăm sóc chủ yếu cho Blackjack và cũng là người phát hiện ra nó đã chết. Tôi đã buồn biết bao nhiêu. Trước đó, tôi đã làm một chỗ trú nhỏ ở ngoài vườn để mỗi đêm Blackjack có thể chui vào ngủ cho an toàn, và đây cũng chính là nơi tôi thấy nó qua đời vào một buổi sáng nọ. Đó là vào năm 2002, chú mèo của tôi nằm cuộn tròn và toàn thân cứng đờ. Tôi đã khóc như mưa, cho dù tôi biết trước là ngày này rồi cũng đến vì mấy hôm gần đây nó không còn được như trước nữa.

Một vài năm sau này, khi con tôi vẫn còn nhỏ xíu, tôi thường hay ra ngoài vườn một mình. Đôi khi tôi cảm thấy áp lực ngay chính trong lòng mình. Cảm giác cần phải chạy trốn đè nặng lên tôi, và để xoa dịu bản thân, tôi cần ra ngoài một lát. Một nơi không ai thấy tôi – một nơi mà tôi rời xa được mọi thứ và chỉ có một mình mình. Một trong những nơi yêu thích nhất của tôi là góc để chồng gỗ, chỗ ranh giới của dãy hàng rào ở vườn sau. Một ngày nọ tôi nhìn thấy một con mèo hoang cứ đi qua lại, thế là tôi ngồi canh thật lâu, cuối cùng thì phát hiện ra ba con mèo con của nó. Tôi đặt vài miếng thức ăn dụ chúng ra. Chỉ có một con tỏ ra thân thiện và tôi hỏi Phillip liệu tôi có thể giữ nó lại không. Gã đã đồng ý và rồi mang những con còn lại đến trung tâm thú vật đi lạc để tìm người nuôi. Con mèo tôi giữ lại là một con đực với bộ lông dài, trông có vẻ là một con mèo lông xù Mỹ. Tôi đặt tên cho chú là Tucker. Tucker là con mèo đầu tiên mang lại cho tôi cảm giác thật sự là của tôi. Dù vẫn yêu Eclipse, nhưng chưa khi nào tôi có cảm giác Eclipse là của mình. Chính tôi đã tìm ra Tucker. Chính tôi cho chú ăn. Tôi đảm bảo cho chú luôn được an toàn và tôi yêu Tucker hết mực. Tucker luôn ngọt ngào, dễ thương và chạy đến bên tôi bất cứ lúc nào tôi gọi. À... thật ra là thỉnh thoảng thôi. Tôi nhớ một lần nọ vào giờ ăn tối, tôi gọi hoài gọi mãi mà chẳng thấy Tucker đâu. Tôi thường cho mèo ra ngoài vào ban ngày và kêu chúng trở về chỗ trú vào ban tối để cho ăn. Thế nhưng hôm đó tôi đã gọi liên tục và lo rằng sẽ không bao giờ gặp lại Tucker nữa. Chỉ khi chú mèo của tôi nhảy qua hàng rào kêu meo meo đòi ăn, tôi mới thở phào nhẹ nhõm. Tucker sống cùng với một con mèo hoang khác mà chúng tôi đã bắt được bằng bẫy. Con mèo hoang màu đen này hay xuất hiện ở ngoài vườn và cắn chết mấy con chim, vì vậy mà chúng tôi quyết định bắt, thiến và giữ nó lại nuôi. Tôi gọi nó là Lucky. Hóa ra Lucky cũng là một con mèo rất dễ thương. Ngoan hiền và ăn nhiều! Chú sống cùng Tucker không biết đến bao nhiêu năm, cứ như là hai anh em vậy. Ngày cả hai ra đi, con tim tôi trở nên tan nát. Cho đến hôm nay, khi viết những dòng này, nước mắt tôi lại tuôn chảy.

Đó là vào một ngày trước lễ Halloween. Tôi đang ở trong văn phòng làm việc và bé G chạy vào báo có hai con chó rất to ở vườn sau. Trước tiên tôi lo lắng cho các con và chạy ngay ra ngoài xem thế nào. Ngay lúc tôi chạy ra, hai con chó Husky to lớn ấy chạy đi mất bằng chính lối mà chúng đã tới – đó là một cái lỗ mà chúng phá giữa hai lớp hàng rào thông từ vườn nhà hàng xóm sang vườn sau của Phillip. Tôi đã chặn cái lỗ bằng một thanh gỗ và đinh ninh rằng mình đã giải quyết xong vấn đề; giờ nghĩ lại, tôi ước gì mình đã bỏ chút thời gian để sửa lại hàng rào, thế nhưng mọi chuyện đã quá muộn rồi.

Vào giữa sáng ngày hôm sau, cũng vào lúc tôi đang làm việc, hai con tôi chạy vào và nói mấy con chó lại quay trở lại. Lần này tôi không còn hoảng loạn nữa. Hai con chó có vẻ vô hại đối với tôi, và tôi chắc chắn rằng chúng sẽ chạy đi mất khi thấy tôi ra ngoài. Phillip, Nancy và ba mẹ con tôi đều ra sau vườn và đuổi hai con chó đi. Chúng tôi cũng chuẩn bị che chắn lại cái lỗ để chuyện này không xảy ra lần nữa. Mọi người đều ở đó để giúp tôi đuổi hai con chó đi, và khi tôi quay lưng "chào" mấy con mèo của mình thì Tucker và Lucky đã nằm yên bất động. Tôi thấy đất trời như sụp đổ và không thể cử động một lúc lâu. Phillip nhìn tôi và sau đó kiểm tra cái lỗ lớn chỗ trú của hai con mèo mà lũ chó đã phá. Lũ trẻ vẫn chưa nhìn thấy xác của chúng và cũng không biết điều gì đã xảy ra, chúng chỉ thấy tôi quỳ gối và khóc nức nở. Tôi không thể cầm được nước mắt. Thật quá đau lòng. Phillip ở lại với tôi trong khi Nancy dắt lũ trẻ vào trong, tôi không biết Nancy đã nói gì với chúng, mà cứ thế ngồi đó khóc ròng. Phillip qua nhà hàng xóm để báo cho họ biết chuyện đã xảy ra và không lâu sau đó, tôi nghe tiếng họ sửa lại hàng rào. Chắc chắn là họ cũng nghe thấy tôi khóc; tôi chỉ muốn chuyện này không bao giờ xảy ra với bất kì con mèo nào nữa. Tôi khóc cả ngày hôm đó và cả những ngày hôm sau, đặc biệt là giờ cho mèo ăn, bởi vì tôi không còn phải múc ra nhiều đĩa như đã từng làm; thời điểm ấy thật khó khăn đối với tôi, đôi khi tôi phải bảo bé A ăn hết thức ăn. Tôi chỉ nằm suốt trên giường và ngủ; ban ngày tôi đã khóc quá nhiều nên đêm đến tôi hầu như không ngủ được với cái đầu đau nhức bưng bưng. Phải rất lâu sau đó tôi mới vượt qua được nỗi đau mất mèo, đặc biệt là Tucker, chú mèo mà tôi sẽ nhớ đến suốt đời bởi vì tôi đã tìm thấy chú, và chú cũng yêu quí tôi lắm lắm.

Vào năm 2006, Nancy và tôi lại mang về nhà hai con mèo con từ một lần đi mua sắm cho hai con gái tôi ở một cửa hàng bán đồ từ thiện. Chúng được bỏ trong một chiếc hộp và để ở trước siêu thị. Tôi và Nancy lấy ra hai con mang về nhà. Các con tôi đặt tên cho chúng là Princess và Misty. Princess rất quấn quít cô con gái út của tôi, lúc nào nó cũng lẽo đẽo theo bé con như một con cún con vậy. Misty thì rất nhàn nhã và nằm hàng giờ trong lòng của cô con gái lớn.

Tucker

Lucky

Chúng tôi cũng mới nuôi thêm hai con chó từ nhà ông hàng xóm bị đột quỵ phải chuyển đến sống tại một trung tâm dưỡng lão vài tháng trước. Phillip mang hai con chó của ông ấy về nhà – Mindy thuộc giống chó sục/chó lai với dòng Labrador và Rowdy, một con chó con chăn cừu Đức/Rottweiler. Không lâu sau đó chúng tôi nhận ra rằng hai con chó rất thích rượt đuổi những con mèo, và bởi vì chúng tôi có nhiều đồ đạc trong phòng nên quyết định tạo nên một đường chạy cho chúng. Mỗi ngày tôi dắt chúng ra vườn một lần với sợi dây xích cổ. Rowdy lúc nào cũng kéo tôi đi, vì vậy mà tôi hay bị nó lôi đi bất ngờ và thậm chí suýt ngã nhào vào nhà kho ở giữa khu vườn. Căn nhà kho ọp ẹp gần đổ và tôi phải dặn đi dặn lại lũ trẻ là phải tránh xa. Rowdy nhất quyết lao tới và hít lấy hít để xung quanh nhà kho, tôi buộc phải chịu thua và để nó kéo đi. Có một lỗ nhỏ nhìn vào bên trong nhà kho, ngay lập tức nó liền nhảy phốc lên, ngó vào trong và bắt đầu kêu ư ử. Tôi kéo nó ra và rồi nhìn vào nhưng lúc đầu chẳng thấy gì vì tối quá. Cuối cùng thì tôi thấy vật gì đó cử động, thì ra là một con mèo con nhỏ xíu. Có lẽ một trong những con mèo hoang ở khu vực này đã đẻ con trong nhà kho của chúng tôi. Mấy ngày tôi quan sát chúng thì thấy một con mèo mẹ lui tới đây vài lần. Thế rồi tôi dẫn các con ra và chỉ cho chúng thấy những con mèo từ đằng xa, hai đứa nhỏ đều muốn mang chúng vào trong phòng. Tôi bảo với các con là chưa được bởi vì chúng tôi không có đủ tiền để nuôi đến bốn con mèo con. Tôi không biết phải làm gì nữa. Tất cả mèo trong nhà đều đã được thiến, nhưng thật khó tìm một nơi nào đó trong khu vực làm việc này miễn phí hay giá rẻ. Sau tuần lễ đầu tiên tôi nghe thấy những con mèo con kêu la thảm thiết, mấy ngày rồi chẳng thấy mẹ của chúng quay trở lại. Có lẽ con mèo hoang sợ hãi rồi từ bỏ luôn cả con mình. Tôi đem chuyện này nói với

Phillip, gã nói cần phải đưa chúng ra khỏi nhà kho rồi hẵng quyết định xem sẽ làm gì. Từ cái lỗ nhỏ ấy, chúng tôi cố đưa tay vào nhặt những con mèo con ốm yếu ra ngoài. Chúng nhỏ xíu và có vẻ như chẳng có gì vào bụng trong suốt một thời gian dài. Tôi cũng phát hiện ra chúng đã có răng, nhưng hình dáng bề ngoài thì bé hơn so với tuổi thực sự của chúng. Một con có vẻ như bị đau mắt và Phillip đã cho phép tôi mang đến trung tâm thú y nếu tôi giả vờ là con gái của gã. Mà mỗi lần tôi ra ngoài, cũng chẳng có ai tỏ ra băn khoăn xem tôi là ai cả. Phillip bảo rằng đó là nhờ những "thiên thần" đang bảo vệ chúng tôi. Còn tôi thì cứ nghĩ mình là một kẻ vô hình. Sức khỏe của những con mèo đều tốt và rốt cuộc chúng đã trở thành những thành viên trong đại gia đình mèo của chúng tôi.

Có điều không may là khi tôi và các con được những nhân viên cảnh sát đến giải cứu, Princess và Misty không có ở đó, và cả Neo, con mèo khoang tôi được tặng vào sinh nhật hai mươi ba tuổi của tôi nữa. Tôi đã sợ là mẹ con tôi sẽ không bao giờ được gặp lại những con mèo mới nuôi, nhưng may mắn là chúng đã ở trong nhà và đều được giữ lại. Thật khó tưởng tượng là chúng tôi không bao giờ được gặp lại những còn mèo nữa. Chúng đã đóng vai trò rất lớn trong cuộc sống của chúng tôi, chúng đã trở thành những thành viên trong gia đình của tôi rồi.

Tôi sẽ mãi mãi biết ơn cô cảnh sát Beth vì đã quan tâm đến những con mèo của tôi và tìm chỗ nuôi dưỡng chúng trong suốt sáu tháng trời cho đến khi chúng tôi được đoàn tụ vào tháng Một, năm 2010.

• *Những trang nhật kí* •

Mùa xuân năm 1998, tôi cần tìm cách giải tỏa hết mọi cảm giác và xúc cảm chất chứa trong lòng. Tôi biết Phillip sẽ không bao giờ cho phép tôi viết ra mọi thứ, nhưng trong tôi có một niềm thôi thúc mãnh liệt là phải ghi ra giấy. Khi lên bảy hay tám, ước mơ của tôi là trở thành một nhà văn hay là một bác sĩ thú y. Tôi thích viết truyện và đã nghĩ ra không biết bao nhiêu câu chuyện từ năm này sang năm khác. Tôi cũng đã cố gắng truyền tải niềm đam mê đọc sách cho các con tôi và khuyến khích chúng viết ra những câu chuyện của chúng. Quyết định có chia sẻ những trang nhật kí của tôi hay không là cả một sự đắn đo khó khăn và lâu dài, rốt cuộc tôi kết luận rằng việc nói ra những cảm xúc và suy nghĩ trong suốt thời gian bị bắt là một điều quan trọng đối với tôi. Phần lớn những trang viết cho thấy tôi mong muốn tự do nhiều đến mức nào, khao khát được gặp lại mẹ nhiều biết bao nhiêu, và cả việc thú nhận những cảm giác mâu thuẫn của tôi về Phillip và Nancy Garrido nữa.

NGÀY 3, THÁNG NĂM, 1998

Tôi là ai? Ngay tại thời điểm này, tôi không biết. Thậm chí tôi còn không biết mình muốn trở thành người như thế nào. Nhưng tôi biết mình đã từng là ai? Tôi từng là một đứa trẻ luôn luôn muốn được chấp nhận, luôn luôn muốn trở thành một phần của đám đông. Lúc nào tôi cũng nghĩ đến những điều đúng đắn để nói với ai đó. Tôi mong muốn được yêu quí để hòa hợp cùng với mọi người. Khi bắt đầu đi học, tôi đã chuyển đến 4 ngôi trường khác nhau cho đến năm 11 tuổi, điều này quả không dễ dàng với tôi khi là một đứa trẻ mới đến. Chẳng biết bất kì ai và chơi một mình trong sân không phải là điều tôi yêu thích, cho nên tôi luôn cố gắng tìm một người bạn. Ấy vậy mà tôi lại quá nhút nhát để làm điều đó. Thường thì các bạn làm quen với tôi trước. Tại trường tiểu học Meyers ở G. Lake, Tahoe, có một bạn gái đã đến làm quen với tôi. Lúc ấy dĩ nhiên tôi là người mới đến và đang suy nghĩ mông lung một mình trên chiếc xích đu: Tại sao tôi không cố gắng làm quen với những đứa trẻ khác, tôi rất ghét một mình! Nhưng không hiểu vì lí do gì mà tôi không thể nào bước tới các bạn và hỏi xem tôi có thể chơi cùng không, tôi đoán là vì mình quá nhút nhát. Dù sao đi nữa thì phải quay lại câu chuyện lúc nãy đã; cô bạn ấy ngồi trên một chiếc xích đu bên cạnh tôi, mở lời nói chuyện với tôi, và thế là chúng tôi trở thành bạn. Cô bạn ấy thật tốt biết bao.

Tên của bạn ấy là Rowan, tôi nghĩ Rowan đến từ Nga hay Ukraine gì đấy. Sau đó bạn ấy giới thiệu tôi với một trong những người bạn khác tên là Shawnee, người sau này đã trở thành "bạn tốt nhất của tôi ở Tahoe." Shawnee cao hơn nhiều so với tuổi, còn tôi thì bé loắt choắt nên tôi nghĩ rằng bạn ấy sẽ bảo vệ tôi. Shawnee rất yêu ngựa và còn vẽ ngựa cho tôi nữa. Chúng tôi đã trải qua rất nhiều ngày tháng tuyệt vời bên nhau. Shawnee có một chú chó tên là Rowdy vốn rất hay lẽo đẽo theo chúng tôi đi lên đồi, nơi mà cô bạn ấy sống cùng bà ngoại; tôi thích Rowdy vô cùng và thường ghen tỵ với Shawnee vì tôi cũng muốn có một con chó cho riêng mình. Tôi đã từng có hai con chó khi sống cùng ông bà ngoại Poppy và Ninny, nhưng một ngày nọ ông bà bảo tôi rằng đã cho người ta con chó đầu tiên tên là Tisha rồi. Thế là tôi khóc suốt mấy ngày. Tôi nhớ mình đã chạy ra ngoài để chơi với nó nhưng chẳng thấy nó đâu, sau đó tôi chạy vào trong hỏi thì biết được rằng ông bà mang Tisha đem cho vì nó đã phá nát khu vườn phía sau nhà. Tôi đau đớn vô cùng và thầm nghĩ điều tồi tệ nhất là ông bà đã không cho tôi biết, và chính tôi là người phát hiện ra nó đã đột ngột ra đi. Sau đó ông bà dẫn tôi đi Disneyland và mua cho tôi một con chó nhồi bông rất giống với Tisha. Mỗi đêm tôi đều ôm nó ngủ. Không biết giờ này con chó nhồi bông ấy ra sao.

NGÀY 3, THÁNG MƯỜI MỘT, 1998

Tôi muốn sống cạnh biển vào một ngày nào đó. Thật tuyệt khi sở hữu một ngôi nhà nhỏ nhìn ra biển. Tôi có thể đi bộ xuống bãi cát ấm áp, lắng nghe tiếng sóng vỗ vào bãi đá và nhìn những con hải âu tung cánh giữa bầu trời trong xanh.

Tôi nhớ người ấy lắm. Tôi cố gắng tập trung để trông tỏ gương mặt của người ấy trong đầu mình, nhưng tôi không sao nhớ lại được. Tôi ghét bản thân mình vì điều đó. Có những kí ức đã nhạt nhòa như một giấc mơ.

Tôi vẫn nhớ có một lần khi tôi lên, à, không biết nữa, có lẽ 7 hay 8 tuổi gì đó, tôi đang chơi cùng với cô bạn thân nhất là Jessie trong khi mẹ tôi đang tắm. Chúng tôi quyết định chơi trò trốn tìm. Tôi đi vào nhà tắm và nói với người ấy* rằng hai đứa tôi sẽ trốn, và khi nào tắm xong thì người phải tìm chúng tôi. Có lẽ vì tiếng nước chảy to quá nên người không nghe thấy lời tôi, nhưng vào lúc đó tôi cứ nghĩ là người đã nghe được. Thế là hai đứa tôi trốn vào tủ quần áo. Khi ra khỏi phòng tắm, người ấy chẳng thấy chúng tôi đâu nên liên tưởng đến tình huống xấu nhất, chẳng hạn như ai đó đã bắt cóc chúng tôi rồi. Lúc đó tôi không hiểu vì sao người ấy lại sợ đến thế. Nhưng giờ thì tôi đã hiểu. Khi người hoảng

---

* Khi viết "người ấy" là tôi đang nói về mẹ tôi. Lúc viết những trang nhật kí này, tôi không thể dùng từ "mẹ tôi" vì cảm thấy đau đớn lắm.

sợ và gọi tên chúng tôi, chúng tôi cứ ngồi im thin thít trong tủ vì nghĩ là người đang tham gia trò chơi. Sau đó tôi nghe thấy người ấy hét toáng lên và chạy ù ra cửa. Rốt cuộc thì cả hai chúng tôi chạy ra ngoài, người ấy vẫn réo gọi tên chúng tôi đầy lo lắng trong khi áo quần chưa kịp mặc tử tế. Khi thấy tôi đứng ở cửa, người vội vàng chạy đến và ôm chặt tôi vào lòng như thể không bao giờ để tôi đi đâu nữa. Tôi bắt đầu khóc. Tôi xin lỗi vì cứ nghĩ người ấy đã nghe thấy tôi.

NGÀY 16, THÁNG MƯỜI HAI, 1998

Tôi có thể đổi cả tâm hồn tôi để lấy một tấm ảnh của người ấy. Không, không được, không phải tâm hồn tôi, vì không ai có thể từ bỏ tâm hồn của mình... đúng không? Tôi không biết nữa, có lẽ chúng ta đều chia sẻ tâm hồn cho những người mình yêu thương trong suốt cả cuộc đời. Được không nhỉ? Tôi không chắc lắm. Liệu tình yêu ấy có tồn tại không? Tôi chỉ biết rằng tình yêu của mình dành cho các con tôi là vô cùng to lớn. Cho dù chúng không biết tôi là mẹ ruột của chúng, tôi vẫn cảm nhận được sợi dây vô hình nối giữa tôi và lũ trẻ. Liệu người ấy có cảm nhận như vậy đối với tôi không? Người ấy có biết là tôi vẫn còn ở một nơi nào đó? Tôi tự hỏi liệu người ấy có biết là tôi nhớ người ấy biết nhường nào không. Đôi khi tôi không thể chịu đựng được khi nghĩ về người ấy, bởi lẽ tôi đau đớn tột cùng.

NGÀY 22, THÁNG MƯỜI HAI, 1998

Tôi muốn mọi thứ phải khác đi, nhưng không thể nào thay đổi dù chỉ là một điều nhỏ nhoi trong cuộc sống của mình. Tôi sẽ không bao giờ quay ngược được thời gian và thay đổi tất cả mọi thứ. Tôi yêu các con tôi. Tôi không nói mình đã có những vết sẹo sau mọi chuyện, nhưng thật sự là người tôi đã mang vài vết xước! Ví dụ như cảm giác khi ai đó chạm vào người tôi chẳng hạn. Tôi không biết mình sẽ phản ứng như thế nào khi một người đàn ông chạm vào mình sau những gì đã trải qua. Nhưng những cái ôm mang ý nghĩa gia đình thì lại khác, tôi không còn cảm thấy khó chịu nhiều mỗi khi gã ôm tôi. Tôi tự nhủ rằng gã ôm tôi không phải vì tình dục; có cảm giác như nó là cái ôm của một người cha. Nhưng sự thật là tôi cũng chưa bao giờ biết một cái ôm của cha là như thế nào. Rồi một ngày nào đó tôi sẽ tìm thấy tình yêu của mình. Tình yêu như những gì tôi đã đọc được, nhưng có vẻ tôi không có đủ may mắn và thực tế để hi vọng về điều đó. Lúc nào Phillip cũng nói về những con người tệ bạc trong cuộc sống. Tôi không nghĩ tình yêu mà tôi mơ ước là có thật. Dẫu vậy thì cũng ổn thôi, tôi vẫn có tình yêu từ những cô con gái của mình.

NGÀY 9, THÁNG BA, 2002

Tôi muốn trở nên hoàn thiện hơn. Trước tiên là tôi cần phải chăm sóc lại khu vườn. Thực sự bấy lâu nay tôi đã chẳng đoái hoài gì đến nó. Giờ thì tôi không biết mình phải bắt đầu từ đâu nữa. Tôi vốn không giỏi trong việc phải làm theo một kế hoạch cụ thể nào, và tôi cũng chẳng tìm thấy động lực tôi cần. Đây cũng là điều mà tôi muốn đổi thay.

NGÀY 2, THÁNG SÁU, 2002

Tôi nhớ người ấy lắm. Tôi tự hỏi người đang nghĩ gì và có bao giờ nghĩ về tôi không. Đôi khi tôi hi vọng là không bởi tôi không muốn người ấy phải buồn, cũng có lúc tôi băn khoăn không biết người ấy có vui hơn khi tôi không còn ở đó không. Thật sự tôi chẳng thích suy nghĩ này tí nào!

Tôi vẫn giữ tất cả kí ức xưa; vài kí ức đã trở nên mờ mịt lắm rồi, nhưng chúng vẫn còn trong tâm trí tôi. Lúc đầu tôi nghĩ mình nên cố gắng xóa bỏ những kí ức không còn rõ ràng nữa. Tôi vẫn còn nhớ có một lần gã ["gã" chính là Phillip, tôi cố không viết tên ra vì sợ Phillip đọc được] đang ngủ và tôi ngồi bên cạnh, cảm giác như đang được sống lại quãng thời gian khi tôi còn ở với dì, dượng và em họ của tôi. Những kí ức sống động đến nỗi có lẽ tôi đã ngồi suốt mấy giờ đồng hồ cho đến khi gã dậy. Tôi không biết tại sao mình lại nghĩ về một thời điểm nhất định trong cuộc đời như thế. Có lẽ bởi vì lúc ấy tôi cũng cảm thấy cô đơn như bây giờ. Thật khó khăn biết bao khi phải rời xa người ấy. Chẳng có ai nghe tôi khi tôi nói rằng mình không muốn ở đó một chút nào. Không phải vì dì tôi không muốn tôi ở cùng, chỉ là vì tôi không cảm thấy mình thuộc về nơi đó. Tôi có cảm giác mình như là một người ngoài và tôi chỉ muốn về nhà thôi!

Người ấy có nhớ tôi không?

NGÀY 16, THÁNG BẢY, 2002

Trái tim và tâm hồn có gì khác nhau? Tôi nghĩ là có cả một sự khác biệt lớn lắm. Trái tim là một bộ phận trong cơ thể, còn tâm hồn chính là bản thân tôi. Những người đi qua cuộc đời tôi đã giúp cho tâm hồn tôi lớn lên và cứ thế phát triển. Có rất nhiều người không chịu lắng nghe tâm hồn họ. Tôi biết chẳng qua chỉ là từ ngữ mà thôi, nhưng đó chính là cách mà chúng ta học để giao tiếp – bằng từ ngữ và thông qua cách cư xử với nhau. Chỉ có con người mới dùng từ ngữ để mô tả những điều mà chúng ta không bao giờ chạm tới. Những con mèo của tôi, Tucker, Lucky và Blackjack đều chiếm một vị trí rất lớn trong tâm hồn tôi. Tôi yêu chúng bằng tâm hồn của mình. Thật ngớ ngẩn khi viết ra điều này nhưng đó là cảm xúc thật sự của tôi dành cho chúng. Chúng làm tôi hạnh phúc và đôi khi cũng phát rồ lên. Blackjack rất tinh nghịch nhưng cũng trung thành nữa. Tucker thì tò mò lắm; nhưng chú thì dễ thương phải biết. Còn Lucky thì... ờ, tôi cũng chẳng biết phải viết sao. Lúc chú thích được ve vuốt, mà tôi ve vuốt chú thì chú lại bỏ đi. Tôi hiểu là chú đã sống một cuộc đời vất vưởng, hoang dã trước khi đến ở với tôi. Tôi biết là Lucky thích tôi lắm, cho dù chú có thể bỏ đi bất cứ lúc nào. Tôi biết chú ở lại đây là vì tôi cho thức ăn, nhưng sâu thẳm bên trong hắn phải có điều gì hơn cả thế. Không hiểu vì sao tôi không thể mô tả cảm giác của mình, nhưng tôi cảm thấy mình thật quan trọng vì những con mèo đã thực sự thích ở cùng tôi. Đúng là ngớ ngẩn thật. Tôi biết mình cần phải làm nhiều thứ hơn cho chúng nữa.

NGÀY 22, THÁNG TÁM, 2002

Tôi ngồi đây và muốn viết không biết bao nhiêu là thứ, nhưng tôi lại chẳng biết phải bắt đầu từ đâu. Tối qua tôi đã khóc. Không nhiều lắm, chỉ một chút thôi. Tôi cảm thấy thật khủng khiếp. Đôi khi tôi muốn chạy khỏi tất cả mọi thứ. Tôi chỉ muốn sống trong thế giới của riêng mình. Và rồi tôi sẽ có năng lực siêu nhiên, chẳng hạn như năng lực chữa lành cho con người và thú vật. Tôi cũng có thể nghe thấy suy nghĩ của mọi người và muông thú nữa. Rồi tôi sẽ hiểu được thú vật. Tôi sẽ đi vòng quanh thế giới trên lưng một con ngựa màu đỏ rực như lửa và bờm trắng tinh như tuyết. Tôi sẽ là một nữ anh hùng trong thế giới của tôi. Tôi sẽ đi khắp thế gian, giúp đỡ mọi người trên khắp các nẻo đường, và rồi thế giới này chỉ có hạnh phúc. Có lẽ tôi sẽ gặp một tâm hồn đồng cảm trên những chuyến đi của mình, và rồi chúng tôi sẽ tiếp tục hành trình cùng nhau mãi mãi. Chúng tôi sẽ tìm ra và chinh phục những thế lực độc ác để kết thúc hành trình và sống hạnh phúc đến suốt đời. Ôi, giá như tôi được sống trong ý nghĩ của mình. Tôi biết tôi sẽ chẳng bao giờ chạy khỏi đây. Tôi yêu thương các con mình hết mực và sẽ chẳng bao giờ rời xa chúng. Hoặc là chúng tôi cùng đi, hoặc là không. Bây giờ là hoàn toàn không thể.

NGÀY 30, THÁNG CHÍN, 2002

Tôi muốn mọi thứ phải thay đổi. Có lẽ tôi cần thay đổi bản thân mình trước đã. Tôi sẽ không ngừng tập thể dục. Tôi muốn cả cơ thể và tinh thần của mình được khỏe mạnh. Có đôi lúc tôi ước gì mình được quay trở lại trường để tiếp tục học. Tôi biết ở đây tôi chỉ học được từ gã. Có những lúc tôi cảm thấy mình thật yếu đuối và không thể làm được bất cứ điều gì. Tôi không hề có bất cứ kỹ năng nào. Một ngày nào đó tôi muốn trở thành một nhà văn, bởi vì tôi rất thích viết. Nhưng tôi cũng chẳng biết là mình sẽ viết về điều gì. Tôi thích đọc truyện cổ tích và thần thoại. Tôi cũng thích các cuốn tiểu thuyết tình cảm lãng mạn. Không phải là chuyện tình dục mà là các câu chuyện về một tình yêu hoàn hảo. Tôi thích ý tưởng về một người nào đó dành cả cuộc đời tìm kiếm tình yêu để thấy mình toàn vẹn như trong truyện của

Nora Roberts hay Danielle Steel. Tôi thích Nora Roberts hơn bởi vì truyện của Nora có vẻ thật hơn. Không, thật không phải là từ chính xác bởi vì những câu chuyện ấy cũng không thật lắm. Cuộc sống này đâu có độ lượng với tất cả chúng ta đâu.

NGÀY 2, THÁNG MƯỜI, 2002

Tôi đã nói là sẽ không bao giờ rời xa họ; tôi biết mình sẽ không dám làm thế bởi vì tôi hèn nhất! Tôi luôn luôn là một kẻ hèn nhất. Lúc nào tôi cũng thấy hồi hộp không yên, một chuyện nhỏ nhưng bất ngờ xảy ra cũng đủ khiến tôi thấy mình vô dụng, sợ hãi, và gương mặt tôi cứ như thể là một chiếc mặt nạ phản bội lại tất cả xúc cảm của tôi. Cằm tôi run run mỗi khi tôi lo lắng hay giận dữ. Tôi ghét cay ghét đắng khi tay mình cũng run rẩy theo. Dường như lúc nào chúng cũng run lập cập; mà tôi thì không thể kiểm soát được điều này. Dù vậy nhưng tôi không hề sợ vào những lúc ở nhà; chỉ khi nào đi ra ngoài với Nancy và ở giữa mọi người thì tôi mới thấy phát khiếp lên được. Họ có thấy tôi không?

NGÀY 16, THÁNG MƯỜI HAI, 2002

Tôi muốn có cảm giác thật toàn vẹn. Liệu sẽ có ngày tôi có cảm giác đó? Tình yêu, Chân lí, Thông thái – gã bảo ba từ này chính là chìa khóa của cuộc đời. Tôi có chúng không? Tôi đã có một tình yêu chắc chắn. Còn Chân Lí? Liệu có Chân Lí cho những gì đã xảy ra không?

NGÀY 4, THÁNG MỘT, 2003

Có lần tôi nghĩ rằng khi chúng tôi có thật nhiều tiền, gã chắc chắn sẽ theo đuổi sự nghiệp âm nhạc hay những thứ đại loại như thế, còn tôi sẽ tìm kiếm các giáo viên, những nhà tâm lí học cùng các bác sĩ hàng đầu thế giới để rồi sau đó âm thầm hỗ trợ ở phía sau. Tôi sẽ tổ chức và mở một trung tâm y tế miễn phí cho những người vô gia cư đến chơi đùa cùng thú cưng. Những con thú luôn mang đến niềm an ủi cho tôi, vì vậy mà tôi nghĩ chúng cũng bù đắp phần nào cho những trái tim mất mát của những người không có nơi nương tựa. Trung tâm y tế của tôi sẽ giúp họ lại đứng vững trên đôi chân mình và cảm thấy tốt hơn. Tôi không biết chính xác nó sẽ làm việc như thế nào, nhưng tôi đã thấy mẩu quảng cáo này trong một tạp chí và nghĩ họ có thể giúp tôi: Lisa và Gray Silverglat, đồng sáng lập Trung tâm Giải cứu Động vật Khẩn cấp M'Schoogy: 11519 State Rte. C., Savannah, MO 64485.

NGÀY 31, THÁNG MỘT, 2003

Làm ơn, làm ơn chấm dứt ngay cảm giác bứt rứt không yên của tôi đi. Tôi không thể thôi tưởng tượng cảnh dắt các con vào xe, khởi động máy và rời khỏi nơi kinh khủng này mãi mãi. Tôi biết là tôi không thể ra đi. Tôi đã dặn mình như vậy mỗi ngày. Thế nhưng tôi muốn thoát khỏi nơi này ghê gớm và niềm khao khát ấy cứ giày vò tôi mãi. Nhưng tôi sẽ đi đâu? Ai sẽ giúp tôi? Liệu tôi có tìm được việc làm không? Liệu gã có đuổi theo không? Tôi biết là sẽ không có nơi nào để đi cả. Những suy nghĩ và cảm giác ấy cần phải được nén chặt trong lòng. Rồi mọi chuyện sẽ tốt hơn, tôi tự an ủi mình như thế. Tôi thậm chí còn không biết lái xe, nhưng tôi vẫn thấy mình có thể làm được điều đó để trốn thoát. Làm ơn, làm ơn chấm dứt ngay đi mà.

NGÀY 22, THÁNG HAI, 2003

Tôi muốn tự lập hơn. Nhưng bằng cách nào? Tôi không nghĩ mình có thể tự sống được bên ngoài những bước tường này. Rồi tôi sẽ chẳng chăm sóc được cho các con và chính bản thân mình. Thế giới này là cả một mớ hỗn độn. Tại sao con người lại hủy hoại chính cuộc sống của họ? Đôi khi câu trả lời thật đơn giản, nhưng cũng có khi tôi lại thấy phức tạp vô cùng. Tại sao tôi lại nhớ người ấy [mẹ tôi] quá đỗi? Người ấy đã không có mặt trong cuộc sống của tôi quá lâu rồi. Thậm chí tôi còn không nhớ nổi người ấy trông như thế nào. Liệu tôi có nhận ra người ấy khi gặp lại không? Liệu con người chúng ta có sợi dây kết nối vô hình không? Liệu tâm hồn tôi có thể nhận ra tâm hồn của người ấy? Tôi không biết nữa. Tôi hi vọng sẽ có cơ hội tìm ra câu trả lời vào một ngày nào đó. Đôi khi tôi mơ về người ấy. Đó chỉ là những giấc mơ mờ ảo mà tôi thậm chí còn không nhớ nổi khi tỉnh dậy. Tôi chỉ biết là có người ấy trong đó. Kí ức cuối cùng của tôi về người là người quên hôn tạm biệt tôi vào buổi sáng hôm ấy. Tôi rất giận bởi vì đêm trước đó, tôi đã dặn người phải hôn tạm biệt tôi trước khi đi làm. Vậy mà người lại quên. Khi dạo trên con đường mà Nancy đã tạo ra trong vườn, tôi cứ nghĩ về người nhiều đến nỗi rơi nước mắt.

NGÀY 11, THÁNG BA, 2003

Thay vì một trung tâm y tế như đã từng nhắc đến trước đây, tôi nghĩ mình nên xây dựng một ngôi nhà. Có thể ngôi nhà đó nằm trong một trang trại nuôi ngựa và những con thú giống như thế. Rồi chúng tôi sẽ tìm việc cho mọi người trong trang trại, thế thì họ sẽ không còn vô gia cư nữa. Tôi không biết nhiều lắm về việc điều hành một trang trại, nhưng tôi sẵn sàng học hỏi. Có lẽ một ngày nào đó, nó sẽ trở thành một cộng đồng lớn cho rất nhiều người. Tôi thực sự mong muốn một trang trại với thật nhiều ngựa. Tôi cũng muốn nuôi tất cả những con vật bị thương và bị ruồng bỏ. Tất cả chúng sẽ có chỗ ở trong trang trại của tôi. Và đổi lại, những con vật sẽ giúp cho mọi người trong trang trại cảm thấy mình có ích hơn trong cuộc đời này.

NGÀY 4, THÁNG TƯ, 2003

Mơ. Những giấc mơ là thật hay chúng chỉ được hình thành từ kí ức và những chuyện đã xảy ra trong ngày? Tôi không rõ lắm. Tôi hi vọng chúng chỉ là những giấc mơ, có nghĩa là những việc trong mơ không thực sự diễn ra. Tôi không thường gặp ác mộng, chỉ thỉnh thoảng. Vài năm trước đây tôi có một giấc mơ về ông ngoại. Trong mơ tôi thấy ông đang lái xe tải [ông ngoại tôi là tài xế xe tải] và lên cơn đau tim. Ông cố gắng băng qua đường và rồi bị một chiếc xe khác đụng phải. Chính vì thế mà tôi hi vọng rằng mơ chỉ là mơ, và chúng không thể nào biến thành sự thật. Đôi khi tôi lại muốn được ở mãi trong những giấc mơ có người [mẹ tôi] xuất hiện. Ước gì tôi được mơ lâu hơn một chút, chỉ một vài phút thôi cũng được, nhưng lần nào tôi cũng tỉnh dậy cả. Có những lúc giấc mơ của tôi rất kì quặc, chẳng hạn như tôi mơ thấy mình đang cố gắng mở mắt ra mà không được, nhưng cũng chính vì vậy mà tôi mới biết là mình đang mơ.

NGÀY 3, THÁNG NĂM, 2003

Cả ngày hôm nay tôi thấy cô đơn đến lạ. Tôi không hiểu tại sao đôi khi tôi lại có cảm giác như thế. Ý của tôi là tôi không phải ở một mình, tôi có các con tôi và chúng rất tuyệt vời. Tôi thật sự không biết tại sao mình lại cảm thấy như thế. Tôi chỉ muốn có một cơ hội để tự làm tất cả mọi thứ. Tôi sẽ chọn một cuộc sống không phải là cuộc sống trong hiện tại, bởi ở đây tôi không hề biết chuyện gì đang diễn ra. Tôi không kiểm soát được bất cứ thứ gì. Nhưng tôi muốn gì? Có lẽ là cảm giác trưởng thành hơn đôi chút. Thỉnh thoảng tôi nghĩ mình vẫn là cô bé mười một tuổi khi CHUYỆN ĐÓ xảy ra. Tôi rất ghét cảm giác này. Tôi muốn được lớn lên. Nhưng làm sao tôi làm được điều đó ở đây? Tôi có thể là ai nếu không bị nhốt? Đôi khi tôi nghĩ chắc chắn tôi sẽ là một con người hoàn toàn khác, bởi vì cuộc sống ở đây đã thay đổi chính bản thân tôi. Có lẽ tôi vẫn luôn luôn đi theo bước chân của người khác. Luôn luôn cố gắng làm cho người ta thích mình. Luôn luôn không muốn ai giận. Vậy thì có gì khác đâu? Tôi vẫn là một cô bé đó thôi. Nhưng có lẽ là không còn giống như xưa nữa. Tôi đã thay đổi. Giờ đây tôi biết mình không còn đi theo gã "cầm đầu" một cách mù quáng nữa, tôi cũng nhất quyết không hít cần sa và không phạm pháp. Dẫu vậy thì tôi vẫn ao ước mình có một bản năng quyết liệt hơn.

NGÀY 6, THÁNG SÁU, 2003

Đọc là một cách trốn thoát đối với tôi. Tôi tự hỏi là trốn thoát khỏi điều gì? Tôi không biết, tôi chỉ... có lẽ là trốn thoát chính bản thân mình. Tôi không thật sự hạnh phúc và thoải mái với chính mình. Khi đọc, tôi có thể quên chính tôi và thậm chí hóa thân thành những người phụ nữ xinh đẹp trong sách. Những phụ nữ mạnh mẽ, độc lập và tự làm tất cả mọi thứ. Tôi cần phải kiểm soát chính cơ thể mình và trở nên thật mạnh mẽ, khỏe khoắn; tôi đã tăng không biết bao nhiêu cân sau khi sinh con, người tôi thay đổi quá nhiều. Nhưng dường như tôi không có động lực thay đổi nào cả. Tôi cũng không thể nói không với thức ăn! Bà ta [Nancy] lúc nào cũng mang đến rất nhiều kẹo, và đúng vậy, tôi mê kẹo, mà như vậy thì chẳng giúp ích gì cho cân nặng của tôi. Tôi cũng không thể nói không với bà ta được. Có lẽ vào một ngày nào đó, khi rốt cuộc tôi đã sẵn sàng kiểm soát được bản thân mình thì tôi sẽ nói không.

NGÀY 11, THÁNG TÁM, 2003

Blackjack đã ra đi vào hôm nay; tôi viết những dòng này để tưởng niệm chú mèo yêu quí của tôi.

Tại sao chúng ta cho phép mình yêu thương một điều gì đó khi biết rằng cuối cùng thì tâm hồn ấy cũng bỏ ta mà đi??? Tôi sẽ nhớ chú lắm. Chẳng có lời lẽ nào có thể xoa dịu nỗi đau, nhưng không viết ra thì lại càng không được. Những trái tim gắn bó với với nhau cũng dễ dàng như khi vỡ tan, và lí trí của chúng ta sẽ tìm kiếm từng mảnh nhỏ mà tôi sợ rằng phải mất cả đời mới có thể ghép lại được như xưa. Tôi sẽ mãi mãi yêu Blackjack.

NGÀY 21, THÁNG TÁM, 2003

Cuộc sống chuyển động quá nhanh. Lâu rồi tôi không viết và cảm thấy vừa khác lạ, vừa lại thấy chẳng có gì thay đổi. Đôi khi tất cả những gì tôi nghĩ là vẻ bề ngoài của mình. Tôi thấy mình thật xấu xí bởi vì tôi mập ú, và gương mặt đầy mụn thật đáng sợ. Tôi cố hết sức để... để làm gì? Tại sao tôi phải lo lắng cho vẻ ngoài của mình? Các con tôi yêu tôi như thế này, và chỉ có chúng mới nhìn thấy tôi, vậy thì tôi lo gì cơ chứ? Nhưng tôi muốn được xinh đẹp, không phải thật rạng ngời, chỉ là xinh thôi. Tôi muốn một cơ thể khỏe mạnh với làn da mịn màng. Liệu tôi có quá hão huyền không? Vẻ bề ngoài hiện giờ làm tôi thất vọng quá. Tôi ghét những chiếc gương, nhưng rồi lại cần một chiếc gương để soi mình. Chỉ là để xem những bài tập thể dục cùng với Nancy có hiệu quả chút nào không. Tại sao điều này lại quan trọng với tôi như thế? Tôi tự nhủ rằng mình cần phải đối diện với chính vẻ bề ngoài của mình, tại sao cứ chăm chăm vào nó khi mình đã cố gắng hết sức để hoàn thiện bản thân, tôi còn đòi hỏi gì hơn nữa?

Tôi ghét bị xuống tinh thần như thế này. Tôi muốn lúc nào cũng vui vẻ.

NGÀY 2, THÁNG CHÍN, 2003

Tôi không hiểu tại sao tôi không vui. Tôi vui mà... ý của tôi là lúc nào tôi cũng cần phải vui vẻ. Tôi có nhiều thứ hơn nhiều người khác. Tôi chỉ thấy giận vì mình không bao giờ được gặp lại bạn bè [Jessie] hay gia đình thực sự của tôi. Tôi nghĩ rằng, xét về một khía cạnh nào đó thì tôi chưa bao giờ thực sự biết họ; thậm chí tôi còn không thực sự biết người ấy [mẹ tôi], và có lẽ cảm giác này đang giày vò, ngấu nghiến lấy tôi... Tôi sợ rằng mình sẽ không bao giờ có cơ hội để biết người [mẹ tôi]. Lỡ như có điều gì xảy ra với người thì sao? Cuộc sống này nằm ngoài tầm kiểm soát của chúng ta. Nó cứ tiếp tục không ngừng, và chúng ta chỉ cưỡi trên những làn sóng do nó tạo nên. Đôi khi tôi muốn tự mình điều khiển cuộc sống của riêng mình. Nhưng tại sao? Chẳng phải đối với tôi, "gió chiều nào, xoay chiều ấy" là tốt nhất ư? Tôi đã đọc những câu chuyện về các cuộc phiêu lưu và tình yêu chân chính, đúng vậy, tôi muốn được như vậy, ai mà chẳng muốn như thế - hãy xem tất cả những cuốn sách về chủ đề này mà xem. Tôi muốn tìm được một cuộc sống như thế, nhưng lại hồ nghi rằng nó thực sự không tồn tại hay chưa bao giờ tồn tại. Đó chỉ là những giấc mơ và khao khát của con người về một cuộc sống ý nghĩa hơn trong thế giới đầy dẫy những hiểm nguy này. Và đó cũng chỉ là cách để trái tim họ không bị vỡ tan. Dẫu vậy thì tôi không tin là cuộc sống ấy sẽ diễn ra, dù tôi chưa bao giờ được chứng kiến đi chăng nữa. Tôi cũng không nghĩ là mình có thể tìm thấy nó. Rồi tôi sẽ sống một mình bởi vì tôi không bao giờ động lòng vì điều gì khác ngoài những cảm xúc thật lòng.

NGÀY 12, THÁNG MƯỜI, 2003

Tôi đoán có lẽ mình đã tắt đi chiếc công tắc ở bên trong con người mình. Lúc đầu tôi làm vậy là để sống sót. Sau này là vì thói quen, tôi nghĩ thế, còn bây giờ nó đã trở thành một phần của chính bản thân tôi. Tôi cảm thấy rất rõ về chiếc công tắc trong tôi khi xem ti-vi hay đi đâu đó. Những lúc ra ngoài, tôi chẳng muốn gì hơn ngoài việc cần phải trở thành vô hình để được lẫn vào đâu đó và không ai có thể nhận ra. Lúc đó tôi cảm thấy chiếc công tắc được bật lên, và rồi tôi biến mất. Tôi không nhìn vào ai, và thật sự không thấy ai cả. Tôi có cảm giác nếu tôi chú ý đến họ thì họ cũng sẽ chú ý đến tôi. Tôi muốn có một cuộc sống bình thường, và cũng muốn bình thường như tất cả mọi người, nhưng tôi không thể, chiếc công tắc kia cứ tự động bật lên. Tôi cũng sợ phải nhìn người ta, tôi sợ những thứ mình có thể nhìn thấy. Không phải là tôi không quan tâm, tôi quan tâm lắm chứ! Thậm chí tôi quan tâm hơn so với tôi mong muốn nữa. Tôi chỉ không thể chịu đựng nổi nước mắt khi phải chứng kiến mọi thứ, bởi vì tôi đã khóc suốt đến hai kiếp người rồi. Dẫu vậy thì tôi không thể nói là người ta không ảnh hưởng đến tôi; nói vậy là chỉ lừa dối bản thân mình. Tôi muốn thay đổi thế giới và biến nó trở thành một nơi tốt đẹp hơn, một nơi mà tôi muốn con cái của tôi sẽ được sống yên bình.

NGÀY 8, THÁNG MƯỜI MỘT, 2003

[*Đây là trang viết về em mèo mà tôi đã tìm được và đặt tên là Precious, nhưng em yếu lắm và cuối cùng đã mất.*]

Lạy Chúa, thật khủng khiếp làm sao. Tôi thấy đau đớn vô cùng. Tại sao tôi lại cảm thấy như vậy? Tôi chỉ mới biết Precious không lâu lắm. Tôi nghĩ đây là lần đầu tiên một ai đó mà tôi yêu quí ra đi. Dù tôi đã mất nhiều người khác mà tôi còn yêu thương hơn nhiều, nhưng đây là lần đầu tiên tôi phải chứng kiến sự ra đi trong đôi tay của chính mình. Tôi biết nhiều người nghĩ rằng tôi thật điên rồ khi khóc cho Precious vì nó chỉ là một con vật. Nhưng đôi khi tôi cảm thấy mình gắn bó với những con vật còn hơn cả một con người. Có kì cục lắm không? Tôi sẽ không bao giờ quên em [Precious]. Sao em có thể đi vào trái tim tôi nhanh đến như vậy?

NGÀY 9, THÁNG MƯỜI MỘT, 2003

Ngay bây giờ tôi cảm thấy rất sợ. Tôi nghĩ nếu như tôi không bao giờ được nhìn thấy người ấy một lần nữa, thì sao? Nếu như người ấy đã chết rồi, thì sao? Thế thì tôi sẽ chưa bao giờ thực sự hiểu về người ấy và không thể làm được gì. Tôi thật vô dụng. Dù vậy thì tôi cũng thấy đỡ hơn được phần nào khi viết ra tất cả cảm nghĩ của mình. Tôi chẳng có ai để mà chia sẻ. Tôi không nghĩ bọn họ [Phillip và Nancy] sẽ muốn nghe những suy nghĩ của tôi. Dù sao đi nữa thì tôi cũng không muốn họ buồn khi biết chuyện này. Họ không hỏi tôi nhiều cho nên không mấy khó khăn để giấu kín mọi suy nghĩ trong lòng. Tôi đã từng nghe một câu nói rằng "thời gian sẽ chữa lành mọi vết thương." Tôi hi vọng một ngày nào đó tôi sẽ hiểu được điều đó thực sự có ý nghĩa như thế nào.

NGÀY 18, THÁNG MƯỜI HAI, 2003

Trong phần giới thiệu bản tin tối hôm nay, báo chí dự đoán rằng gã đàn ông đã giết Polly Klass cũng đã bắt và giết tôi. Thật khó diễn tả hết cảm giác của tôi. Trên ti-vi hiện ra một tấm ảnh nhỏ của tôi và ảnh của tên giết người. Thật đau đớn biết bao khi phải chứng kiến cảnh này. Phillip bảo sẽ không tốt cho tôi nếu xem bản tin; tôi nghĩ gã nói đúng và tôi chẳng muốn xem. Nhưng không biết họ có đưa ra bức ảnh của người ấy [mẹ tôi] không. Hi vọng rằng họ không khơi dậy chuyện đau buồn này cho người nữa. Tại sao họ không chịu để yên nó trong quá khứ? Tôi cũng mong là họ không làm người ấy tổn thương. Liệu người ấy đang nghĩ gì? Người ấy có nghĩ là tôi đã chết rồi hay không? Tôi nhớ người hơn cả tôi nghĩ. Đôi khi tôi sợ rằng mình sẽ không nhận ra người ấy nữa. Thỉnh thoảng tôi cũng tự hỏi nếu được lựa chọn, liệu tôi sẽ ở lại hay đi khỏi nơi đây? Câu trả lời thật không đơn giản. Một phần trong tôi đã mất đi, phần mà sẽ ở mãi mãi cùng người ấy [mẹ tôi]. Một phần trong tôi vẫn luôn cảm thấy đau đớn tột độ vì đã mất đi gia đình mình. Chính phần ấy luôn muốn được hoàn thiện nhưng có vẻ điều này sẽ không bao giờ xảy ra cho đến lúc tôi lấy lại được những gì đã mất. Ước gì tôi có thể mạnh mẽ hơn.

Quyết tâm:

1. Chỉ có tôi mới có thể làm mọi việc xảy ra.

2. Tôi kiểm soát những gì tôi ăn.

3. Mỗi ngày tôi sẽ trở thành con người mà tôi mong muốn.

4. Tôi đủ mạnh mẽ để làm mọi việc mà tôi quyết định.

NGÀY 30, THÁNG MƯỜI HAI, 2003

Có những khoảnh khắc tôi quên đi mình là ai. Đêm nay nhiều kí ức xưa cũ, cả tốt lẫn xấu, cứ lởn vởn trong tâm trí tôi. Thời gian và sự chia cách đã làm phai nhạt nhiều kỉ niệm, thế nhưng những gì quan trọng nhất vẫn ở bên tôi mỗi ngày. Có lẽ một ngày nào đó, khi tôi được gặp lại người ấy thì nỗi đau trong tôi sẽ mất đi. Tôi biết tôi không phải là người đầu tiên mất mát một ai đó mà mình yêu thương, và gần như chắc chắn cũng không phải là người cuối cùng. Có lẽ tôi vẫn còn may mắn, nếu bạn nghĩ như thế, bởi vì tôi biết tôi sẽ được gặp lại người ấy; đâu phải ai cũng nghĩ được như vậy.

Tôi biết điều này có vẻ ngớ ngẩn, nhưng cũng chẳng dễ dàng chút nào: Tưởng tượng cuộc sống của một ai đó sau khi mình đã ra đi; thường thì chúng ta chỉ tập trung vào những sự kiện đang xảy ra trong cuộc sống của mình. Giờ đây tôi lại băn khoăn không biết cuộc sống của người ấy thế nào? Tôi cảm thấy biết ơn, và hi vọng người ấy cũng cảm thấy như vậy khi em gái tôi vẫn còn ở đó. Khi tôi đang viết những dòng này thì em gái tôi đã lên mười hai tuổi. Chao ôi, tôi chưa bao giờ hình dung được em tôi như thế nào. Tôi tự hỏi không biết hai mẹ con đang làm gì cùng nhau? Mong sao họ cũng cảm thấy hạnh phúc như thi thoảng tôi có cảm giác như vậy. Không biết em có hỏi gì về tôi không, và người ấy sẽ trả lời như thế nào. Tôi không hề biết mình sẽ phải nói gì trong những trường hợp như vậy. Có lẽ tôi là một người may mắn, vì tôi sẽ gặp lại họ vào một ngày nào đó. Thật dễ chịu khi nói và viết ra những điều này.

NGÀY 31, THÁNG MƯỜI HAI, 2003

Tôi đang ngồi trong phòng [lều] và suy nghĩ xem tôi sẽ ở đâu vào chính ngày giờ này trong tương lai? Điều gì sẽ thay đổi trong năm mới? Một sự kiện nổi bật trong năm nay là cái chết của Blackjack. Tôi sẽ nhớ chú mãi mãi. Còn một điều tốt đẹp khác trong năm là tôi có được Neo. Việc này đã làm cho cả thế giới xung quanh tôi tốt đẹp hơn nhiều. Nhưng nhìn lại năm qua, chỉ có một chút xíu thay đổi so với năm trước nữa. Chúng tôi vẫn bị mắc kẹt trong một quả bong bóng. Hi vọng của tôi là trong năm nay sẽ có thật nhiều thay đổi. Tôi muốn làm không biết bao nhiêu là thứ. Tôi cảm thấy mình sẽ không thể hoặc không có được cơ hội để làm những gì tôi muốn. Trong suy nghĩ của tôi, gã [Phillip] làm mọi thứ phức tạp hơn so với mức cần thiết, nhưng có lẽ tôi nhìn nhận như vậy là bởi vì đầu óc tôi khá đơn giản. Tôi muốn cuộc sống của tôi thật đơn giản và ít rắc rối bởi vì tôi biết hoàn cảnh của gã chẳng có gì phức tạp.

NGÀY 3, THÁNG HAI, 2004

Tại sao lúc nào cũng có một điều gì đó cản trở chúng ta? Cũng như chúng ta phải đấu tranh để tiến lên từng bước một trong cuộc đời, và cho dù chẳng biết chính xác nó sẽ dẫn ta đi tới đâu, ta vẫn đấu tranh không ngừng nghỉ! Tại sao gã [Phillip] lại biến một câu nói đơn giản trở nên phức tạp? Khi nào thì tôi mới cảm thấy cuộc đời này đáng sống? Ước gì là ngay bây giờ, bởi tôi mệt mỏi lắm rồi! Mệt mỏi vì không thể kiểm soát cuộc sống trong khi nó chính là CUỘC SỐNG của mình! Tại sao họ nghĩ họ có quyền can thiệp vào cuộc sống của tôi?

10 điều làm tôi Hạnh phúc

1. Nghe ai đó cười
2. Khi những con mèo đến bên cạnh tôi
3. Chim hót
4. Khi những con thú yêu mến tôi
5. Bầu trời xanh với những đám mây bồng bềnh
6. Mưa
7. Có điều gì đó vui để làm
8. Đại dương
9. Khi có ai đó nói với tôi những điều dễ chịu
10. Biết ai đó yêu thương tôi

NGÀY 7, THÁNG HAI, 2004

Tôi ngồi và nghĩ rằng thật khó thay đổi những thói quen. Tôi đang cố gắng viết ra một kế hoạch cho tương lai của mình, nhưng khó quá. Tôi có cảm giác mình không hề có tương lai. Vậy mà tôi cứ nghĩ là sẽ dễ thôi. Đã qua năm mới rồi, và tôi có kế hoạch là sẽ thay đổi bản thân cho đến hết năm. Đó là một quá trình (thay đổi) chậm chạp nhưng tất cả đều tùy thuộc vào tôi, và tôi có cảm giác cả thế giới phải phụ thuộc vào quá trình đó. Tôi biết nói ra điều này đúng là tự cao tự đại, nhưng tôi cứ có cảm giác như vậy.

Tôi nhớ mình đã mơ về ông ngoại vào một vài năm trước đây. Trong giấc mơ, tôi thấy chiếc xe tải của ông [ông tôi là một tài xế xe tải] hình như đậu trong bãi đỗ xe của một trung tâm mua sắm, và ông tôi đang nằm gục bên trong chiếc xe tải. Tôi nghĩ là ông đã chết. Có vẻ như ông bị đụng xe.

[Sau này khi được đoàn tụ với mẹ, tôi mới biết rằng ông đã mất vì bị một chiếc xe hơi đụng phải.]

NGÀY 13, THÁNG BA, 2004

Thật đáng tiếc. Đáng tiếc vì tất cả những gì tôi không thể trở thành. Đáng tiếc vì tôi không thể trở thành người như gã mong muốn. Tôi không biết chính xác đó là gì, nhưng tôi cảm thấy thật đáng tiếc. Đôi khi tôi cũng cảm thấy cô đơn, tôi biết thật điên rồ bởi vì tôi đâu có ở một mình. Tôi có những con mèo và hai cô con gái yêu thương tôi hết mực. Chỉ có điều là tôi không biết mình muốn gì. Có những ngày tôi có thể nhìn mọi thứ rõ ràng và thật đơn giản biết bao, nhưng cũng có những ngày chúng trở nên mờ mịt và tôi không thể thấy được điều tôi muốn. Ban đêm là thời khắc tệ nhất bởi vì tôi có quá nhiều thời gian để suy nghĩ. Thỉnh thoảng tôi nghĩ mình nhìn mọi thứ trầm trọng quá và cũng hay than phiền nữa. Tôi phải than phiền về điều gì? Tôi có thức ăn, có chỗ che mưa tránh nắng, à mà ngoại trừ những lúc chiếc lều của tôi bị dột. Tôi không muốn làm tổn thương gã [Phillip]; đôi khi tôi nghĩ chính sự hiện diện của tôi làm gã tổn thương. Liệu có bao giờ tôi có thể nói với gã rằng tôi muốn được TỰ DO đến và đi theo ý thích của tôi? TỰ DO để nói tôi có một gia đình. TỰ DO.

NGÀY 23, THÁNG NĂM, 2004

Tôi thường không viết những điều thường nhật, thế nhưng hôm nay quả là quá khủng khiếp nên tôi cần phải viết ra giấy. Một ngày bắt đầu chẳng mấy hay ho. Phillip đang trong tâm trạng rất tồi tệ và có thể thấy rõ điều đó khi gã nằm ngủ trên ghế sofa suốt ngày. Tôi ghét những lúc gã lười chảy thây như vậy. Khi tôi phải nai lưng làm việc suốt còn gã thì chỉ làm những điều gã muốn. Tôi mệt mỏi lắm, nhưng tôi không thể làm gì được. Hôm qua Nancy đã hỏi gã là bà ta có thể dẫn tôi đi mua sắm ở cửa hàng bán đồ từ thiện không, và gã đã đồng ý. Có lúc tôi muốn đi ra ngoài với Nancy, nhưng cũng có lúc không. Đôi khi bà ta lạnh lùng hết sức và tôi có cảm giác là mình đã làm gì đó không phải. Bà ta hỏi tôi muốn đi đâu, nhưng mỗi khi tôi trả lời thì có vẻ như đó là một lựa chọn sai lầm, vì vậy tôi biết là mình cần phải đoán suy nghĩ của bà ta để có câu trả lời chính xác. Hôm nay chúng tôi sẽ đi đến cửa hàng Goodwill ở Pittsburg, và sau đó là Đạo Binh Cứu Khổ ở Antioch. Tôi luôn hỏi ý kiến bà ta về quần áo mà tôi định mua để biết là bà ta có thích hay không. Trong lúc xem những đôi giày, tôi bỏ ví cầm tay của mình xuống ghế và mang thử một đôi giày mà Nancy thích. Sau khi xỏ chân vào, tôi phát hiện là đôi giày quá khổ nên bỏ lại trên kệ rồi theo bà ta đi đến gian hàng khác. Một hai phút sau đó tôi phát hiện là mình đã bỏ quên ví nên xin Nancy cho tôi quay lại kệ giày. Khi chúng tôi quay trở lại và ngó xung quanh thì chiếc ví của tôi đã không cánh mà bay. Nó đã bị lấy đi. Tôi như không thể tin vào chính mình. Thật quá sửng sốt. Tôi có cảm giác như một phần của mình đã bị đánh cắp vậy. Tôi biết là thật vô lí, nhưng đó là cảm giác của tôi. Tôi thấy mình thật ngốc và xin lỗi Nancy vì đã quá bất cẩn. Bà ta đã đưa tiền để trả hóa đơn điện nước và tôi cũng bỏ luôn vào ví cho an toàn, như vậy là số tiền này cũng mất. Tôi run lập cập và mếu máo muốn khóc. Tôi bước về phía gian hàng dành cho trẻ em trong khi Nancy gọi điện thoại về cho Phillip. Tôi ngồi xuống một chiếc ghế nhỏ, nơi trẻ con ngồi chờ mẹ mua sắm và khóc ngon lành. Tôi không biết vì sao mình lại khóc. Tôi biết tôi có thể làm việc để kiếm lại số tiền đó. Còn hơn chuyện tiền bạc nữa. Tôi cảm thấy như mình không bao giờ muốn rời "nhà" một lần nữa. Tôi không thể tin được là ai đó sẽ lấy đồ của tôi. Tôi có cảm giác không an toàn khi rời khỏi nơi này. Tôi cảm thấy không an toàn khi rời khỏi khu vườn sau ở nhà Phillip. Ít nhất là ở đây tôi có thể dự đoán được điều gì có thể xảy ra.

NGÀY 27, THÁNG SÁU, 2004

Cô đơn, đó là cảm giác của tôi. Cô đơn và sống không trọn vẹn. Tôi muốn chạy khỏi đây nhưng không biết sẽ chạy về đâu. Tôi muốn hét lên, nhưng tôi cũng không muốn ai đó phải tổn thương vì mình. Tôi muốn nói điều gì đó, thế mà tôi không biết sẽ nói điều gì. Tình yêu làm cho mọi thứ thật dễ dàng; sống mà không có tình yêu quả thật rất khó khăn.

Có phải cuộc sống này đáng sống đơn giản là vì chúng ta đang sống, hay nó còn đáng sống hơn nữa khi chính chúng ta làm cho cuộc sống diễn ra theo ý mình? Giả sử chúng ta không có lựa chọn nào thì sao? Có lẽ chúng ta phải làm cho cuộc sống của mình diễn ra, cho dù nó có tốt hay xấu đi chăng nữa; ta cũng phải đưa ra quyết định cho những lựa chọn của mình và chịu trách nhiệm cho chính lựa chọn đó. Tôi có lựa chọn nào vào "hôm ấy" không? Liệu tôi được phép lựa chọn là không đi học? Có thể tôi sẽ bị phạt, nhưng cuộc đời của tôi sẽ không thay đổi hoàn toàn như thế này. Liệu tôi có lựa chọn là sẽ ở lại đây, cho dù là mọi thứ đã xảy ra đi chăng nữa?

Cảm thấy mình đang chìm xuống. Tôi sợ hãi và muốn kiểm soát cuộc sống của mình. Đáng lẽ đây là cuộc sống của tôi và tôi có thể làm bất cứ thứ gì tôi muốn, nhưng một lần nữa gã [Phillip] đã tước nó đi. Bao nhiêu lần gã được phép lấy đi cuộc sống của tôi? E rằng gã không biết những điều gã nói ra đã khiến tôi trở thành tù nhân. Nhưng gã có muốn biết không?

Dạo gần đây tôi nghĩ về người ấy liên tục. Tôi biết là mình chỉ cần nhấp chuột vài lần là có thể nhìn thấy được. Tôi cần phải nhìn thấy người ấy. Vậy thì điều gì đã ngăn tôi? Tôi nghĩ mình sợ thực hiện bước đầu tiên bởi vì nó có thể dẫn tôi đi xa hơn. Và như vậy tôi sẽ đau đớn vô cùng. Tôi quả là hèn nhát! Tôi ghét phải sợ hãi như vậy. Tại sao tôi lại không kiểm soát được *cuộc sống của tôi*? Thậm chí là lúc này tôi còn không chắc là suy nghĩ của mình có thuộc về mình hay không nữa. Tôi thậm chí không thể nói chuyện với gã [Phillip] về những gì tôi cảm thấy, bởi vì gã chỉ nghĩ rằng những "thiên thần" đang kiểm soát tôi. Tôi không muốn những cảm giác của tôi trở thành gánh nặng cho gã. Nhưng tại sao tôi lại quan tâm là có làm gã tổn thương hay không, gã đã làm tổn thương tôi cơ mà! Nhưng tôi không thể trả đũa được. Tôi không thể giống như bọn họ.

Tức ơi là tức. Tôi không thể kiềm chế được. Tôi nghĩ những gì gã làm là sai bét. Tại sao gã không thể chấp nhận sai một lần và mất kiểm soát quá mức như vậy? Viết ra những điều này thật có ích cho tôi. Tôi không thể nói chuyện với gã. Lúc nào gã cũng chế ngự tôi bằng lời lẽ của mình. Và có một sự thật là tôi không thể nói ra được những điều tôi đang định nói. Những gì tôi muốn nói không bao giờ được thể hiện theo đúng cách mà tôi hình dung trong đầu. Tại sao lại như thế? Tôi tự hỏi liệu tôi có thể ngăn ngừa cuộc chiến bằng cách nói trực tiếp với gã hay không, nhưng rồi một lần nữa có lẽ gã sẽ nói những lời giống hệt như trước. Cứ mỗi lần tôi nói với gã về bất kì cảm giác nào của tôi, gã lập tức nói ngay rằng những "thiên thần" đang kiểm soát tôi. Tôi muốn gã phải để cho tôi tự do nói chuyện với gã, nhưng ngay tại thời điểm này, chuyện đó là không thể. Vì vậy mà tôi để cho cảm xúc của mình chảy trong cơ thể và tuôn ra đầu cây bút chì này. Thật lạ lùng, nhưng tôi bắt đầu cảm thấy những căng thẳng đã tan biến và sớm muộn gì câu chuyện của đêm nay sẽ chỉ còn là kí ức, rồi sau đó tôi sẽ suy nghĩ, phân tích, suy nghĩ lại và đưa ra kết luận là tôi cần phải làm gì. Có lẽ sự căng thẳng đã biến mất là vì tôi không còn ở gần bên gã nữa; tôi đang ở trong không gian của riêng tôi. Tôi thích túp lều của tôi! Đây là chỗ của tôi và tôi có thể làm tất cả những điều tôi muốn. Khi nào gặp lại gã, tất cả những gì tôi muốn là nói thẳng ra những điều gã làm là sai. Nhưng có bao giờ gã chịu trách nhiệm cho những gì gã làm đâu, cái gì cũng là vì "thiên thần" hết. Nếu tôi đối đầu với gã, gã lại nghĩ tôi chỉ đang nói ra những điều do các "thiên thần" kia điều khiển, và như vậy thì chẳng đi đến đâu cả. Đôi lúc tôi ước gì mình có thể sống xa thật xa gã [Phillip]; đôi lúc tôi đã mơ về điều đó.

NGÀY 3, THÁNG MƯỜI, 2004

Thỉnh thoảng tôi nghĩ kí ức về những việc gã đã làm với tôi sẽ phai mờ nhanh hơn nếu tôi không phải thấy gã liên tục 24/7. Thật chẳng dễ dàng chút nào. Và tôi rất ghét những kí ức này. Tôi chỉ muốn chúng biến mất mãi mãi. Tôi nhớ người ấy. Tôi có thể đánh đổi mọi thứ chỉ để được người ấy ôm tôi thêm một lần nữa. Liệu người có để tôi đi nữa không? Những đêm như thế này tôi chỉ ước rằng có ai đó ôm chặt lấy tôi để tôi được an toàn. Neo đang ở đây và chú an ủi tôi rất nhiều, tôi không biết phải làm gì nếu không có chú ở bên cạnh.

10 điều tôi muốn làm

1. Giảm cân
2. Tập yoga vào buổi sáng
3. Viết nhiều hơn

4. Học điều gì đó mới mẻ
5. Gặp tất cả những người tôi quan tâm
6. Học 2 ngôn ngữ khác nhau
7. Học nhảy dù
8. Du lịch vòng quanh thế giới
9. Học lặn
10. Gặp mẹ tôi

NGÀY 28, THÁNG BA, 2006

Ước mơ của tôi trong Tương lai

1. Gặp Mẹ
2. Nhìn thấy Kim Tự Tháp
3. Bay trong khinh khí cầu
4. Học lái xe
5. Bơi với cá heo
6. Sờ vào cá voi
7. Đi tàu
8. Học lái một chiếc thuyền buồm cổ
9. Viết một cuốn sách bán chạy nhất
10. Cưỡi ngựa trên bờ biển mỗi ngày

Đây là một trong những bài giảng Kinh Thánh mà Phillip đã bắt tôi học:

John 1:1

Thông thái được tạo ra trước tất cả mọi điều.

Chúa đại diện cho cách ta sống. Chúa nắm giữ và tượng trưng cho sự thông thái, tình yêu và chân lí. Tất cả đều là một.

Tính nữ luôn có trong tất cả chúng ta. Tính nữ đại diện cho tiềm thức. Tính nữ luôn đưa ra những quyết định, cả tốt lẫn xấu. Loài người bao gồm nam giới và nữ giới. Vườn địa đàng trong Kinh Thánh thể hiện những hoạt động trong tâm thức chúng ta. Chúa đã tạo ra loài người [nam giới và nữ giới] thông qua các giai đoạn tiến hóa của tâm thức. Loài người chúng ta chưa tỉnh thức từ một giấc ngủ sâu và vẫn chưa hoàn thiện với tính nữ bên trong chúng ta [tiềm thức]. Chúng ta chưa cởi bỏ quần áo [thói xấu] để trở nên trần trụi. Hãy sống như Chúa [cách sống] – Đấng tạo hóa của chúng ta mong muốn.

Con rắn trong vườn Địa đàng [tâm thức chúng ta] tượng trưng cho đối thoại giữa ý thức và tiềm thức. Cũng giống như một cuộc chiến đôi khi vẫn diễn ra bên trong chúng ta vậy. Chúng ta tự bảo mình làm một điều gì đó ngay cả khi chúng ta biết rằng nó sai, hoặc có khả năng sai, hoặc nguy hiểm nhưng chưa từng được trải nghiệm bao giờ, vậy thì làm sao chúng ta có thể chiến thắng trong cuộc chiến ấy? Vì vậy người phụ nữ [Eve ở vườn Địa đàng, tiềm thức của chúng ta] đã đưa quả táo [một trải nghiệm mới] cho chồng [ý thức của chúng ta, Adam]. Đấng tạo hóa đã biết rằng cách duy nhất phát triển loài người để một ngày nào đó họ trở nên giống Chúa là cho loài người học hỏi từ trải nghiệm.

Hơi thở cuộc sống mà Đấng tạo hóa đã bao phủ lên vạn vật chính là tự do lựa chọn, cả tốt lẫn xấu. Vì vậy mà Đấng tạo hóa đã mang đến cho chúng ta một người giúp đỡ [tiềm thức, tính nữ bên trong chúng ta] để chúng ta học hỏi trong suốt cuộc hành trình.

Ngay từ đầu, chúng ta đã phải đấu tranh giữa cách của Chúa và cách của tâm thức chúng ta. Câu chuyện của Cain và Abel tượng trưng cho những rắc rối của loài người. Cain là những gì tiêu cực mà ta đối mặt hằng ngày, và cả những hậu quả khi để các ý nghĩ tiêu cực chiếm chỗ. Abel là những gì chúng ta biết rằng đúng nhưng không phải lúc nào cũng nghe theo. Vì vậy mà chúng ta đã để Cain [tiêu cực] chiến thắng bằng cách giết chết Abel [cảm nhận về điều đúng đắn]. Nhưng trong mọi khía cạnh của cuộc sống, chúng ta đều có khả năng thay đổi, phát triển và học hỏi từ những sai lầm. Tính nữ trong chúng ta có thể tốt hay xấu tùy thuộc vào lựa chọn của chính mỗi người.

NGÀY 16, THÁNG NĂM, 2006

Những bài hát/nghệ sĩ yêu thích nhất

- Kelly Clarkson: Phía sau đôi mắt màu nâu đỏ, Quí cô độc lập, Rời Xa
- 3 Doors Down: Kryptonite trong phim Siêu nhân, Sắp về nhà
- KT Tunstal: Chú ngựa đen & cây Anh đào

- Maroon 5
- Matchbox 20
- Dido: Cờ trắng
- Nickleback
- Green Day: Đại lộ của những giấc mơ tan vỡ
- One Republic
- 5 for Fighting
- Jason Mraz: Cứu chữa

NGÀY 18, THÁNG CHÍN, 2006

Tôi hoàn toàn suy sụp. Chúng [những "thiên thần"] đã dùng gã để làm tổn thương tôi. Không thể chấp nhận được! Gã đã cắt tôi một vết thật sâu, mà vết thương sâu phải lâu lắm mới lành. Lúc đầu cơn giận của tôi đổ lên bọn họ [Phillip và Nancy], nhưng thời gian đã làm sáng tỏ mọi thứ và oán trách của tôi đã được quy cho đúng người rồi. Tôi biết là tôi sẽ vượt qua được. Tình yêu sẽ thắng thế, và tôi sẽ chiến thắng!

NGÀY 20, THÁNG CHÍN, 2006

Tôi phát hiện gã lại lấy tiền. Gã nói những "thiên thần" buộc gã làm thế. Có bao giờ gã chịu trách nhiệm đâu. Cho dù lần trước gã nói rằng điều này sẽ chẳng bao giờ xảy ra nữa. Vậy mà gã vẫn cứ làm. Chúng ["thiên thần"] muốn tôi ghét gã [Phillip] vì đã lặp lại chuyện này. Tôi biết tôi không nên oán trách gã, nhưng thật khó mà không làm thế. Gã muốn tôi tin rằng "thiên thần" đã xui khiến gã, và gã không hề có lỗi. Tôi biết gã lấy tiền là vì một lí do chính đáng nào đấy, và gã không cố ý làm tổn thương chúng tôi, nhưng thực sự là gã đã làm điều đó. Tôi muốn gào thét và hét to vào mặt gã như gã đã làm với tôi. Nhưng tôi đã không làm. Tôi không tin gã trong bất cứ điều gì nữa. Thật khó mà không nổi giận với gã. Tôi phải giải quyết chuyện này mới được. Gã còn mắng A rồi làm con tôi khóc váng, và một lần nữa gã lại đổ lỗi cho những "thiên thần".

NGÀY 21, THÁNG CHÍN, 2006

Tất cả những gì Phillip và Nancy làm là ngủ cả ngày. Bọn họ muốn tôi nghĩ đó là vì "thiên thần" nữa, nhưng đến khi nào thì họ mới bắt đầu tự lo cho chính bản thân họ đây? Tôi phải làm việc quần quật còn họ thì ngủ. Thật nực cười! Hôm nay đáng lẽ bọn họ sẽ đến nói chuyện với bác sĩ tâm lí về những "thiên thần", và cả chuyện Phillip nghe thấy tiếng nói nữa, thế nhưng Phillip bảo "thiên thần" làm cho vợ chồng gã buồn ngủ đến nỗi không thể lái xe và đi gặp bác sĩ được. Rốt cuộc họ vẫn đi gặp bác sĩ và mọi chuyện có vẻ đều ổn. Có lẽ gã sẽ có được sự giúp đỡ cần thiết từ bác sĩ tâm lí của gã.

NGÀY 27, THÁNG CHÍN, 2006

Buồn suốt cả ngày. Dường như mọi thứ đều vô vọng.

NGÀY 5, THÁNG MƯỜI MỘT, 2006

Hôm nay những "thiên thần" làm cho Nancy nghĩ đến chuyện tự tử. Thật khó khăn khi nghe bà ta nói những điều như thế. Nó mang đến cho tôi cảm giác thật vô vọng.

NGÀY 21, THÁNG HAI, 2007

Hôm nay tôi thấy tuyệt vọng vô cùng. Có cảm giác như chẳng có ai thèm quan tâm đến tôi cả. Năm vừa rồi thật quá đỗi khó khăn. Trước hết là cảm giác dường như chúng tôi chẳng đi được đến đâu. Hôm nay, một trong những khách hàng theo dõi dự án "Có nghe thấy tôi không?" của Phillip đã từ chối và muốn rút lại chữ kí. Phillip bảo đó là vì những "thiên thần" đã phối hợp với chồng bà ta, cho nên bà ta đã làm thế. Điều này gây cho tôi cảm giác tất cả những ai từng tin tưởng đều từ bỏ chúng tôi. Gần đây, Phillip lại nói rằng gã thấy thật giả dối với số tiền mà chúng tôi đã làm ra và cầm tiền đi mua thứ gì đó. Gã chẳng buồn nói là đã mua gì. Điều này làm tôi không thể nào tin gã. Gã bảo đó là điều những "thiên thần" muốn – họ muốn chúng tôi chống đối lẫn nhau. Thật rắc rối.

Dạo gần đây tôi cũng gặp vài cơn ác mộng... nhưng khác với trước. Một trong số đó là cảnh một kẻ giết người hàng loạt đến và giết tất cả chúng tôi nhưng không ai biết cả.

Phillip bảo rằng những "thiên thần" cũng khiến gã thấy ác mộng và thấy mình thật xấu xa. Nancy cũng đối diện với một khoảng thời gian chẳng mấy dễ dàng. Hàng loạt ác mộng kéo đến và Phillip bảo đó là vì các "thiên thần" hành hạ bà ta.

Đôi khi tôi không muốn sống trên hành tinh đầy dẫy những điều tệ hại này. Dẫu vậy thì tôi cũng không đầu hàng đâu.

NGÀY 16, THÁNG BA, 2007

Những ngày gần đây tôi thấy áp lực kinh khủng. Tôi có cảm giác mọi thứ cứ đổ ập lên tôi. Chẳng hạn như Phillip bắt tôi nghe dự án "Có nghe thấy tôi không?" trong khi tôi chẳng nghe thấy thứ gì cả. Giờ thì còn phải gửi email đến những người có khả năng nghe thấy tiếng nói như Phillip và những người trong giáo hội, vậy mà chẳng có kết quả gì. Nhưng tại sao gã lại đổ hết mọi áp lực lên tôi? Tại sao gã không tự thực hiện kế hoạch của gã chứ? Tôi đã có đủ việc để làm và nuôi sống hết tất cả mọi người rồi.

Quyết tâm chống lại những cảm giác tiêu cực.

1. Tôi là một con người sáng tạo, lạc quan, thành công và hạnh phúc.

2. Tôi có thể đạt được tất cả những mục tiêu đã đề ra.

3. Chúng tôi sẽ thành công trong tất cả mọi điều mà chúng tôi cố gắng hoàn thiện.

4. Tôi là một con người mạnh mẽ và đầy năng lực.

5. Chúng tôi sẽ thành công.

6. Tôi sẽ có một cơ thể và tinh thần mạnh mẽ, khỏe mạnh.

7. Bất cứ điều gì đều có thể xảy ra với tình yêu.

8. Mục tiêu của chúng tôi đều có thể đạt được.

9. Thật dễ dàng thức dậy mỗi ngày và tập thể dục.

10. Thật dễ dàng ăn uống một cách khỏe mạnh.

11. Tôi phải tạo thói quen vui vẻ.

12. Tôi sẽ phải quả quyết hơn.

13. Hôm nay thật quá đỗi tuyệt vời.

14. Mỗi ngày tôi đều hướng tới những mục tiêu của mình.

15. Tôi làm cho mỗi ngày đều tích cực.

Những câu trích dẫn yêu thích nhất:
Ngày 1, Tháng Năm, 2007

Thế giới chuyển động và thế giới đổi thay, duy chỉ có một điều là không hề thay đổi. Cho dù ta có che đậy, điều này vẫn không thay đổi: Cuộc đấu tranh không ngừng nghỉ giữa Thiện và Ác.

\- T.S. Eliot

Điều gì xảy ra sẽ xảy ra. Những điều kì diệu sẽ xuất hiện cho đến khi không còn thời gian nữa, nhưng thời gian đâu có kết thúc bao giờ.

\- Dean Koontz

Hi vọng, tình yêu và niềm tin, tất cả đều đang chờ đợi.

\- Dean Koontz

Tôi bảo tâm hồn tôi hãy lặng yên, và chờ đợi mà không cần hi vọng, bởi hi vọng có thể là hi vọng cho những điều không đúng.

\- T.S. Eliot

Những nơi tôi sẽ đến vào một ngày nào đó

1. Ai Cập
2. Thác Victoria ở Châu Phi
3. Alaska để thấy ánh sáng từ phương Bắc
4. Na Uy để thấy hiện tượng cực quang Aurora Borealis
5. Ý
6. Hy Lạp
7. Ireland
8. Quần đảo Galapagos

Tồn tại

Bà Pat đang ốm rất nặng. Phillip cho phép các con tôi vào ở nhà trong để có người bên cạnh bà. Tối hôm nọ bà bị đột quỵ, các con tôi gọi Phillip và gã đã phải gọi xe cứu thương. Khi đến bệnh viện, bà Pat được bác sĩ chẩn đoán là mắc bệnh Parkinson kèm theo chứng mất trí nhớ nhẹ. Nancy, tôi và các con thay phiên nhau chăm sóc bà, mọi chuyện không dễ dàng chút nào. Bà Pat không còn khả năng đi lại cho nên không thể vào nhà vệ sinh một mình. Giờ thì tôi được đi vào nhà trong để thay ca. Nancy cũng vào ngủ ở nhà trong mỗi tối để gần bên bà Pat, còn các con tôi thì ngủ trong căn phòng màu xanh mà tôi vẫn hay gọi là "phòng bên." Riêng tôi vẫn ngủ trong chiếc lều của tôi phía sau vườn.

Cứ vài năm tôi lại mua một chiếc lều mới bởi vì chúng không dùng mãi được. Chiếc tôi đang có bền hơn so với những chiếc trước, một tháng trước khi dựng lều, Phillip đã dựng sàn cao hơn một chút để nó không bị ướt. Phillip cũng ngủ ở nhà trong hoặc có lúc nằm trên ghế sofa trong căn phòng trống cùng với Nancy. Một điều luật mới đã được ban hành, giờ đây nhân viên quản thúc đến kiểm tra gã thường hơn. Điều này khiến việc đi ra ngoài trở nên thật khó khăn.

Một vài tháng sau đó, bỗng dưng Phillip được thông báo là gã sẽ có một nhân viên quản thúc mới và cần phải báo cáo tình hình. Lúc đầu, khi nhân viên này đến kiểm tra, Phillip đã bảo mẹ con tôi đi ra phía sau vườn. Cuối cùng thì gã nổi đóa với chính sách mới này và chẳng quan tâm đến việc chúng tôi có đi vào trong nhà hay không. Giờ thì gã cho phép lũ trẻ được ngủ ở nhà trong luôn. Một lần nọ, một nhân viên quản thúc đã đến nhà bất thình lình và thấy một cô con gái của tôi ngủ trong phòng. Sau đó tôi được các con kể lại chuyện này vì chúng rất sợ. Phillip dặn tôi lần tới nếu có nhân viên nào tới nhà, hãy hỏi có phải ông ta đã từng đi vào phòng con gái tôi hay không.

Không lâu sau Phillip lại được thông báo là gã được thay một nhân viên quản thúc khác. Một ngày nọ, khi tôi đang ở trong nhà để chăm sóc bà Pat thì nhân viên quản thúc này đến và tôi hỏi có phải ông ta đã đi vào phòng con gái tôi hay không. Ông ta bảo không và tôi đẩy chiếc xe lăn của bà Pat vào trong phòng bà ấy. Người nhân viên lấy mẫu nước tiểu của Phillip rồi bỏ đi. Càng ngày càng có nhiều cuộc khám xét như thế diễn ra, vì vậy mà Phillip càng trở nên khó chịu và hoang tưởng. Theo gã thì gã chẳng làm điều gì sai. Việc kiểm soát thế này chỉ cản trở gã làm việc một cách hiệu quả thôi. Gã muốn mời luật sư và chấm dứt ngay tình trạng ấy.

Trong nhà có một chiếc máy giặt và một máy sấy khô, thế nhưng cả hai đều không hoạt động, mà chúng tôi thì cần chiếc máy giặt kinh khủng. Công việc in ấn không được tốt lắm và chúng tôi thì chẳng có nhiều tiền, nhất là không thể đến hiệu giặt công cộng để giặt quần áo. Cuối cùng thì Phillip cũng đã sửa chiếc máy giặt. Nhưng để sử dụng được, nó phải được mang ra khỏi nhà bởi hệ thống thoát nước trong nhà bị hỏng. Thế là chúng tôi phải đẩy chiếc máy ra bên ngoài. Ôi nó nặng ơi là nặng, chúng tôi phải dùng hết sức mới có thể đẩy nó ra ngoài giữa sân, dưới một gốc thông. Sau khi Phillip lắp ráp xong, quả thật rất tuyệt vời khi chúng tôi có thể giặt mà không phải chờ quần áo xếp hàng đống nữa. Nhất là từ khi bà Pat đổ bệnh, chúng tôi phải giặt ga trải giường của bà thường xuyên vì lúc nào ga cũng đầy phân và nước tiểu.

Có vẻ như ngôi nhà sắp sụp kể từ khi bà Pat ốm. Nancy phát hiện ra một vũng nước lớn ngay giữa nhà, Phillip kiểm tra phía dưới và phát hiện ra những ống nước đã bị rò rỉ. Chiếc bồn nước ở hành lang nhà dưới lúc nào cũng nghẹt nên Phillip chỉ cho chúng tôi cách rút nước bằng một ống hút xi-phông. Mỗi ngày chúng tôi phải làm như vậy ít nhất ba lần, nếu không thì nước sẽ tràn ra khỏi bồn và chúng tôi phải lau nhà sau đó. Chuyện này đã xảy ra vài lần rồi, việc lau khô nước quả là một cực hình. Nước bị nghẹt trong bồn lúc nào cũng có màu nâu đen – bẩn hết sức! Tôi ghét việc này một, và tôi ghét việc chăm sóc mẹ của gã mười. Bà ấy thực sự đã mất trí. Chỉ có một người duy nhất không bao giờ làm sai điều gì và luôn làm bà hài lòng là gã con trai yêu quí của bà. Lúc nào bà Pat cũng nói những lời cay nghiệt khi tôi đưa bà vào phòng vệ sinh, dắt bà đi bộ, hay giúp bà tập thể dục. Bà ghét mọi thứ ngoại trừ Phillip. Nancy cũng gặp vất vả tương tự, nhưng đôi khi Nancy còn có thể khiến cho bà Pat chịu lắng nghe. Trong thâm tâm, tôi có cảm giác là bà Pat rất căm hận tôi. Cho dù chúng tôi chưa bao giờ nói cho bà nghe, nhưng tôi nghĩ bà biết rằng tôi chính là mặt xấu xa của con trai bà mà bà không muốn biết.

Trước khi bà Pat bị đột quỵ, tôi chỉ gặp bà một vài lần. Bà biết tôi với tên gọi Allissa, chị gái của những đứa trẻ mà Nancy đã nhặt ở ngoài đường. Đó chính là câu chuyện mà Phillip đã kể cho bà. Thỉnh thoảng tôi có ý nghĩ rằng Phillip đã nói với bà Pat rằng những đứa bé chính là cháu nội của bà ấy. Tôi không biết bà nghĩ gì nữa. Bà chẳng làm gì nhiều kể từ khi nghỉ hưu; suốt ngày chỉ xem ti-vi và thỉnh thoảng đi mua sắm cùng với bà chị gái tên Celia, người mà Phillip đã mang con mèo của tôi cho đi. Sau khi bà Pat ốm, Celia chết và Nancy phải báo cho bà ấy biết. Có ngày bà nhớ, nhưng những ngày khác thì không. Căn bệnh Parkinson đang ăn dần ăn mòn cơ thể của bà, còn chứng mất trí nhớ thì hủy hoại hết lí trí của bà ấy. Thật đáng buồn. Có lẽ như vậy thì tốt hơn vì bà ấy sẽ không biết thực sự là con trai của bà ấy đã làm một chuyện xấu xa đến thế nào.

Giải thoát và đoàn tụ

Vào ngày 24, tháng Tám, Phillip dẫn hai con tôi đến văn phòng FBI ở San Francisco. Gã bảo gã muốn chúng đi cùng vì nghĩ rằng người ta dễ nghe lời gã hơn. Tôi chỉ nghĩ ít nhất là lũ trẻ có cơ hội đi ra khỏi nhà một chút. Chúng tôi đã chẳng đi đâu cả năm nay bởi vì phải chăm sóc cho bà Pat, thực sự là không thể nào để bà ấy ở nhà một mình lâu được. Căn bệnh Parkinson và chứng mất trí nhớ giai đoạn cuối đang làm bà ấy chết dần chết mòn.

Khi Phillip và các con tôi trở về nhà vào cuối chiều ngày hôm ấy, mọi thứ có vẻ rất bình thường. Tôi hỏi mọi thứ có ổn không và gã trả lời tất cả đều diễn ra như mong muốn. Gã còn nói đã gặp hai cảnh sát ở vùng Berkeley, họ tỏ ra rất quan tâm đến những gì gã trình bày. Gã nói rằng họ đã "búng ngón tay" (từ mà gã hay dùng để mô tả phản ứng của người khác) và rất thích thú lắng nghe khám phá của gã: người ta có thể nghe tiếng nói của gã nhờ vào năng lực linh thần và sự hỗ trợ của một chiếc "hộp đen." Gã còn để lại cuốn tài liệu mang tên "Giải mã tâm thần phân liệt" tại văn phòng FBI, San Francisco vào ngày hôm đó. Gã cho rằng cuốn tài liệu cũng nhận được phản ứng tốt của mọi người. Theo Phillip thì cuối cùng gã đã có thể tiến đến kế hoạch thành lập giáo hội "Khát khao của Chúa" và "đấu tranh vì Chúa." Thật lòng tôi không nghĩ quá nhiều về điều đó bởi vì tôi đã nghe không biết bao nhiêu lần. Sự thật là tôi không muốn nghĩ về nó bởi vì tôi không muốn phải thất vọng thêm. Thời gian trôi qua, gã lại hứa sau này sẽ thuê gia sư cho các con tôi và rằng chúng tôi sẽ không còn phải làm việc cật lực nữa. Từ sâu thẳm trong lòng, tôi hi vọng gã sẽ làm một điều lớn lao nữa, đó là trả tôi về với mẹ tôi. Vì vậy thà cứ tập trung vào công việc và không hỏi nhiều thì sẽ dễ dàng hơn. Tôi đã quen với chuyện không nên đặt ra nhiều câu hỏi để chính mình không phải liên tục thất vọng với câu trả lời mơ hồ và lặp đi lặp lại của gã.

Ngày hôm sau, tức là ngày 25, tôi ngồi trong "văn phòng" để làm nốt công việc in ấn phải giao vào ngày kế tiếp. Lũ trẻ đang chơi ở bên ngoài. Nancy thì chăm sóc bà Pat còn Phillip chắc đang ngủ hay đọc Kinh Thánh ở trong nhà. Lúc ấy khoảng năm giờ chiều. Đột nhiên Nancy chạy vào và bảo rằng Phillip đã bị bắt. Tôi sốc vô cùng. Lúc đầu tôi cứ nghĩ là bà ta đùa, nhưng rồi nhìn vào gương mặt lo lắng của bà ta, tôi biết là không phải.

Tôi bảo bà ta hãy bình tĩnh lại, rồi mọi chuyện sẽ ổn thôi. Phillip luôn nói rằng nếu có chuyện gì xảy ra thì chúng tôi nên gọi luật sư, vì vậy tôi bảo bà ta nên tìm trong cuốn Những Trang Vàng để tìm một luật sư và một người bảo lãnh. Tôi cũng trấn an bà ta rằng Phillip sẽ gọi điện về bảo chúng tôi nên làm gì. Tôi không muốn thông báo với các con vì nghĩ sẽ làm cho chúng sợ. Tôi đã tập luyện được dáng vẻ bình tĩnh không dao động mặc dù trong lòng chất chứa bao nhiêu xúc cảm.

Sau đó tôi và Nancy báo cho lũ trẻ biết chuyện, và đúng là chúng rất sợ. Chúng không hề biết tại sao gã lại bị bắt đi. Lúc đó cả tôi và Nancy cũng không biết. Trong suốt những năm qua, mẹ con tôi đều biết rằng Phillip bị quản thúc vì đã làm hại một phụ nữ và vào tù mấy năm liền. Những nhân viên quản thúc hay tới nhà là để giám sát gã. Và mẹ con tôi phải trốn chui trốn nhủi cũng là để giữ bí mật. Đó là những gì mà các con tôi biết. Tôi cũng từng được nghe Phillip kể về quãng thời gian khi gã ở trong tù.

Một vài giờ sau đó, khi chúng tôi đang cố gắng bình tĩnh ngồi đợi gã gọi về thì từ cửa sau ở hành lang bỗng vang lên tiếng bước chân của gã cùng nhân viên quản thúc. Chúng tôi giật mình đánh thót và rồi thở phào nhẹ nhõm. Phillip luôn có mọi câu trả lời, và chúng tôi không biết làm gì khi thiếu gã. Nancy chạy tới ôm chầm lấy Phillip và bật khóc, những giọt nước mắt vừa căng thẳng, lại vừa nhẹ nhõm; mẹ con tôi thì ngồi ở phòng khách nhìn nhân viên quản thúc tháo còng tay cho gã, dặn dò gã phải báo cáo với văn phòng quản thúc ở Concord vào sáng hôm sau. Sau nhiều giờ tỏ ra bình tĩnh, cuối cùng tôi không thể kiềm chế được nữa và bắt đầu khóc. Có vẻ mọi người đều nghĩ rằng tôi thấy nhẹ nhõm khi gã trở về, nhưng sự thật là trong lòng tôi ý thức rất rõ đó là những giọt nước mắt giận dữ. Đúng, tôi giận ghê lắm! Giận tất cả mọi thứ. Giận nhân viên quản thúc vì đã bắt gã rồi lại thả gã về. Giận Phillip đã chẳng làm gì để ngăn không cho việc vừa rồi xảy ra. Chúng tôi đều dựa vào gã, và trong khoảnh khắc ấy, tôi đã nhận ra rõ là chúng tôi phụ thuộc vào gã nhiều đến mức nào, trong khi gã lại có vẻ dửng dưng chẳng thèm quan tâm. Tất cả đều là vì "thiên thần" này, "thiên thần" nọ. Còn chúng tôi thì sao? Lúc nào gã chẳng nói những điều cũ rích.

Ở một mức độ nào đó, tôi tự hỏi không biết làm sao gã có thể quay trở lại. Có lẽ đúng là không một ai nhớ ra tôi cả. Tôi biết điều này chỉ càng làm gã tăng thêm ảo tưởng rằng mình đang đứng ngoài vòng pháp luật. Phillip tin rằng những chuyện xảy ra, từ việc bắt cóc tôi cho đến việc những nhân viên quản thúc không thể bắt được gã đều không phải là tình cờ, tất cả đều là vì "thiên thần". Lí lẽ của gã là trước khi bắt tôi, gã đã có thể nghe được tiếng nói của những "thiên thần". Do đó, để buộc gã dừng lại, các "thiên thần" bèn cho phép gã bắt tôi, từ đó gã chỉ dành thời gian cho tôi và để các "thiên thần" được yên. Gã nghĩ nếu không có những "thiên thần" thì chẳng có cách nào gã lại bắt cóc tôi được như thế. Tôi đã luôn tin vào những điều tốt đẹp của "thiên thần", giờ gã bảo vậy nên tôi thấy hoang mang. Có phải Phillip thực sự đặc biệt, và trong mắt của Chúa, gã xứng đáng được bảo vệ? Hay gã chỉ bịa chuyện để bào chữa cho hành động của mình? Còn tôi thì sao? Liệu tôi có giá trị chút nào không, hay chỉ là một thứ đồ vật cho người ta sử dụng?

Nói tóm lại, tất cả chúng tôi đều đi ngủ trong cảm giác nhẹ nhõm và đinh ninh rằng mọi việc đã kết thúc. Thế nhưng vào sáng hôm sau, khi tôi vẫn đang ngủ trong lều, Phillip đến nói qua cửa sổ rằng tôi phải thay đồ để đến cơ quan quản thúc. Gã bảo đã quá mệt mỏi với sự quấy nhiễu của chính quyền và muốn chứng tỏ rằng mọi thứ đều ổn để gã được tiếp tục "dự án/sứ mệnh" của gã. Tôi lo lắm. Tôi chẳng biết phải nói gì. Tôi thay quần áo rồi bước ra và thấy hai con tôi cũng đã mặc quần áo sẵn sàng. Trước khi rời khỏi nhà, Phillip bảo tôi viết một lá thư cho luật sư ở Concord. Gã muốn gửi nó trên đường đến cơ quan quản thúc để cho luật sư biết rằng dự án của gã đang tiến triển. Gã còn thêm vào là gã cần dịch vụ luật sư cho trường hợp đặc biệt này thật sớm. Bà Pat vẫn còn ngủ, Phillip nghĩ rằng bà sẽ ổn cho đến lúc chúng tôi quay trở lại. Tôi hỏi gã tôi sẽ nói gì khi đến đó. Gã bảo tôi cứ nói là mẹ của hai đứa bé, và tôi đã cho phép gã nuôi hai con tôi, dĩ nhiên là tôi đã biết trước gã từng phạm tội cưỡng hiếp phụ nữ. Nếu tôi bị hỏi gì thêm, gã bảo tôi nói rằng tôi cần một luật sư và không phải nói gì nữa. Chúng tôi vào xe và gã nhận thấy tôi đang rất hồi hộp. Gã nói mọi thứ sẽ ổn và rồi chúng tôi sẽ ăn sáng trên đường về nhà. Tôi không nói gì, chỉ khẽ nhún vai, nhưng trong lòng tự hỏi gã đang làm gì; thực sự gã cho rằng chúng tôi chỉ vào cơ quan quản thúc rồi sẽ chẳng có chuyện gì xảy ra sao? Nhưng sau nhiều năm buộc phải nghe lời gã trong mọi tình huống, thật chẳng dễ dàng để nói điều gì. Suốt quãng đường Nancy cũng nín thinh. Các con gái của tôi bảo mọi chuyện rồi sẽ ổn. Tôi thật sự rất hồi hộp và sợ rằng mình sẽ buột miệng thốt ra điều gì đó sai, mà như thế thì sẽ làm hỏng kế hoạch của gã. Thế là gã cứ lặp đi lặp lại rằng không có gì phải lo cả, nếu tôi có bị ép buộc thì cứ bảo rằng tôi cần gặp luật sư. Phillip luôn lập kế hoạch trước khi làm một điều gì đó, vì vậy mà tôi đoán rằng lần này gã cũng đã nghĩ kỹ.

Khi tới cơ quan quản thúc ở Concord, chúng tôi bước ra khỏi xe. Phillip dắt mọi người đến trước cửa văn phòng. Tôi nhận ra nhân viên quản thúc của Phillip đang tiến về phía chúng tôi. Gương mặt ông ta thoáng bối rối khi thấy Phillip dắt theo cả một đoàn người. Ông yêu cầu mẹ con tôi và Nancy đi cùng ra phía sau, rằng trẻ em không được phép ở phòng chờ. Khi được dẫn đi khỏi Phillip, tôi nhớ mình đã quay lưng lại nhìn gã với ánh mắt tỏ ý hỏi tôi sẽ phải làm gì. Gã nháy mắt với tôi. Tất cả chỉ có thế. Nhân viên quản thúc dẫn chúng tôi vào một phòng riêng và hỏi chúng tôi đang làm gì.

Tôi trả lời theo những gì Phillip đã dặn. Tôi giới thiệu mình là Allissa bởi vì đó là tên mà tôi dùng kể từ khi sinh bé G. Đó cũng chính là tên mà các khách hàng của tôi biết. Sau khoảng hai mươi phút chủ yếu là hỏi tôi, chẳng hạn như là tôi là ai và mục đích của tôi là gì khi ở cùng gia đình Garrido, ông ấy quyết định cho chúng tôi đi và đưa danh thiếp cho tôi.

Chúng tôi đi ra lối cửa sau, ngồi vào xe đợi Phillip để cùng về nhà. Tôi vẫn không thể hiểu được điều gì đã xảy vào ngày hôm ấy. Nancy im lặng một cách lạ lùng. Tôi hỏi bà ta là tôi nói chuyện với nhân viên ấy có được không, bà ta bảo tôi đã làm rất tốt và không thể nghĩ là tôi cần phải nói thêm gì nữa. Bà ta không hiểu tại sao Phillip lại dẫn hết tất cả chúng tôi đi như thế này. Phillip chưa từng bao giờ làm như vậy.

Thật bất ngờ là hai nhân viên quản thúc lại bước ra. Một trong hai người chính là nhân viên lúc nãy đã hỏi tôi, còn người kia là đồng nghiệp của ông ấy. Khi thấy họ, tôi hỏi Nancy là tôi nên nói và làm gì. Bà ta bảo tôi có thể giả vờ là họ hàng xa của mẹ Phillip ở Missouri. Khi hai nhân viên tiến đến bên cạnh xe, họ đã yêu cầu chúng tôi bước ra khỏi xe. Tôi lại nhìn Nancy và hỏi chúng tôi nên làm gì. Bà ta trả lời không biết. Người đồng nghiệp kia bảo Nancy và các con tôi ngồi xuống vệ đường, còn nhân viên quản thúc của Phillip thì yêu cầu tôi đi cùng ông ấy vì có một vài câu hỏi dành cho tôi. Tôi có dự cảm mình đang dính vào một chuyện khủng khiếp. Ông ấy bảo tôi đã nói dối, và tôi không phải là mẹ của bọn trẻ. Tôi nhìn thẳng vào mắt ông ấy rồi lặp lại "Tôi đã sinh ra cả hai con gái tôi, vì vậy tôi là mẹ chúng!" Ông ấy nhẹ nhàng chỉnh lại, Phillip nói cả ba chúng tôi thật ra là con của anh trai gã. Tôi im lặng. Tôi chẳng thể nào hiểu nổi lí do Phillip nói thế khi đã dặn tôi nói với người khác rằng tôi là mẹ của bọn trẻ. Tôi cảm thấy như gã đang ruồng bỏ tôi vậy.

Tôi bắt đầu nghĩ mình đang trên bờ vực nguy hiểm, rồi tôi sẽ bị chia cách với bọn trẻ bởi vì người đàn ông này không chịu tin tôi. Ông ấy nghĩ tôi là một kẻ nói dối. Rồi ông ấy sẽ bắt lũ trẻ đi vì cho rằng tôi không phải là mẹ chúng, thế là tôi bắt đầu đấu tranh. Và đó chính là điều mà tôi cố gắng làm cho dù rất ghét phải nói dối. Tôi chỉ muốn thuyết phục ông ta thôi. Cho tới thời điểm này tôi không cảm thấy tự hào chút nào về ngày hôm ấy, nhưng tôi đã làm điều mà tôi vẫn luôn làm... cố vượt qua những tình huống bất khả thi. Tôi bảo ông ấy rằng Phillip nói dối là do tôi, bởi vì tôi đang chạy trốn gã chồng vũ phu, và tôi không muốn bất kì ai biết tôi đang ở đâu cả. Cứ thế, tôi huyên thuyên hết điều này sang điều khác. Đến lúc này thì lũ trẻ đã sợ lắm rồi, và bé G muốn đi vệ sinh. Nhân viên quản thúc bảo tôi đi theo ông ta đến nhà vệ sinh. Chúng tôi bắt đầu đi, và một lần nữa tôi lại cố gắng thuyết phục ông ấy nên để chúng tôi về. Ông ta thông báo đã gọi cho Sở bảo vệ trẻ em CPS. Vậy mà suốt mấy năm qua, Phillip đã cố thuyết phục tôi rằng gã là người duy nhất có quyền lực và mọi câu trả lời. Tôi sợ biết chừng nào, và cho dù đã ở sát bên cơ hội giành lại cuộc đời mình, tôi vẫn không thể nào đánh đổ được bức tường do chính gã xây nên trong tôi.

Một nữ nhân viên xuất hiện dẫn bọn trẻ cùng Nancy đi nơi khác. Thật lạ lùng là tôi có cảm giác như chính mình là kẻ bị tình nghi. Giờ này chỉ còn một mình tôi trong phòng. Có thể sẽ chẳng bao giờ tôi được thấy con mình nữa. Nhân viên quản thúc nghĩ rằng tôi đã bắt những đứa trẻ và bỏ trốn từ một nơi nào đó. Các nhân viên đều bảo nếu tôi không khai tên và kể hết sự thật thì tôi sẽ bị bắt đến đồn cảnh sát để kiểm tra vân tay, như vậy thì họ sẽ biết ngay tôi là ai. Tôi chẳng biết phải làm gì. Tôi yêu cầu được gặp Phillip. Họ dẫn gã tới với hai tay bị còng chặt. Tôi nhìn và hỏi gã trước mặt mọi người là tôi phải làm gì. Có thể họ sẽ bắt các con tôi đi và tôi sẽ chẳng để điều đó xảy ra đâu. Tôi không biết phải làm gì cả. Gã vẫn luôn có mọi câu trả lời cơ mà. Vậy mà giờ đây tất cả những gì gã làm là nhìn tôi với đôi mắt vô hồn và nói tôi cần một luật sư. Họ dẫn gã đi mất. Sau khoảng một giờ đồng hồ cho tôi ngồi trong phòng một mình, rõ ràng là để tôi suy nghĩ về hoàn cảnh của chính tôi, họ đã cử một nhân viên nữ vào nói chuyện với tôi.

Trong suốt thời gian đó, tôi bắt đầu nhận ra rằng Phillip đã đi mất và tự bản thân tôi cần phải bảo vệ các con. Tuy nhiên từ trước tới nay tôi đã bị buộc phải bảo vệ Phillip và Nancy, cho nên kể cho một người lạ nghe câu chuyện của tôi thật chẳng dễ chút nào, và lúc đầu tôi không thể nào làm được. Tôi đã yêu cầu gặp luật sư rất nhiều lần, nhưng câu trả lời của chính tôi cho câu hỏi đó là: Tại sao tôi lại cần luật sư trong khi tôi đã khẳng định là mình không làm điều gì sai?

Nữ nhân viên tỏ ra rất thông cảm và đảm bảo với tôi rằng bọn trẻ đang ổn, và tôi sẽ được gặp lại chúng. Tôi thú nhận là tôi không biết phải làm gì nữa. Cô ta lại hỏi tên tôi và tôi bảo rằng tôi không thể nói được. Cô ta nói tất cả mọi thứ xảy ra là vì một lí do nào đó, và rằng mọi thứ rồi sẽ tốt đẹp cả thôi. Thế rồi cô ta đi mất, và tôi lại chỉ có một mình. Một lát sau cô ta quay lại. Tôi có cảm giác như cả một thế kỉ đã trôi qua, và hình như tôi đã đi vào nhà vệ sinh hàng triệu lần. Khi trở lại, cô ta nói "Gã thú nhận đã bắt cóc cô từ nhiều năm trước." Cô ta lại hỏi tên tôi và tôi bao nhiêu tuổi khi bị bắt cóc. Tôi có cảm giác là bấy lâu nay mình đã chờ đợi chính câu hỏi này, và tôi trả lời rằng lúc ấy tôi mười một tuổi, còn giờ thì tôi đã hai mươi chín rồi. Cô ta sốc thật sự. Cô ta hỏi tên tôi thêm một lần nữa. Tôi vẫn bảo tôi không thể nói ra. Thực ra tôi không cố ý gây khó dễ. Chỉ đơn giản vì tôi đã không hề nói tên mình trong suốt mười tám năm qua. Thế rồi tôi bảo cô ta là tôi sẽ viết ra. Và tôi đã làm như thế, run rẩy viết từng chữ cái của tên mình trên một mảnh giấy nhỏ:

JAYCEELEEDUGARD

Mọi sự xảy ra như tôi vừa phá vỡ xong một lời nguyền. Vào khoảnh khắc ấy, tôi hoàn toàn kiệt sức nhưng lại cảm thấy mình đã lấy lại được tự do và đang sống trọn vẹn hơn bao giờ hết. Lại nói về những cảm xúc rối bời vào ngày hôm ấy. Tôi đã viết tên mình ra lần đầu tiên sau mười tám năm trời. Cô nhân viên cũng bảo tôi viết ngày sinh và tên của mẹ tôi. Tôi nhìn cô ấy rồi hỏi tôi có thể gặp mẹ tôi? Cô ấy trả lời được.

Sau khi biết tên tôi và nhận ra tôi là ai, họ nhanh chóng cho phép tôi gặp lũ trẻ. Tôi có cảm giác như đã trút hết mọi gánh nặng. Họ còn có kế hoạch đưa mẹ con tôi đến sở cảnh sát ở Concord bởi họ nghĩ chúng tôi sẽ thấy thoải mái hơn.

Tại sở cảnh sát, tôi được ngồi trong một phòng riêng để đợi, còn các con tôi thì vui chơi trong căn phòng phía trước. Có lẽ họ biết tôi cần một chút riêng tư. Trong suốt thời gian này, có nhiều người đến gặp tôi, bao gồm cả nữ nhân viên đã đề nghị tôi viết tên trước đó. Tôi không hiểu tại sao mình lại đợi trong căn phòng đó. Tôi được đề nghị kể về câu chuyện của mình một vài lần, và tôi đã thuật lại tất cả những gì tôi còn nhớ. Vào lúc này, tôi đã gặp hai viên cảnh sát là Todd và Beth. Họ đến, tự giới thiệu rồi hỏi tôi có cần gì không. Lúc đầu tôi nói không, nhưng sau đó nghĩ lại bởi tôi nghe G ở phòng bên kia nói với ai đó rằng con bé lo lắng cho mấy con ốc mượn hồn ở nhà. Thế là tôi hỏi anh Todd rằng họ có thể mang mấy con ốc mượn hồn ấy đến cho con tôi không, anh bảo để xem thử có thể làm được gì. Tôi cũng rất lo cho mấy con mèo và hai con chó trông hộ cho người hàng xóm tên J nữa. Họ nói sẽ cố gắng làm điều đó. Sau đó thì tôi chỉ còn lại một mình, và rồi những dòng nước mắt cố kìm nén bấy lâu nay cuối cùng cũng tuôn trào mà không chờ đợi xem có được phép khóc hay không.

Tiếp đó, tôi được ngồi trong phòng với hai nhân viên thuộc sở Cảnh Sát Quận El Dorado cùng một chiếc điện thoại. Đây là cuộc gọi điện thoại đáng mong chờ nhất cho mẹ tôi. Cảm nhận được chất adrenaline đang chạy khắp cơ thể, tôi không thể ăn được thứ gì mà chỉ hớp một ngụm Dr Pepper. Dạ dày tôi cứ như bị thắt thành nhiều nút. Các nhân viên cảnh sát hỏi tôi có gì muốn biết không, và câu hỏi đầu tiên hiện lên trong đầu tôi là "Mẹ tôi vẫn còn ở với dượng Carl chứ?" Tôi được thông báo rằng mẹ tôi và dượng Carl đã chia tay và không còn sống chung với nhau nhiều năm rồi. Tôi thấy nhẹ nhõm vì thực sự lo lắng nếu phải về nhà khi dượng Carl vẫn còn ở đó. Tôi không thích dượng vì dượng luôn cố chia rẽ hai mẹ con tôi.

Trong căn phòng cùng hai nhân viên cảnh sát và chiếc điện thoại trên bàn, tất cả những gì tôi có thể nghĩ đến là "Mẹ." Từ duy nhất này cứ quẩn quanh trong đầu tôi.

Tôi có nhiều thứ để nói lắm, nhưng khi ngồi lắng nghe tiếng chuông điện thoại reo, tôi có cảm giác như lưỡi mình nặng trĩu cả nghìn tấn. Cuộc gọi đầu tiên là đến nhà mẹ tôi. Tiếng chuông reo liên tục, và khi họ chuẩn bị dập máy để thử gọi một số khác thì ai đó bắt máy, và đầu dây bên kia là giọng của một cô gái "A lô?" Các nhân viên cảnh sát hỏi mẹ tôi đâu và có lẽ người kia đã trả lời rằng mẹ tôi đang ở chỗ làm nên hãy gọi đến đó. Các nhân viên cảnh sát lại hỏi đó có phải là con gái của mẹ tôi không thì câu trả lời là "dạ đúng ạ," sau đó họ giải thích lí do tại sao gọi đến. Tôi ngồi đó lắng nghe, không dám tin là họ đang nói chuyện với em gái của tôi. Nhiều lúc ở sau vườn nhà Phillip, những người tôi yêu thương đều trở nên hư ảo, chỉ là những giấc mơ, hay nói đúng hơn là tưởng tượng. Các nhân viên cảnh sát cuối cùng cũng kết thúc cuộc gọi, nói rằng họ sẽ liên lạc lại rồi cúp máy. Sau đó, họ gọi đến văn phòng làm việc của mẹ tôi, cố liên lạc cho bằng được. Lần này thì mẹ tôi bắt máy. Lúc nghe thấy tiếng mẹ, tôi sững sờ không nói được lời nào. Thậm chí tôi còn không nhớ là mình đã nói gì. Tôi đã hỏi lại mẹ sau này và mẹ nói rằng lúc ấy tôi nói tôi đã có con. Thật không thể tin được là tôi đã nói như thế! Thật ra tôi muốn nói gì đó khác, nhưng có lẽ là vì tôi muốn cho mẹ biết tôi không cô đơn, và âu đó cũng là cố gắng tìm hiểu xem liệu mẹ có chấp nhận lũ trẻ hay không. Tôi biết là mình sẽ không bao giờ rời xa con, và nếu mẹ tôi từ chối chúng vì lí do nào đó thì tôi không biết mình sẽ phải làm gì. Tôi mong mẹ biết bao, nhưng tôi cũng đã là một người mẹ có trách nhiệm với con mình. Thật may mắn khi điều này không phải là một vấn đề to tát, chúng tôi đã được mẹ chấp nhận với đôi tay rộng mở. Tôi tin là mình đã bật ra câu nói "Mẹ đến nhanh nhé!" Tôi cũng nhớ là mẹ hét lên ở đầu dây bên kia "Con tôi đã được tìm thấy rồi!" không biết bao nhiêu lần và rồi mẹ nói "Mẹ yêu con!" Đó là những gì tôi nhớ được từ cuộc gọi đầu tiên cho mẹ. Ước gì tôi nhớ được tất cả khoảnh khắc, nhưng đầu óc của tôi lúc đó đã quá tải rồi.

Anh cảnh sát Todd sắp xếp cho ba mẹ con tôi ở tại một khách sạn vào đêm hôm đó. Rời sở cảnh sát CPD, chúng tôi đi ngang qua một chiếc xe của những phóng viên săn tin mà không bị họ phát hiện. Khi đến khách sạn, cộng sự của Todd là Beth, người đã gặp chúng tôi tại CPD mang đến cho chúng tôi quần áo ngủ và đồ dùng vệ sinh cá nhân. Anh Todd kéo tôi ra một góc nói rằng các con tôi chưa ăn vì tôi không chịu ăn, và nếu tôi ăn thì sẽ giúp cho chúng. Thế là tôi nói là tôi đói bụng rồi quyết định ăn món bánh ngô cuộn thịt cho bữa tối. Tuy nhiên, tôi có cố lắm thì cũng chỉ được vài miếng, ít ra là bụng tôi cũng có một tí gì đó. Lũ trẻ bắt đầu ăn. Rồi lần đầu tiên trong ngày, mẹ con chúng tôi được ở riêng với nhau, tôi đã nói chuyện với các bé về những gì đã xảy ra cùng với lí do của nó. Tôi đã cố gắng giải thích tất cả theo cách mà tôi nghĩ là phù hợp. Buổi tối hôm đó, ba mẹ con tôi cùng ngồi trên giường, bên nhau và tôi đã nói rằng chính bố chúng là người chịu trách nhiệm cho tất cả mọi thứ, thì thật ngạc nhiên là hai con tôi lắng nghe mà không tỏ chút bất ngờ. Tôi còn nói với chúng rằng những ngày sắp tới sẽ rất vất vả cho cả chúng lẫn tôi, nhưng tôi sẽ làm hết tất cả những gì có thể để ra quyết định đúng đắn cho cả ba mẹ con, và cho dù có xảy ra điều gì đi chăng nữa, cả ba chúng tôi sẽ luôn ở bên nhau và tôi sẽ không bao giờ rời xa chúng.

Có tiếng gõ cửa, vài người tới, cả hai là luật sư bào chữa được giao nhiệm vụ bảo vệ ba mẹ con chúng tôi. Sau khi tự giới thiệu, họ bỏ đi và ba mẹ con tôi được yên tĩnh trở lại.

Vào ngày hôm sau, tôi rất hồi hộp khi sắp được đoàn tụ với mẹ và em gái, tôi muốn gặp họ vô cùng. Các con tôi rất ủng hộ và hào hứng với tôi. Hai đứa đã cùng ngủ trên một giường để tôi có thể xoay qua trở lại trên một giường khác suốt cả đêm. Tôi nghĩ mình ngủ được tổng cộng khoảng vài phút vào đêm hôm đó. Tôi bị đau đầu khủng khiếp vì đã khóc suốt mấy giờ đồng hồ. Những câu hỏi cứ dồn dập bủa vây tâm trí tôi: Nếu mẹ tôi không chấp nhận con tôi thì sao? Nếu mẹ ghét tôi thì tôi sẽ làm gì? Ngộ nhỡ mẹ vẫn ở với dượng Carl thì sao? Có phải nếu tôi cố gắng hơn thì đã rời khỏi nơi ấy từ lâu rồi không?... Đêm hôm đó, hàng loạt suy nghĩ, lo âu và cả cảm giác tội lỗi liên quan đến Phillip và Nancy cứ cắm rễ trong đầu tôi và làm tôi kiệt sức vào sáng hôm sau. Thế giới của tôi đã đảo ngược hoàn toàn, tôi không biết mình sẽ phải làm gì. Tôi lo sợ cho hai con gái của mình. Liệu tôi có đủ khả năng bảo vệ chúng ở thế giới bên ngoài không? Tôi đã luôn để Phillip bảo vệ chúng mỗi lần chúng tôi ra ngoài. Thế rồi bỗng nhiên giờ chỉ có một mình tôi. Mọi người tôi gặp đã rất ân cần, tôi thấy mình được bảo vệ thật chu đáo, thế nhưng tôi vẫn lo điều đó sẽ kết thúc sớm, và rồi tôi sẽ chỉ còn lại một mình.

Rốt cuộc thì ngày hôm đó cũng đã đến sau một đêm dài không yên giấc. Tôi hồi hộp đến nỗi bụng dạ như có lửa đốt. Liệu tôi có nhận ra mẹ tôi không? Mẹ nhớ tôi chứ? Mẹ sẽ yêu quí con người hiện giờ của tôi? Mẹ có giận tôi không? Liệu mẹ có chấp nhận con tôi là cháu ngoại của mẹ? Tôi có hàng tá câu hỏi và suy nghĩ. Nhiều đến nỗi đầu óc tôi không thể nào hoạt động được. Khi được thông báo là em gái và dì tôi cũng đến cùng mẹ, tôi vừa háo hức lại vừa hồi hộp và nhắc nhở mình phải thở đều. Mỗi lần ai đó nhắc đến từ "mẹ", tôi lại bật khóc. Các nhân viên FBI bảo rằng họ sẽ dặn dò mẹ tôi vài điều trước khi tôi được gặp mẹ. Khoảng thời gian ấy dài vô cùng vô tận, nhưng rốt cuộc rồi cũng kết thúc. Sau khi được các con lần lượt ôm động viên, tôi đi theo một trong số các nhân viên cảnh sát đến thang máy. Trước đó, tôi được hỏi là liệu có thích gặp mẹ một mình trước không, tôi đã trả lời rằng tôi muốn vậy và làm ơn dắt các con tôi vào sau. Khi xuống tầng dưới, tôi được dẫn tới một căn phòng mà mẹ tôi đang ở đó. Tôi không chắc là mình đã thực sự tin rằng mẹ đang ở trong đó chờ tôi. Tôi đã tự nhủ rằng ngày này sẽ chẳng bao giờ đến. Trên lối đi đến căn phòng, toàn thân tôi như bị đông cứng và không thể cử động được. Tôi chỉ biết đứng nhìn chằm chằm vào cánh cửa. Cuối cùng, tôi thở một hơi thật dài và bước vào. Ôi mẹ tôi kia! Tôi biết ngay đó là mẹ tôi. Vậy mà suốt một thời gian dài tôi không thể nhớ mẹ tôi trông như thế nào. Tôi đã cố vẽ mẹ, nhưng gương mặt mẹ không xuất hiện trong tâm trí tôi. Đôi khi vài đặc điểm của các con tôi làm tôi nhớ mẹ ghê gớm, nhưng tôi vẫn không thể xác định một cách chính xác, bởi vì tôi đã quên cả hình dáng của mẹ rồi. Nhưng mẹ đây rồi, với đôi tay rộng mở. Tôi bước về phía mẹ, mẹ mỉm cười trong nước mắt và ôm chặt lấy tôi. Ôi thật an toàn và trọn vẹn biết bao. Ngay cả khi viết lại những dòng này, tôi vẫn không thể cầm được nước mắt. Tôi nói với mẹ rằng mùi hương của mẹ vẫn như xưa và mẹ trả lời đó là mùi thuốc lá, nhưng sự thật là hơn thế nữa – tôi vẫn nhớ mùi hương của mẹ, giống hệt như mùi hương tôi vẫn nhớ khi còn bé. Vẫn không có gì thay đổi; đây là mẹ tôi và mẹ đang ôm chặt tôi. Tất cả những điều này cứ như thể một giấc mơ.

Khi hai mẹ con tôi dựa vào vai nhau mà khóc, mẹ đẩy tôi ra một tí để nhìn thẳng vào mắt và ghì chặt hai vai tôi. Mẹ nói rằng "Mẹ biết sẽ gặp lại con mà. Con còn nhớ hai mẹ con mình từng ngồi trên chiếc xích đu ngoài hiên và nói về mặt trăng trên bầu trời không? Ừ, khi con bị bắt đi, mẹ đã dùng trăng để nói chuyện với con đấy. Mẹ đã nói chuyện với con từ lâu lắm rồi. Đêm hôm nọ khi trăng tròn và sáng rực, mẹ đã hỏi: Ôi, con đang ở đâu hả Jayc? Thế là ngày hôm sau mẹ được gọi điện và thông báo rằng con đã được tìm thấy rồi." Tôi nhìn mẹ quá đỗi bất ngờ. Tôi nói với mẹ là tôi cũng nhớ vầng trăng đêm hôm ấy. Không hiểu vì sao tôi đã bước ra khỏi lều và nhìn trăng trong vài phút. Việc này thật khác lạ bởi vì tôi hay tránh nhìn trăng. Điều này khiến tôi đau đớn vì trăng hay gợi lại những kỉ niệm của tôi về mẹ. Nhưng hôm đó trăng sáng rực và tôi không thể không ngước nhìn lên. "Giờ thì con đã ở đây với mẹ rồi."

Chúng tôi lại ôm nhau và rồi ngồi xuống tâm sự về bao nhiêu năm xa cách.

Kí ức về mẹ

Những lần đầu tiên

Cuộc đời của tôi đã thay đổi hoàn toàn từ mùa hè năm trước. Tôi được tự do làm mẹ. Được tự do lái xe. Cũng được tự do nói rằng tôi có một gia đình. Gia đình là của riêng tôi. Tôi có các con, mẹ, em gái và dì tôi nữa. Tôi đang từ từ xây dựng lại các mối quan hệ với gia đình lớn và cả bạn bè của mình. Tôi đã gặp rất nhiều người mới. Thật tuyệt vời khi gặp họ, và càng tuyệt vời hơn khi một vài người trong số họ đã trở thành bạn thân của tôi. Suốt cả một quãng thời gian dài tôi chỉ biết được một vài người. Khi còn bị bắt, có những lúc tôi khao khát được nói chuyện với một nhân viên tính tiền ở đâu đó, cho dù chỉ là về thời tiết đi chăng nữa, nhưng Nancy lúc nào cũng ở bên cạnh tôi và tôi biết rằng rồi bà ta sẽ về mách lại với Phillip. Như thế thì kết quả là sẽ có ngay một bài thuyết giảng về đạo đức cho tôi. Tôi đã biết được rằng hành động ngược đãi bằng ngôn ngữ cũng có tác hại ngang bằng với ngược đãi thể xác, thậm chí để chữa lành nó còn phải mất nhiều thời gian hơn. Tôi cũng đang trong tình trạng ấy. Tôi đang được chữa lành từ những ngược đãi thể xác lẫn ngược đãi bằng ngôn ngữ mà tôi đã chịu đựng trong suốt thời gian qua. Con đường tôi đã trải qua không dễ dàng chút nào. Dẫu vậy thì tôi vẫn may mắn khi được điều trị bởi một bác sĩ tâm lí với những sáng tạo rất độc đáo trong việc sử dụng các liệu pháp chữa trị truyền thống, và tôi tin rằng chính cô ấy đã đóng một vai trò vô cùng quan trọng trong những biến chuyển của tôi. Với sự giúp đỡ của cô ấy, tôi đang học cách nói ra suy nghĩ của mình – một điều mà nếu là trước đây, lúc nào tôi cũng sẽ gặp phải sự phản đối của Phillip, và gã sẽ giải thích rằng tại sao tôi sai. Thật khó đứng trên đôi chân của mình khi kẻ đối diện cứ khăng khăng là chúng ta sai, đồng thời nêu hết lí do để chứng minh là gã đúng. Giờ thì tôi đã có thể đưa ra quyết định cho tôi và lũ trẻ. Cho dù không phải lúc nào lựa chọn của tôi cũng đúng đắn, nhưng chúng là của tôi, và tôi có cảm giác rất tuyệt vời vì điều đó. Chẳng hạn như lần đi đến công viên Sly Park với các con tôi nhân dịp cắm trại mừng sinh nhật một người bạn. Tôi muốn đi nhưng được cảnh báo về những nguy hiểm của các tay săn ảnh vốn lúc nào cũng chờ chực những bức ảnh của chúng tôi. Tôi vẫn cương quyết và muốn các con tôi được thấy mưa sao băng Perseid trên bầu trời đêm của khu cắm trại nên đã quyết định đưa các con đi. Thế là chúng tôi đã có một đêm cắm trại tuyệt vời dưới những vì sao. Chúng tôi trải chăn và túi ngủ rồi ngồi ngắm những đốm sáng trải khắp bầu trời. Chúng tôi cũng vui chơi ở bên hồ, ăn bánh cho bữa tối và tráng miệng với hamburger! Đó là một khoảng thời gian bên nhau thật tuyệt mà không ai nhận ra sự riêng tư của mình đã bị xâm phạm. Khi trở về nhà và biết được những bức ảnh đã được chụp vào cuối tuần rồi, ngay lập tức tôi thấy buồn và bực. Tôi cũng thấy thật kinh khủng khi đã đẩy các con ra ngoài công chúng. Những tưởng đó sẽ là một chuyến đi vui vẻ trước thềm năm học mới, nhưng hóa ra lại là một cơn ác mộng. Cũng may là nhờ có cô Nancy Seltzer, người quản lí về những mối quan hệ công chúng của tôi. Cô đã yêu cầu xóa mờ ảnh của các con tôi trên những tạp chí lá cải để chúng tránh được sự chú ý không mong muốn. Tất cả những gì tôi cần là các con tôi có sự riêng tư và tự do mà chúng xứng đáng nhận được trong những ngày sắp tới, và chính nhờ cô Nancy Seltzer mà chúng tôi đã có được những điều này.

Một cảm giác khác xuất hiện trong tôi sau sự cố ấy là sự nghi ngờ chính bản thân mình. Tôi có cảm giác mình không còn được tin tưởng về việc đưa ra những quyết định đúng đắn nữa. Bởi lẽ tôi đã quyết định, và hóa ra quyết định ấy là sai lầm, mà như vậy thì tất cả những quyết định của tôi trong tương lai cũng sẽ sai lầm nốt. Phải mất đến mấy buổi ngồi cùng với bác sĩ tâm lí tôi mới thấy được rằng chẳng có gì sai khi quyết định như thế. Thật tốt khi tôi đã đi, bất chấp những lời khuyên rằng có thể ở ngoài kia có nhiều nguy hiểm, bởi vì nếu tôi không đi mà nghe theo những lời khuyên đó, tôi sẽ không bao giờ thực sự biết rằng có an toàn hay không, và rồi tôi sẽ thấy những lời khuyên ấy không đúng. Vì vậy mà chẳng sao cả khi đã quyết định, và học hỏi từ chính quyết định của mình. Hơn nữa, không phải tất cả lựa chọn đều hoặc là trắng, hoặc là đen. Mỗi chúng ta đều có quyền quyết định trong mọi chuyện, nhưng tốt hơn cả là phải tổng hợp các dữ kiện để từ đó thực hiện nó một cách sáng suốt. Nghĩ lại chuyện cũ, tôi thấy đáng lẽ mình phải tìm hiểu công viên Sly Park ở đâu và tình trạng ở đó ra sao trước khi quyết định đi đến đó.

Những cột mốc trọng đại

Mặc dù tôi đã bị cách ly với thế giới bên ngoài khi bị nhốt ở phía sau vườn nhà Phillip, thế giới bên ngoài vẫn tìm cách chạm đến chúng tôi. Tôi vẫn còn nhớ sự kiện 11/9, ngày mà bọn khủng bố đâm máy bay vào tòa Tháp Đôi và giết chết rất nhiều người. Tôi thậm chí còn nhớ chính xác mình đã ở đâu khi Phillip chạy ra ngoài để báo tin cho tôi. Gã nói lớn bằng giọng buồn rầu "Allissa, em biết tin chưa? Có kẻ đã đâm máy bay vào một trong hai tòa Tháp Đôi đấy!" Lúc đó tôi đang ở ngoài để đi vệ sinh trong hố tiểu tự làm. Nhà vệ sinh ngoài trời đã đầy mà Phillip không thường xuyên dọn dẹp, vì vậy mà tôi đã đào một hố tiểu ở bên ngoài, chính nơi đây tôi đã nghe thông tin ấy. Tôi vội vàng chạy vào phòng studio và thấy bản tin đang phát ở kênh ba. Trên màn hình là cảnh các tòa nhà bốc khói và máy bay trực thăng lượn vòng. Trông thật đáng sợ. Tôi cứ băn khoăn không biết bọn chúng sẽ đánh bom ở đâu? Ai đứng đằng sau chuyện này? Sau đó phát thanh viên bắt đầu nói đến những người vẫn còn bị nhốt bên trong. Tôi bật khóc, Phillip và Nancy cũng khóc. Phillip bảo chính những "thiên thần" đã khiến bọn khủng bố làm chuyện này, vì vậy sớm muộn gì gã cũng phải vạch trần tội ác của "thiên thần" với tất cả mọi người. Vào lúc ấy thì chỉ có cách giải thích của gã là hợp lí hơn bất kì lí do nào khác.

Ngoài 11/9, chẳng còn "sự kiện" nào thực sự đáng nhớ trong cuộc đời của tôi. Tôi chẳng có những cột mốc quan trọng mà lũ trẻ ở lứa tuổi tôi được trải qua. Chẳng hạn như lần đầu tiên thích một ai đó, hẹn hò, hay lấy được giấy phép lái xe. Tôi còn nhớ lúc khoảng hai mươi mốt, hai mươi hai tuổi, tôi đã đi cùng với Phillip đến chỗ mua giấy cho việc in ấn ở Concord. Chúng tôi bị kẹt xe trên đường về nhà và tôi cảm thấy buồn nôn như những lần kẹt xe trước. Mọi thứ trong tôi cứ muốn được tống ra ngoài nên gã phải dừng xe lại trong chốc lát. Gã nói thật tệ khi tôi không khỏe bởi vì gã sẽ dạy tôi lái xe vào ngày hôm ấy. Tôi mệt quá nên không thể nói gì và chỉ khẽ nhún vai, nhưng trong lòng thì thất vọng ghê gớm. Tôi tự hỏi không biết gã có thật lòng muốn dạy tôi lái xe vào hôm đó hay không. Tôi đã luôn muốn học lái xe. Hai con gái tôi lúc nào cũng nghĩ thật lạ khi mẹ chúng vẫn chưa biết lái xe. Thế rồi chúng hỏi tôi tại sao, và tôi trả lời vì tôi chưa muốn, nhưng một ngày nào đó tôi sẽ nghĩ tới điều ấy. Tôi còn có thể nói gì hơn? Sau đó chúng còn hỏi cả bố chúng, và gã đã trả lời rằng "Allissa sẽ học lái xe vào ngày nào đó, và bố cũng mong chờ điều này." Một lần nữa tôi lại tự hỏi ngày đó là cho đến bao giờ. Một lần nọ khi tôi đi mua sắm cùng Nancy, bà ta đã hỏi tại sao tôi không ngồi lên ghế tài xế và thử lái xem sao? Thú thật là tôi thấy hơi sợ. Lúc ấy có lẽ tôi đã hai mươi lăm, hai mươi sáu tuổi nhưng chưa bao giờ ngồi ở ghế tài xế. Ý tưởng này quá lạ lẫm đối với tôi, cho dù tôi muốn được lái xe lắm. Thế là tôi ngồi vào ghế tài xế và bà ta bảo tôi khởi động máy. Tôi đã làm thế, nhưng chắc vì đạp ga mạnh quá nên suýt chút nữa thì tông sầm vào một chiếc xe tải ở đằng sau đang chạy tới. Nancy hốt hoảng vô cùng và đó là lần cuối cùng bà ta cho tôi thử lái xe. Vì vậy mà tôi đã không được lái xe mãi cho đến năm hai mươi chín tuổi, lúc đã được hòa nhập vào thế giới bên ngoài.

Tôi không nhớ mình đã đón tuổi mười sáu như thế nào. Chỉ biết lúc ấy tôi đã là một người mẹ, và con gái lớn của tôi cũng đã gần hai tuổi. Tôi không bao giờ có được cơ hội tốt nghiệp phổ thông (mặc dù tôi thật sự hi vọng rằng mình sẽ tốt nghiệp phổ thông GED vào một ngày nào đó.)

Thế mà tôi lại nhớ ngày em tôi, Shayna, tròn mười sáu tuổi. Tôi đã hai mươi sáu và đang sống trong túp lều phía sau vườn nhà Phillip! Được tự do trong phòng riêng của mình thích thật. Khi công việc in ấn khá phát triển, Phillip hay cho tôi và Nancy tiền để tiêu xài. Thế là tôi mua hoa hồng về trồng xung quanh căn lều và dùng những cây tre mọc ở sau vườn làm thành một cái hàng rào. Tôi còn trồng cả hoa bìm bìm tím ngát và chúng leo khắp cả hàng rào tre. Tôi cũng xếp những viên đá làm thành lối đi phía trước lều để không bị cát bắn vào những lúc trời mưa. Tôi đã có được những thứ cho riêng mình, và tôi hay cùng Nancy đến cửa hàng bán đồ từ thiện để mua quần áo, giày dép và mấy món trang sức rẻ tiền.

Tôi còn nhớ mình thức dậy vào ngày 16, tháng Một, năm 2006 và điều đầu tiên tôi làm là hét thật to khi không có ai ở xung quanh "Chúc mừng Sinh nhật lần thứ Mười sáu, Shayna ơi!" Tôi đã ước ao mình có thể ở đó để chúc mừng em. Lúc ấy tôi tự hỏi không biết em có một buổi tiệc sinh nhật mười sáu tuổi thật ngọt ngào hay không. Ôi tôi muốn được ở bên em vào ngày hôm ấy. Đó là tất cả những gì tôi nghĩ suốt cả ngày. Phillip Garrido đã cướp đi quá nhiều thứ của tôi, và việc chứng kiến em gái tôi lớn lên cũng nằm trong số đó. Tôi yêu Shayna ngay từ khi em mới chào đời và luôn mơ ước một ngày nào đó hai chúng tôi sẽ trở thành những người bạn thân thiết nhất. Tôi từng là một đứa trẻ nhút nhát, và em là người duy nhất bên cạnh tôi suốt hai mươi bốn giờ. Dù thật chẳng dễ dàng khi chứng kiến dượng Carl yêu em nhiều hơn tôi, nhưng điều đó cũng không thể làm thay đổi tình cảm của tôi dành cho em. Chưa bao giờ tôi nghĩ Shayna là em kế của tôi mà mãi mãi là em gái ruột bé bỏng của mình. Tôi rất muốn làm nhiều thứ cùng em, chẳng hạn mong em mau lớn lên để đi xe buýt chung với tôi. Tôi thấy nhiều bạn khác hay đi với chị em gái của họ và nôn nao đợi đến ngày giới thiệu em tôi với bạn bè mình. Hoặc nếu như em gái tôi bị ăn hiếp, là chị cả, tôi sẽ đến và đuổi hết bọn bắt nạt đi. Tôi có rất nhiều kế hoạch cho hai chị em, nhưng tất cả bỗng dưng bị cướp mất hết.

Khi gặp lại Shayna, em tôi đã là một thiếu nữ mười chín tuổi nên tôi bỡ ngỡ vô cùng. Em cao và rất xinh. Hôm ấy em mặc một bộ đồ trắng. Suy nghĩ đầu tiên của tôi là: Em là y tá chăng? Nhưng sau đó tôi biết là không phải. Em vẫn còn học đại học và đang lựa chọn sẽ làm gì trong tương lai. Tôi nghĩ em nên dành thời gian cần thiết để suy nghĩ thật cẩn thận. Em rất thông minh và sâu sắc. Chúng tôi không có nhiều thời gian để hiểu rõ nhau hơn bởi vì tôi rất bận rộn với con cái mà em thì cũng có cuộc sống riêng. Khi thử suy nghĩ từ phía em thì sẽ thấy như thế này: Em còn nhỏ xíu khi Phillip bắt cóc tôi và chưa bao giờ biết tôi. Khi lớn lên, em chỉ nghe kể rằng chị gái "Jaycee" của em đã bị bắt cóc vào năm mười một tuổi nên làm sao mà nhớ tôi được. Còn về phía tôi, tôi có nhớ nhưng chỉ nhớ lúc em còn là một đứa bé. Tôi không biết em lớn lên như thế nào. Dẫu vậy thì chúng tôi vẫn còn rất nhiều thời gian để cùng xây dựng một tình bạn lâu dài.

Tôi và Shayna,
vào năm tôi bị
bắt cóc.

Những khoảnh khắc của cuộc đời bị đánh cắp.

Nền móng của tình bạn đã có ở đấy – đó chính là tình yêu sâu sắc của chúng tôi dành cho nhau; những gì còn lại rồi sẽ được thời gian bồi đắp.

Thực tế, Shayna chính là người dạy tôi lái xe. Thật buồn cười – cô em lại đi dạy cho cô chị cách mình đến mười tuổi học lái xe. Nhưng tuyệt lắm. Chính Shayna đã lên tiếng trước: Này chị, mình đi lái xe đi. Và em là một giáo viên tuyệt cú mèo, rất thoải mái và bình tĩnh. Tôi run lập cập và sợ muốn chết khi lần đầu tiên ngồi vào xe mẹ tôi (đúng vậy, tôi lái xe của mẹ tôi.) Tôi hơi choáng váng với niềm háo hức trong lòng, chất adrenaline như muốn nổ tung ra khỏi những mạch máu của tôi. Thực sự là tôi thấy ngây ngất. Hôm ấy con đường đầy gió và tôi nghĩ đó là một trải nghiệm thật tuyệt vời. Sau khi nhận được bằng lái xe, nhờ vào sự hào phóng của một người nào đó hoàn toàn xa lạ, tôi đã có một món quà trên cả tuyệt vời là một chiếc xe hơi hoàn toàn mới! Đối với tôi, nó không chỉ là một chiếc xe mà còn là biểu tượng của *sự tự do* tôi vừa tìm thấy. Giờ đây tôi có thể đưa các con đi khắp nơi hay đến bất cứ nơi nào tôi muốn.

Trước khi có bằng lái, tôi không phải là một tài xế vững vàng, nhưng lúc nào cũng rất cẩn thận. Đến giờ tôi vẫn thế. Mẹ tôi luôn trêu cách lái xe của tôi là "hai tay trên vô-lăng và mắt nhìn lom lom về phía trước." Nhưng tôi muốn lái xe cẩn thận và chu đáo. Hiện tại tôi đã thấy thoải mái khi ngồi trên xe và lái đi đến bất cứ đâu, thích lắm. Mỗi ngày tôi chở các con đến trường và đón chúng đi học về. Tuyệt quá phải không? Ai mà nghĩ là tôi sẽ lái xe đưa các con đến trường, chuẩn bị thức ăn trưa và đi bộ với chúng bất cứ khi nào tôi muốn chứ. Thật lòng tôi không thể tin là mình đã được tự do.

Những giai đoạn khó khăn

Đã bao giờ bạn phải đắn đo trước khi đi xem một trận bóng chày hay bóng rổ mà con bạn tham gia? Đã bao giờ bạn phải suy nghĩ rằng mình sẽ khiến cho tương lai của con cái bị đe dọa nếu bạn có mặt tại buổi thi đấu ngày hôm đó? Tôi đã nghĩ như thế mỗi lần bước ra khỏi nhà. Tôi làm điều gì cũng sợ là các con tôi sẽ bị chụp ảnh, và như vậy thì chúng chẳng còn chút riêng tư nào cả. Tôi biết đó không phải là một tình huống sống chết, nhưng vẫn lấy làm khó chịu. Bây giờ đã có khả năng của một người mẹ, tôi muốn ở bên các con mỗi khi chúng cần và làm những gì trước đây tôi không làm được – xem chúng chơi bóng hay giúp chúng làm bài tập ở trường – nhưng tôi vẫn nơm nớp lo có người nhận ra tôi và sẽ làm liên lụy đến chúng. Đôi lúc tôi vẫn còn cảm giác mình là một tù nhân. Phải, tôi có thể la hét, làm nhặng lên với những gì xảy ra nhưng tôi không có lựa chọn đó. Đây là một đất nước tự do, và người ta có quyền chụp ảnh con bạn rồi bán với giá cao ngất ngưởng. Tôi đã trải qua mười tám năm ròng sống không ai hay, và bây giờ có cảm giác như tất cả đang lặp lại. Tôi biết điều này nghe có vẻ trầm trọng, có lẽ là đúng như vậy thật, nhưng tôi chết từng khúc ruột khi nói với các con rằng tôi không thể làm gì đấy với chúng bởi vì tôi sợ chúng sẽ bị phát hiện cùng tôi. Tuy nhiên tôi cũng nhận thức được rằng không phải mọi thứ đã chấm hết. Tôi sẽ vượt qua. Tôi cần tập cách nói không, chỉ cần quả quyết nói rằng như thế là nguy hiểm lắm – thật đơn giản. Người ta có thể xem con mình chơi thể thao, tham dự một phiên hội chợ trường, tổ chức một buổi nấu mì Ý mà chẳng cần phải đắn đo suy tính. Vài người ở hoàn cảnh của tôi sẽ càu nhàu, nhưng những người khác thì chỉ nghĩ đó là nhiệm vụ bình thường của cha mẹ.

Tôi cảm thấy mình đã bỏ lỡ rất nhiều thứ mà tôi không muốn bỏ lỡ dù chỉ một giây. Nhưng tôi phải đảm bảo cho sự an toàn của con cái và làm cho cuộc sống của chúng được bình thường. Đôi khi tôi thấy rối bời giữa thực tại và quá khứ. Quá khứ của tôi là chuỗi ngày trốn tránh và lo sợ mỗi khi đi ra ngoài. Tôi bị ép buộc phải lẩn tránh và không được gây chú ý – thay đổi màu tóc, đội tóc giả, đeo kính và đội mũ. Hiện tại cũng không có gì khác hơn. Trong lòng tôi vẫn đang diễn ra cuộc đấu tranh giữa con người tôi muốn trở thành và một con người khác muốn bảo vệ sự an toàn của con cái. Bao giờ thì cuộc chiến này mới kết thúc?

Tìm lại
những người bạn cũ

Anh cảnh sát Todd và một người bạn đã tìm cách mang những con ốc mượn hồn vào trong khách sạn cho con gái út của tôi khi chúng tôi còn ở đó. Todd đã liên lạc với một nhân viên cảnh sát khác được giao nhiệm vụ kiểm tra nhà của Phillip và tìm mấy con ốc. Anh đã tìm thấy và mang cả chiếc chậu trở lại sở cảnh sát. Hôm sau, Todd cùng đồng nghiệp lén mang chiếc chậu vào khách sạn Hilton. Họ đã dùng xe đẩy hành lí và phủ một tấm khăn lên chiếc chậu có dung tích mười gallon* rồi đi lên bằng thang máy. Lúc họ gõ cửa, trong phòng đã có rất nhiều người, từ nhân viên FBI cho đến cảnh sát và luật sư bào chữa. Căn phòng hầu như không còn chỗ đứng

_____

* 1 gallon = 3,785 lít ở Mỹ.

và mọi người phải nhường chỗ cho Todd cùng đồng nghiệp đẩy chiếc xe quí giá vào phòng. Bé G đang ngồi trên giường, và khi Todd giở chiếc khăn ra, nụ cười rạng rỡ nhất đã xuất hiện trên khuôn mặt bé con mà lâu lắm rồi tôi mới thấy. G gọi Todd là "Nhân viên vận chuyển Hoàng gia số Một" và người đồng nghiệp kia là "Nhân viên vận tải Hoàng gia số Hai" ngay tại đó.

Cô cảnh sát Beth cũng đã tìm thấy mấy con mèo và hai con chó nhà hàng xóm nữa. Trung tâm thú nuôi đã giúp chúng tôi thiến mèo. Có tổng cộng sáu con mèo được tìm thấy từ nhà của Phillip, bốn trong số chúng là mèo con và hai con mèo lớn hơn có tên là Patches và Lily vốn là mèo hoang mà tôi đã nuôi nấng lâu nay. Cô Beth hỏi tôi muốn làm gì với hai con chó, và bởi chưa bao giờ tôi cảm thấy chúng thật sự là của mình nên hỏi cô ấy có thể tìm nơi ở mới cho chúng không. Sau này tôi biết được là cô Beth đã tìm nhà cho chúng. Patches được phát hiện là bị ung thư mũi, và trung tâm thú nuôi đã tìm cách chữa trị cho nó. Tôi đau đớn vô cùng khi nghĩ tới cảnh sẽ không bao giờ nhìn thấy chúng nữa, nhưng cũng ý thức được là mình không có nhà cửa, tiền bạc và hoàn toàn không có ý niệm nào về tương lai. Nhưng các con tôi nhất quyết rằng ít nhất chúng muốn giữ lại những con mèo con. Vì vậy tôi hỏi cô Beth liệu cô có thể tìm ai đó chăm sóc chúng cho đến khi chúng tôi ổn định hơn không, và cô ấy trả lời rằng "Không có vấn đề gì." Thế rồi mẹ con tôi đã được đoàn tụ với những con mèo vào ngày 10, tháng Một. Cô Beth nhận nuôi Patches, sau này đã được chữa khỏi bệnh ung thư mũi và cuối cùng cũng tìm được gia đình mới. Lily cũng được bạn của cô Beth nhận nuôi và sống một cuộc sống rất thoải mái.

Chú vẹt đuôi dài của bé A cũng đã được trở về với bé. Cô Beth còn cho tôi biết là một chiếc xe cứu thương đã được điều đến để đưa mẹ của Phillip đi, giờ thì bà ấy đang được chăm sóc đặc biệt.

Sau những bất ngờ khi được gặp lại mẹ, em gái và dì tôi, tôi bắt đầu băn khoăn không biết bạn bè mình, Jessie và Shawnee, bây giờ như thế nào. Jessie là một phần quan trọng trong quá khứ mà tôi không bao giờ quên được cũng như nghĩ đến cô bạn ấy thường xuyên. Còn Shawnee là người bạn cuối cùng mà tôi có, tôi rất muốn biết bạn ấy ra sao rồi. Cuối cùng tôi đã nhờ đến sự giúp đỡ của người bạn mới, anh Todd.

Một vài tuần sau khi được tự do, Todd hỏi tôi có muốn tìm người bạn nào đấy không, và tôi trả lời rằng tôi muốn tìm Jessie và Shawnee. Anh chẳng gặp khó khăn mấy khi tìm Shawnee trên Facebook, và không lâu sau đó báo với tôi rằng bạn ấy giờ đã lập gia đình và có con. Todd đã liên lạc với Shawnee trên Facebook và để lại số điện thoại cho bạn ấy liên lạc. Có lẽ lúc đầu Shawnee nghi ngờ nên nhờ luật sư gọi trước kiểm tra, nhưng sau khi nhận ra rằng đó là một nhân viên cảnh sát gọi đến thay cho tôi, bạn ấy đã chấp nhận. Để giữ bí mật, Shawnee gửi thư cho Todd ở sở Cảnh sát để anh ấy chuyển thư lại cho tôi. Sau đó từ thư tay chuyển thành email, anh đều gửi lại cho tôi cả. Thật tuyệt vời khi được liên lạc với Shawnee và nghe cô bạn khoe rằng rất hạnh phúc với hai con cùng một người chồng rất tốt. Tôi cũng biết là bà ngoại Millie của Shawnee, bạn đã sống với bà ở Tahoe, đã mất và vài năm trước mẹ bạn ấy cũng mất rồi. Tuy nhiên bạn tôi đang sống rất hạnh phúc và tôi thấy vui vì điều đó. Tôi gọi điện thoại cho bạn ấy lần đầu tiên vào ngày 5, tháng Mười Một, năm 2009. Tôi mời bạn đến dự sinh nhật của con gái tôi nhưng bạn không đến được vì phải đi dự vài buổi tiệc sinh nhật khác, thế là chúng tôi lên kế hoạch là bạn sẽ đến chơi vào tháng Mười Hai. Khi gặp lại Shawnee, cô bạn của tôi vẫn y như xưa và tôi chắc chắn là mình sẽ nhận ra bạn ở bất cứ nơi nào. Shawnee mang đến rất nhiều điều bất ngờ cho tôi và gia đình tôi. Bạn đã tặng cho chúng tôi biết bao nhiêu thứ cần thiết. Lễ Giáng Sinh quả thật đã đến sớm với chúng tôi. Gia đình anh Todd cũng có mặt và anh đã mua tặng chúng tôi mỗi người một chiếc xe đạp. Đó là lễ Giáng Sinh tuyệt vời nhất mà tôi từng có, không phải bởi những món quà mà chính bởi tôi lại có thể thấy mẹ cười, chứng kiến em gái tôi đã trở thành một thiếu nữ xinh đẹp, và biết rằng dì không bao giờ quên tôi. Biết được mình đang có một gia đình hạnh phúc quả thật là món quà to lớn và cao quí nhất mà tôi có.

Anh Todd cũng đã tìm được cô bạn thời thơ ấu Jessie của tôi. Hơi khó tìm, nhưng cuối cùng anh cũng tìm được. Thông qua anh Todd, cô bạn ấy viết thư cho tôi, gửi cho tôi bánh quy với những hạt chocolate, và sau đó chúng tôi bắt đầu trao đổi email với nhau. Tôi cũng gọi cho Jessie lần đầu tiên vào ngày 5, tháng Mười Một, sau khi đã nói chuyện xong với Shawnee. Tôi có nhắc đến chuyện tôi đã hồi hộp như thế nào trước khi gọi cho các bạn ấy chưa nhỉ? Cho dù chúng tôi đã trao đổi thư từ, và có vẻ các bạn vẫn còn nhớ tôi, tôi vẫn thấy hồi hộp lắm. Anh Todd đảm bảo rằng cả hai cô bạn đều muốn nói chuyện với tôi, nhưng tôi vẫn lấy làm lo lắng, nếu tôi không biết nói gì thì sao? Tôi vẫn chưa quen cảm giác thoải mái khi sử dụng điện thoại mà không có sự cho phép của ai. Phải mất một lúc tôi mới nhận ra rằng mình không cần ai cho phép để làm bất cứ việc gì nữa. Tay tôi run rẩy khi nhấn từng phím điện thoại một. Rốt cuộc thì nói chuyện với các bạn không có gì khó cả. Cuộc gọi cho Jessie kéo dài đến một tiếng rưỡi đồng hồ. Chủ yếu là bạn ấy nói, nhưng tôi rất thích nghe bạn trò chuyện và kể về cuộc sống của mình. Khi tôi mời bạn đến dự sinh nhật của bé G, cô bạn ấy đã bật khóc và hứa rằng sẽ tới.

Jessie lái xe suốt chín giờ đồng hồ để đến nhà tôi và còn chở theo cô con gái bảy tuổi cùng mẹ của bạn ấy, bác Linda, đến nữa. Khi vừa rẽ xe vào nhà, bạn ấy hào hứng đến nỗi lao thẳng ra khỏi xe, chạy ào đến và ôm tôi thật chặt, một cái ôm nồng nhiệt nhất mà tôi từng được nhận. Cả hai chúng tôi đều khóc, và trong khoảnh khắc ấy, bao nhiêu quá khứ của chúng tôi cứ thế ùa về. Thật lạ khi biết rằng một người nào đó vẫn luôn chờ đợi bạn, dù đã có bao nhiêu điều xảy ra đi chăng nữa. Cảm giác ấy khó tả lắm. Trông Jessie bây giờ mang cả đặc điểm của cô bạn thân của tôi ngày xưa, và bên cạnh đó là chính hình ảnh của bạn ấy vào thời điểm hiện tại. Bạn ấy cao hơn tôi, thật khó tin bởi vì hồi trước tôi cao hơn bạn ấy. Jessie vẫn sở hữu mái tóc dài màu nâu đậm và gầy như trước. Jessie giống mẹ thật. Sau những cái ôm, cô bạn giới thiệu con gái mình và tôi cũng giới thiệu hai cô con gái của tôi. Mẹ và em tôi cũng ở đó, tất cả đều ôm nhau thắm thiết. Được ôm bác Linda một lần nữa quả là một cảm giác tuyệt vời. Lúc bé tôi rất hay gặp bác, giờ được ôm bác, tôi thấy như mình đang quay ngược thời gian và cảm nhận vị biển mằn mặn, ngày xưa bác vẫn hay dẫn chúng tôi đi và thưởng thức những chiếc bánh sandwich có lẫn phải vài hạt cát ở vùng biển ấm áp Nam California. Chúng tôi đã nói chuyện với nhau đến tận đêm khuya, tất cả đều diễn ra thật tự nhiên và dễ dàng. Ngày hôm sau, bác Linda giúp trang trí bữa tiệc sinh nhật cho bé G. Tôi đã mời tất cả những người bạn mới, bao gồm gia đình anh cảnh sát Todd và cô Beth. Hôm đó buổi tiệc có chủ đề là cua vì con gái tôi thích những con cua trong vỏ ốc mượn hồn có tên là Kevin, Devin và Cheese.

Trị liệu tinh thần

Ban đầu, tôi cứ ngỡ mình sẽ được về nhà với mẹ ngay khi được giải thoát. Tôi vẫn chưa mường tượng ra viễn cảnh này. Thú thật, tôi chỉ làm những điều mà tôi luôn làm và đơn thuần là xuôi theo dòng chảy. Tôi hoàn toàn chẳng có gì ngoại trừ bộ quần áo đang mặc, những đứa con, và 500 dollar mà anh cảnh sát Todd chuyển cho tôi từ một thành viên trong gia đình anh ấy. Vẻn vẹn tôi sở hữu được 500 dollar. Phản ứng đầu tiên của tôi đối với số tiền lớn mình nhận được là cảm giác hoài nghi. Tôi thầm nghĩ "Tại sao một người lạ mặt lại muốn giúp đỡ tôi?" Anh Todd đã trả lời rằng "Mọi người chỉ muốn giúp em. Và còn có rất nhiều người như thế lắm." Còn cô cảnh sát Beth thì mang đến cho chúng tôi đồ dùng vệ sinh cá nhân và những bộ quần áo ngủ trong đêm đầu tiên được giải thoát. Tôi rất cảm kích về hành động ấy. Thật sự là tôi sợ hãi tất cả mọi thứ. Nhưng dường như từ trong sâu thẳm trái tim tôi, một điều gì đó bấy lâu nay đang ngủ yên cuối cùng cũng trỗi dậy, tôi cảm nhận được một sức sống tràn đầy. Một đốm lửa tưởng chừng đã vụt tắt nay đang dần được hồi sinh. Những lúc cuộc sống trở nên quá mức chịu đựng, tôi lại ngắm nhìn mẹ để được tiếp thêm ngọn lửa ấm áp và niềm hạnh phúc tràn về.

Tôi đã nhận được lời đề nghị giúp đỡ và tư vấn từ một bác sĩ tâm lí chuyên điều trị cho những trường hợp đoàn tụ gia đình ở cách khách sạn chúng tôi vài giờ đồng hồ đi xe. Thực sự là tôi có phần lưỡng lự với lời đề nghị này. Những phương pháp trị liệu truyền thống không ấn tượng với tôi lắm. Tôi vẫn luôn hình dung trong đầu một buổi trị liệu sẽ diễn ra trong một căn phòng nhỏ cùng một người xa lạ, và đó hẳn là lựa chọn bất đắc dĩ của tôi. Sau từng ấy trải nghiệm mà tôi phải đương đầu và luôn tự tìm cách vượt qua, tôi nhận thấy tôi chính là bác sĩ tâm lí trị liệu tốt nhất của mình. Tôi không còn muốn gặp gỡ bất cứ một người lạ nào nữa. Trong một ngày rưỡi qua, tôi đã gặp quá nhiều người và thấy khó mà chịu đựng thêm.

Nhưng cuối cùng, điều khiến tôi quyết định phải nhờ đến sự giúp đỡ của chuyên gia này chính là vì những con ngựa. Ấn tượng của tôi về cô ấy đó là một phụ nữ luống tuổi với một trang trại đầy ngựa cùng những dãy phòng chờ đón chúng tôi đến thăm và nghỉ dưỡng. Cô là một trong những bác sĩ tâm lí hiếm hoi chuyên trị liệu tâm lí đoàn tụ gia đình cho những người bị bắt cóc.

Tôi phải thú nhận rằng tôi đã đồng ý một phần cũng là vì tôi muốn thực hiện một điều cho con gái lớn của tôi mà Phillip từng luôn miệng hứa cho qua chuyện với bé. Đó là tập cho bé cưỡi ngựa. Tôi thầm nghĩ nếu vị bác sĩ tâm lí ấy có ngựa thì tôi sẽ có cơ hội được sắp xếp những buổi tập cưỡi ngựa. Tôi đã yêu thích những chú ngựa từ mùa hè bên hồ Tahoe cùng với Shawnee. Mùa hè năm đó chúng tôi cũng đã lên kế hoạch làm việc cùng nhau ở một trại gia súc.

Tôi cũng còn một lí do khác để đến gặp vị bác sĩ tâm lí này. Tôi muốn kể cho cô chuyện của Phillip và rồi lắng nghe những tư vấn chuyên môn. Những chuyện mà tôi trải qua cùng với gã quá rối rắm, và tôi luôn muốn được lắng nghe ý kiến chuyên môn; bởi vì theo tôi, bác sĩ tâm lí của gã đã chẳng làm gì để giúp gã, mà thậm chí còn làm cho gã mỗi ngày càng thêm hoang tưởng. Ngay cả khi Phillip kể với bác sĩ của mình rằng gã nghe thấy những tiếng nói, vậy mà mọi thứ chẳng có gì khác đi. Phương pháp trị liệu tâm lí chẳng giúp ích gì cho Phillip, và hiển nhiên chẳng có tác dụng gì đối với chúng tôi, những con người đang sống cùng với ảo tưởng triền miên của gã. Phillip làm tôi hoang mang tột độ với những điều gã nói. Tôi không bao giờ tin vào bất cứ điều gì gã suy nghĩ và thốt ra cho đến khi gã thật sự thực hiện chúng. Gã có điều gì đó không ổn. Chẳng hạn như tôi luôn hoài nghi về "khả năng" đặc biệt của gã (sử dụng một chiếc hộp đen để người khác có thể nghe gã nói bằng suy nghĩ của mình.) Gã luôn tỏ ra rất logic và chống chế bằng mọi lời biện minh, nhưng tôi vẫn luôn ngờ vực. Rồi hàng loạt những bài thuyết giáo của gã về cách các "thiên thần" điều khiển suy nghĩ của con người, cũng như tận dụng quỷ Satan như một công cụ chi phối lí trí chúng ta.

Tôi nghiệm ra rằng Phillip chẳng bao giờ chịu trách nhiệm cho hành động của gã, vì vậy gã đã viện ra nhiều lí do khác nhau để bao biện mọi thứ. Chẳng hạn như cái "lí thuyết thiên thần" của gã. Đến mức thứ lí thuyết ấy dần tiến hóa trong tâm trí gã, và gã nghĩ ai cũng có thể nghe được giọng nói của mình như cách mà các thiên thần thì thầm trong đầu gã. Thế rồi ý tưởng về chiếc hộp đen ra đời. Đó là một chiếc hộp màu đen có gắn một máy ghi âm cassette chứa những âm thanh như tiếng cổ động bóng đá, tiếng ồn của radio, và hàng loạt những âm thanh khác nhau trên ti-vi được trộn lẫn vào nhau mà gã mở to nhờ một bộ loa trong chiếc hộp. Gã còn sử dụng những chiếc ly nhựa lấy từ mấy tiệm thức ăn nhanh, dán chúng vào chiếc hộp để âm thanh nghe có vẻ khác đi. Gã gắn chiếc tai nghe vào cái hộp và xách bên mình để người khác có thể nghe được "khả năng" của gã. Gã từng bắt tôi ngồi trước máy điều hòa, đeo bộ tai nghe và sử dụng một chiếc máy tăng âm được gọi là "Tai Mô Phỏng" để nghe suốt mấy giờ đồng hồ. Gã gọi đó là "bắt sóng". Cứ thế, tôi phải ngồi trước máy điều hòa hàng giờ và cố nghĩ rằng mình có thể nghe được giọng của gã từ chiếc hộp cho đến khi gã quay trở lại. Gã bảo rằng vì gã có thể nghe giọng nói của chính mình và những "thiên thần", thông qua việc sử dụng những thiết bị ngoại vi tạo ra âm thanh vù vù, vo vo như máy thông gió hay bóng đèn cao áp trong khu nhà kho Costco và Câu lạc bộ Sam, gã cũng có thể nghe được các giọng nói từ những âm thanh tương tự. Tôi thật sự không biết cái gì đã khiến gã nói thế. Thật trớ trêu là tôi không thể đứng phắt dậy mà quát vào gã: Đồ điên, tôi chẳng nghe thấy cái quái gì cả. Nhưng vì ý thức được rằng làm như vậy cũng chẳng có tác dụng gì, tôi chỉ cố gắng chịu đựng và lắng nghe những gì gã muốn. Tôi đã cố gắng hết sức. Tôi ngồi yên đó đến lúc gã quay trở lại, ngồi đối diện tôi và thì thào "Có nghe thấy không?" Tôi cố gắng nghe. Thế rồi tôi hỏi gã "Nếu âm thanh xuất phát từ trong đầu ông, vậy tôi cần nhìn vào miệng ông làm gì?" Gã bảo lí trí của tôi cần phải có hình ảnh để thể hiện ngôn ngữ ấy. Ở một chừng mực nào đó, tôi đã chấp nhận lời giải thích này và cứ ngồi yên đến lúc đôi chân tê đi, cố gắng lắng nghe âm thanh nào đó, chẳng hạn như giọng của gã từ xa vọng lại.

Một đêm nọ, khi đã mệt mỏi rã rời, tôi có cảm giác như mình đã nghe một thứ gì đó. Gã chuyển từ câu hỏi "Có nghe thấy không?" sang đếm "Một, hai, ba" và tôi nghĩ hình như mình nghe được âm thanh mơ hồ ấy. Gã bắt tôi phải thừa nhận là tôi đã nghe thấy tiếng gã, bởi vì vài ngày nữa thôi, những "thiên thần" lại làm tôi ngờ vực chính mình. Đó là lần duy nhất tôi nghe tiếng gã. Giờ nhớ lại, tôi nghĩ chắc vì mình mệt quá, vả lại nếu tôi bảo mình đã nghe thấy thì có thể những ám ảnh của gã sẽ chấm dứt. Thế là tôi tự nhủ rằng mình nghe thấy một âm thanh gì đó, cho dù nó không tồn tại. Điều này cũng tương tự như khách hàng của cơ sở In Giá Rẻ - họ chỉ nghe những gì họ nghĩ mình nên nghe. Sau này tôi biết được chẳng qua đó là một "ảo giác dây chuyền". Ấy vậy mà chuyện nghe được của tôi vẫn không thể kết thúc ám ảnh của gã. Thậm chí nó càng làm gã kiên quyết hơn rằng những người khác cũng sẽ nghe được "khả năng" của gã. Gã bắt đầu nghĩ khả năng đó là quà tặng của Thượng Đế để cứu vãn chúng sinh, đặc biệt là những ai tuy có thể nghe được giọng nói nhưng lại làm điều sai trái, như trường hợp một người đàn bà ném ba đứa con của mình xuống vịnh. Gã kể đi kể lại chuyện này để bao biện cho lí do cần thực hiện sứ mệnh cứu nhân, độ thế của gã. Vì lẽ đó mà hành động của gã trở thành tiêu điểm của chúng tôi, và tôi phải cố sức giúp gã thực hiện sứ mệnh ấy. Tôi đánh máy những tờ rơi và gửi email đến những nạn nhân đang bị kiểm soát lí trí và nhiều cá nhân khác mà gã nghĩ có thể thu phục được họ. Tôi bấm bụng làm tất tần tật những công việc này trong khi vẫn tiếp tục duy trì công việc kinh doanh in ấn. Khi tôi hỏi Phillip tại sao gã không đến gặp các mục sư trong phố và trình bày những tri thức mà gã đã thu thập được từ Kinh Thánh, gã luôn chống chế rằng có những điều không nhất thiết phải thực hiện theo một trật tự nhất định, và đây chưa phải là lúc. "Sứ mệnh" của gã cứ thế tiếp tục cho đến một ngày gã đưa chúng tôi đến một cuộc hẹn tại văn phòng quản thúc. Thế rồi mọi chuyện bắt đầu thay đổi.

Gặp lại Nancy

Tôi mong gặp bà ta vì nhiều lí do, lí do quan trọng nhất là để kết thúc mọi chuyện. Tôi muốn nói cho Nancy và Phillip biết rằng những gì họ làm thật không bình thường chút nào. Cái cảm giác ngồi đối diện với bà ta trong căn phòng nhỏ màu trắng sau hơn một năm rất quen thuộc. Tôi nghĩ cảm giác đó hiện hữu là vì tôi biết bà ta còn lâu hơn cả khoảng thời gian tôi biết về mẹ ruột của tôi. Nhưng khi được gặp mẹ, tôi thấy bồn chồn, háo hức, và hạnh phúc, chứ không như lúc này. Gặp lại bà ta tôi không hề có một chút cảm xúc nào. Có lẽ giữa chúng tôi chẳng có sợi dây kết nối nào cả. Thời gian sống cùng nhau của chúng tôi chỉ như một màn kịch, một thế giới giả tạo mà chồng của bà ta đã dựng lên để thỏa mãn những nhu cầu của gã. Mối quan hệ giữa chúng tôi khập khiễng như một ngôi nhà được ghép từ các thẻ. Chỉ cần một cơn gió nhẹ thôi cũng đủ thổi phăng thành từng mảnh. Cảm xúc của tôi đối với Nancy chỉ gói gọn như thế này: chẳng có gì bền vững và chẳng có gì đáng để giữ gìn. Hồi đầu, lúc chúng tôi rời nhau tại đồn cảnh sát Concord, trong tôi đã dấy lên những cảm giác tội lỗi, và tôi thậm chí không hiểu rõ cảm xúc của mình đối với họ là như thế nào. Tại buổi gặp này, bà ta liên hồi gọi tôi là Allissa. Khi tôi đáp lại "Không, tên của tôi là Jaycee," thì bà ta nhìn tôi ra vẻ xin lỗi và biện hộ rằng bà ta gặp khó khăn khi nhớ tên. Bà ta cứ tiếp tục gọi tôi như thế, và tôi lại chỉnh lại. Tính ra bà ta đã gọi tên Allissa ba lần, cứ mỗi lần như vậy tôi lại sửa lời bà ta. Nancy nói rằng bà ta biết rõ sẽ có chuyện gì đó xảy ra tại văn phòng quản thúc ngày hôm đó. Tôi bảo đã đến lúc chúng tôi không thể tiếp tục sống như trước nữa để đảm bảo lợi ích cho các con tôi. Bà ta hỏi lũ trẻ có còn nhớ hay nhắc đến bà ta không, lúc đầu tôi chẳng biết nói gì, chỉ cúi đầu xuống rồi ngước nhìn bà ta. Sau đó bà ta hỏi với ánh mắt buồn rầu "Chúng không nhớ, đúng không?" Tôi cúi nhìn chân mình và nói ra sự thật. Tôi không cố dùng những lời lẽ ngọt ngào. Tôi nói chuyện đó không có ý nghĩa gì cả, nhưng khi chúng lớn lên và muốn gặp lại bà ta thì đó là lựa chọn của chúng, còn bây giờ thì không. Tôi nói những gì mà bà ta và Phillip làm đã gây cho chúng cảm giác hoang mang, và chúng thật sự cần bà ta làm rõ những điều về Phillip. Tôi cho bà ta hay Phillip không phải là con người tốt đẹp như gã tự thêu dệt về bản thân mình. Gã chẳng bao giờ được như thế cả. Gã đã sử dụng những mánh khóe để lừa bịp nạn nhân đầu tiên, và sau đó là Katie Callaway, nạn nhân khiến gã phải ngồi tù trước khi gã bắt cóc tôi. Gã chỉ làm những gì có lợi nhất cho gã. Lúc nào gã cũng liên tục nói những "thiên thần" đã phù hộ cho gã bắt tôi trên ngọn đồi ngày hôm ấy. Gã cũng chưa hề nghĩ chính tôi là người cần được bảo vệ khi tôi bị bắt cóc. Tôi còn hỏi bà ta rằng Phillip có thổ lộ với bà ta điều gì mà gã đã làm, và nếu biết được thì tôi sẽ không bao giờ có cảm giác về gã như trước nữa hay không... Thoạt đầu, bà ta chỉ nhìn tôi và hỏi: Điều gì? Tôi lặp lại câu hỏi. Bà ta nghĩ một lúc rồi ngước nhìn tôi và hỏi tôi có chắc chắn muốn biết điều đó không. Tôi quả quyết muốn biết. Thế là bà ta kể có lần bà ta bắt gặp gã tra tấn một con vật. Tôi hỏi đó có phải là con mèo của tôi không, bà ta gật gật đầu tỏ vẻ chắc chắn và rồi thốt lên "Không, không, nó là một con chuột thôi." Tôi hơi bất ngờ "Con chuột ư?" Bà ta trả lời "Ừ, nó là một con chuột." Tôi không hề mong đợi câu trả lời ấy, nhưng tất cả những gì tôi nói là: Chẳng lẽ bà không băn khoăn là gã còn làm những chuyện khác sao? Thế còn những lúc cả hai chúng ta không biết gã đi đâu thì sao? Nếu gã đã hành hạ một con thú vô tội thì bà không chút ngờ vực về những điều khác gã có thể làm ư? Và bà ta nói có, bà ta cũng nhiều lần tự vấn như thế. Tôi muốn tin rằng bà ta đã cảm thấy xót thương cho tôi trong ngần ấy năm, nhưng thực tế là bà ta rất ích kỉ. Đúng là bà ta không muốn tôi phải trải qua mọi chuyện như thế, nhưng làm sao lại có thể giả mù trước ông chồng đang hành hạ một cô bé mười một tuổi? Làm sao bà ta có thể đùa vui với những đứa bé trong xe tải rồi quay lại cảnh chúng xoạc chân và những hành động khác để mua vui cho chồng mình? Tôi đoán bà ta cố thuyết phục chính mình rằng những việc làm ấy chẳng qua là vì tình yêu của mình dành cho chồng. Nhưng đối với tôi, đó không phải là tình yêu. Chúng ta không thể mù quáng theo một ai nếu họ dắt ta đi trên một mỏm đá chông chênh được. Bà ta nói đã rất sợ hãi khi tôi bước vào đây, bởi vì bà ta nghĩ rằng tôi căm thù bà ta lắm. Tôi bảo mặc dù tôi không căm hận bà ta, bởi vì tôi không muốn mình bị ảnh hưởng xấu từ cảm giác đó, nhưng những gì bà ta và Phillip làm với tôi và gia đình tôi là không thể tha thứ được. Mẹ tôi là người gánh chịu nỗi đau tột cùng, cả em gái, dì và những người thân trong gia đình tôi cũng phải chịu những nỗi đau không kém. Bà ta nói rằng bà ta hi vọng mẹ tôi sẽ tha thứ cho bà ta vào một ngày nào đó, còn tôi chỉ nói là tôi không chắc. Bà ta bảo có lẽ thật điên rồ, nhưng bà ta vẫn yêu Phillip. Tôi khuyên bà ta đừng nghĩ về những điều tốt đẹp cho gã nữa, vì sớm muộn gã cũng sẽ ở tù cho đến cuối đời, thay vào đó hãy nghĩ về những điều tốt nhất cho bản thân, nhất là khi bà ta còn muốn gặp lại anh em mình và tạo dựng lại mối quan hệ với gia đình mình mà Phillip đã luôn muốn chia cắt. Tôi bảo bà ta hãy bảo trọng và chào tạm biệt lần cuối cùng. Tôi cũng nói sẽ không bao giờ trở lại. Mặc dù chúng tôi chưa kịp nói lời chia tay tại văn phòng quản thúc, nhưng đây sẽ là lời từ biệt cuối cùng. Và rồi tôi đứng dậy bỏ ra ngoài.

Suy ngẫm

Có quá nhiều thứ thay đổi kể từ cuộc gặp ấy. Phần lớn thời gian tôi chỉ chú tâm vào cuộc sống hằng ngày của mình, nhưng đâu đó trong tôi vẫn có cảm giác rằng mình sẽ gặp lại Nancy. Việc ra đi của tôi ngày hôm đó là minh chứng cho quyền tự quyết của mình. Số phận của Phillip và Nancy thật sự ở ngoài tầm tay của tôi. Tôi thấy mình trưởng thành hơn nhiều kể từ khi luật sư của Nancy thách thức tôi gọi điện cho ông ta. Văn phòng cảnh sát quận El Dorado đã ủng hộ tôi nên tự đưa ra quyết định của mình. Tôi biết tôi chẳng nợ nần gì với gia đình nhà Garrido, và cũng không hiểu tại sao luật sư của Nancy lại yêu cầu tôi ủng hộ kẻ đã bắt cóc mình.

Bước ngoặt trong chương trình trị liệu

Những ngày sau khi được giải cứu thật u ám với tất cả chúng tôi. Tôi không cần bất cứ bác sĩ tâm lí nào. Tôi cảm thấy mình đã chịu đựng quá đủ những chuyện đã xảy nên không muốn phải sống lại những ngày đen tối đó. Nhưng tôi đã sai! Một khi ngồi đối mặt với vị bác sĩ tâm lí mà họ cử đến, tôi nhận ra mình thật sự cần ai đó để chuyện trò. Cứ thế tôi bộc lộ hết tất cả tính cách và bản tính của mình. Cả bác sĩ tâm lí của tôi và cộng sự của cô ấy đều không đối xử với tôi như một trường hợp đặc biệt hay một cô gái bị tổn thương. Tôi cũng chẳng phải là trung tâm hay trở thành tiêu điểm lạ lẫm giữa mọi người.

Phương pháp trị liệu đoàn tụ gia đình thật độc đáo với mục tiêu giúp tôi quay về cuộc sống thực tại. Chúng tôi đã tập trung kết nối bản thân tôi với mọi mặt của đời sống gia đình, và tôi phải đối diện với những công việc thường nhật lạ lẫm như dắt con đi khám sức khỏe tổng quát mà chúng tôi chưa có cơ hội làm bao giờ. Các con tôi chưa bao giờ được bác sĩ khám. Chúng tôi cũng đi khám răng tại phòng nha nữa. Điều đáng mừng là răng của chúng tôi đều tốt. Chỉ có một đáng ngại duy nhất là có vài lỗ sâu nhỏ có nguy cơ phát triển, còn nhìn chung, các con tôi đều có hàm răng khỏe mạnh. Có thể khi lũ trẻ còn bé, Phillip đã tập cho chúng thói quen nhai kẹo cao su không đường. Gã đã rất tự hào với việc làm đó của mình sau khi đọc một bài báo về sức khỏe trên tạp chí và nghĩ rằng gã sẽ không phải dắt chúng đi nha sĩ nhờ vào phương pháp hiệu quả của mình. Răng của tôi cũng không gặp vấn đề gì. Khi còn bé, tôi đi nha sĩ thường xuyên và đã được trám răng. Tôi thật sự ngạc nhiên vì cứ nghĩ những vết trám chỉ tồn tại được vài năm, vậy mà chúng vẫn còn thật tốt sau đến tận mười tám năm. Tôi chưa bao giờ thích đi gặp nha sĩ – thú thật tôi chẳng bao giờ nhớ chuyện này – thế nhưng nha sĩ mà họ dẫn chúng tôi đến rất tử tế. Phòng khám của bà lúc nào cũng mở rộng cửa chứ không đóng kín như phòng khám mà tôi hay đi trước đây. Các con tôi cũng chẳng gặp vấn đề gì. Lần khám răng đầu tiên của chúng đã diễn ra suôn sẻ.

Tôi luôn mong ước sự ổn định. Không chỉ vì lũ trẻ mà cho cả tôi nữa. Phải mất một thời gian tôi mới quyết định giữa chuyện mình nên ở lại khu phố được bố trí hay di chuyển xuống miền nam nơi mẹ, em gái, và dì của tôi đang sống. Tôi chưa từng đứng trước những lựa chọn như thế nên những suy nghĩ này thật mới lạ. Dì tôi quay về chỗ cũ, nơi mẹ và dì từng sống để chuẩn bị cho sự trở lại của tôi. Trong lúc dì đi xa, tôi đã quyết định không quay trở lại Los Angeles bởi vì tôi đã bắt đầu thấy yêu khung cảnh tuyệt đẹp ở nơi tôi đang sống tạm thời. Mặc dù chúng tôi nhận được những khoản đóng góp hảo tâm qua thư tay nhưng vẫn không đủ tiền để mua hay thậm chí thuê một căn hộ nhỏ. Trung tâm Quốc gia về Trẻ em bị mất tích và lợi dụng (NCMEC) đã giúp đỡ chúng tôi tìm một ngôi nhà nhỏ tách biệt với khu dân cư. Đó là một nông trang màu trắng cũ kĩ và xinh xắn. Không giống như ngôi nhà thuê đầu tiên mà FBI và cảnh sát quận El Dorado đã bố trí cho chúng tôi, ngôi nhà mới này rất riêng tư, có nhiều không gian để chơi đùa và có thể bách bộ mà không bị hàng xóm dòm ngó. Căn nhà trước đây nằm ngay trung tâm khu dân cư và chẳng có chút riêng tư nào. Hơn nữa, lúc ấy lại rơi vào dịp cuối tuần của lễ Lao Động nên đông đúc. Lúc nào cũng thấy các nhân viên FBI và những luật sư bào chữa cho các nạn nhân. Khi chúng tôi dời đến nông trang mới, khung cảnh yên tĩnh hơn nhiều. Chỉ có một nhân viên FBI đi theo chúng tôi mà thôi. Chúng tôi thích cô ghé thăm, nhưng giờ cô đã chuyển công tác nên chúng tôi rất nhớ cô. Cô luôn làm chúng tôi cảm thấy an toàn và được che chở. Cùng sống với nhau dưới một mái nhà, chúng tôi bắt đầu quen dần với cuộc sống của một gia đình thực thụ. Chúng tôi cũng dần thích nghi với những thói quen và cách cư xử của mỗi người. Mọi thứ đều cần thời gian để hòa hợp trở lại. Có lần, tôi được người ta giới thiệu bán một tấm ảnh cho tạp chí *People*. Thoạt đầu, tôi rất do dự với lời đề nghị ấy. Dù gì thì tôi vẫn còn mơ hồ về những cảm xúc của mình. Điều duy nhất tôi biết rõ là mẹ tôi rất yêu tôi và lũ trẻ, tôi thực sự chỉ muốn được sống bình thường như thế này thôi. Tôi cũng muốn tìm kiếm sự ổn định, lâu dài. Nhưng giới truyền thông quả là một mối đe dọa thường trực. Họ nói nếu tôi không đưa cho họ một tấm ảnh thì họ sẽ tìm cách chụp. Tôi tự do mà chẳng được tự do. Chỉ có lũ trẻ và một vài người chúng tôi giữ liên lạc mới biết tôi trông như thế nào. Trong tôi như có một quả bom nổ chậm đang chờ đến lúc để bùng phát. Tôi muốn mẹ con chúng tôi cùng nhau làm một điều gì đó, nhưng rồi lại thấy mình thật bất lực. Chính quyền địa phương cũng lo ngại tôi sẽ bị phát hiện. Họ bảo tôi nên có một luật sư để đối mặt với giới truyền thông. Bọn họ lúc nào cũng chờ chực để săn những tấm ảnh và sẽ chẳng bao giờ bỏ cuộc. Sau những đêm trằn trọc, tôi quyết định kí thỏa thuận với tạp chí *People* về một bức ảnh và một tuyên bố của tôi.

Vào trước ngày chụp ảnh, tôi đổi ý không muốn chụp hay gởi ảnh nữa. Lúc đó, tôi hoang mang vô cùng. Tôi báo cho luật sư của mình và ông ấy nói tôi không thể rút lui được vì danh tánh của tôi sẽ bị báo chí bôi nhọ, thế cho nên tôi cần phải tham gia buổi chụp ảnh. Ông ấy cũng an ủi tôi là mọi thứ sẽ ổn. Tôi chưa kí hợp đồng nào cả, và ông ấy nói bản hợp đồng đã được soạn thảo và tôi sẽ sớm nhận được nó. Tôi nghĩ đáng lẽ mình không nên xuất hiện trước công chúng. Tuy nhiên, xét về một khía cạnh nào đó, tôi cho rằng trước sau gì tôi cũng phải lộ diện. Tôi muốn cho mọi người biết mình hạnh phúc như thế nào và tỏ lòng biết ơn đối với những người đã ủng hộ tôi. Vào ngày chụp ảnh, mọi thứ diễn ra nhanh như chớp. Các nhân viên bảo vệ được thuê trong buổi chụp ảnh của tôi cùng với mẹ và em gái tôi. Bác sĩ tâm lí của tôi có một con cún nhỏ và nó hay lẽo đẽo đi cùng cô ấy. Hôm đó, các nhân viên bảo vệ và luật sư đã hộ tống chúng tôi đến buổi chụp ảnh. Lúc họ đi vào vườn sau, em cún Stella nhanh nhảu chạy đến chỗ tay nhiếp ảnh, đưa chân lên và tè lên giày của anh ta. Có lẽ người này không để ý, nhưng Rebecca và tôi thì thấy. Stella đáng yêu chưa làm điều đó với ai bao giờ. Có thể đó là dấu hiệu để chúng tôi sửa soạn và bỏ đi ngay. Dẫu vậy thì chúng tôi vẫn bị kẹt ở đó, và tay nhiếp ảnh phải vất vả hết sức để mẹ và tôi mỉm cười. Có quá nhiều thứ diễn ra xung quanh, và thật sự là tôi thấy hạnh phúc, ngoại trừ chuyện xảy ra với tạp chí *People*. Đến cảnh chúng tôi ngồi trong xe ngựa với hai con ngựa tên là Velcro và Freesia. Freesia, một con ngựa nâu giống Hanover, cứ đứng chắn ngang giữa tôi và tay nhiếp ảnh. Freesia cố dùng thân đẩy tôi đi. Có cả một tấm chụp cảnh tôi cúi xuống dưới bụng cô nàng để thấy được tay nhiếp ảnh. Bỗng dưng, tôi được hỏi có muốn chụp hình cùng lũ trẻ không. Tôi nói điều này không nằm trong hợp đồng. Nhưng rồi không muốn bị mang tiếng là đang giấu con nên chúng tôi đồng ý chụp một tấm cùng nhau xoay lưng về máy ảnh. Ngày hôm đó thật lạ, nhưng rồi tôi mừng vì cuối cùng mọi thứ cũng xong. Khi tờ tạp chí phát hành, tôi thấy vui vì đã nhận được sự hỗ trợ của mọi người xung quanh, cũng như cảm thấy hạnh phúc vì đã quyết định làm điều đó. Sau này, tôi nhờ một chuyên gia quan hệ công chúng để tránh hiểm nguy từ con mắt xoi mói của giới truyền thông. Thật không dễ chút nào bởi vì tôi luôn muốn cùng lũ trẻ làm nhiều thứ, thế nhưng không phải lúc nào chúng tôi cũng thực hiện được.

Chuyên gia tâm lí điều trị những trường hợp đoàn tụ gia đình cuối cùng đã trở thành bác sĩ tâm lí của tôi. Tôi đã dần hồi phục từng ngày sau những buổi trị liệu. Quả thật vào cái ngày tôi đến văn phòng của Rebecca, những con ngựa của cô ấy đã làm tôi ấn tượng.

Một trong những điều đầu tiên cô ấy muốn chúng tôi làm là chải lông cho Velcro và Freesia. Chuyện này không đơn giản vì chúng tôi phải đuổi bắt chúng trước. Rebecca thảy cho chúng tôi mở dây thòng lọng và dẫn chúng tôi đến khu tàu ngựa. Các con tôi đúng là những tay bắt ngựa bẩm sinh. Hai đứa tóm gọn Velcro trong khi tôi phải mất cả buổi mới tròng cổ được cô nàng

Freesia, cô nàng vốn đỏng đảnh và chẳng ưa chuyện một đám người vây quanh tí nào. Tôi càng tỏ ra vội vã thì cô nàng càng trở nên nhanh nhảu. Vì vậy tôi cần phải thay đổi chiến thuật. Tôi quay sang phớt lờ cô nàng và tỏ vẻ không màng đến nữa. Vậy mà cô nàng lại chú ý, chẳng mấy chốc Freesia đã tự bước về phía tôi. Ôi tôi chiến thắng rồi! Bụng tôi cứ sôi lên khi cô nàng húc nhẹ vào khuỷu tay mình. Thời cơ đến rồi! Tôi quay sang gãi nhẹ lên cái mũi bóng bẩy và nhẹ nhàng thòng sợi dây bằng tay kia. Trước đây, tôi chưa bao giờ tròng dây vào một con ngựa nào cả, và tôi thì lại thấp người nên thấy rất lúng túng. Tôi rón rén tiến đến gần Freesia và những tưởng đã thành công, thế nhưng tôi cố rồi cố mãi vẫn không biết làm sao để tròng dây vào cổ cho đúng cách. Rebecca bước đến cạnh tôi và hỏi chuyện gì đang xảy ra. Lúc đầu, tôi không muốn bỏ cuộc vì tôi muốn mình tự làm và nếm trải cảm giác thành công. Có lúc dường như cơ hội tan biến và tôi tự hỏi liệu mình có nên bỏ cuộc, cầu viện sự trợ giúp hay cứ để con ngựa bỏ đi? Và ngày hôm đó tôi thấy mình đúng là rất bướng bỉnh. Freesia bước lùi lại và định bỏ đi trước khi tôi quyết định yêu cầu sự giúp đỡ. Tôi quay sang Rebecca và lần này cô ấy đề nghị tôi bảo con tôi giúp. Hai cô con gái của tôi đã tròng ngựa rất tốt nên tôi nhờ hai đứa giúp tôi tóm Freesia. Lúc này cô nàng đang gặm cỏ nên chẳng để ý gì cả. Đến nỗi khi tôi tiến đến gần cùng lũ trẻ, cô nàng cũng không chút bận tâm. Cô nàng thong dong đứng yên đó để lũ trẻ tròng sợi dây thừng vào, và sau đó hai chị em trao lại cho tôi dắt cô nàng vào trong đường đua.

Buổi điều trị ngày hôm đó giúp tôi ngộ ra nhiều điều về bản thân mình cũng như cách tôi nhìn nhận về thế giới trong những năm qua. Trong suốt những ngày tháng bị giam cầm, tôi không thể tưởng tượng đến cái ngày mình có thể thoát khỏi chốn ngục tù ấy và chấm dứt chuỗi ngày chán chường lặp đi lặp lại. Tôi cũng không hình dung mình có thể nhờ ai đó giúp đỡ. Tôi tự hỏi tại sao lại như vậy và thật khó để thấu hiểu chính bản thân mình.

Một buổi trị liệu khác cũng giúp tôi học hỏi rất nhiều là khi tôi dựng nên một chướng ngại vật: một chiếc cũi gỗ trên đường chạy để Velcro vào trong mà không được sử dụng tay hay lời nói nào. Lúc đầu, con Velcro không hề muốn bước vào, cũng giống như cảm giác tôi không hề muốn quay trở lại khu vườn/cái hộp giam cầm của mình. Sau gần một tiếng đồng hồ cố gắng bởi vì đó là nhiệm vụ tôi cần phải vượt qua, và một phần là tôi chẳng muốn bỏ cuộc, cuối cùng tôi quyết định không cố ép con ngựa bước vào chiếc cũi và tuyên bố mình hài lòng với kết quả đạt được. Chúng tôi trở về văn phòng của Rebecca để suy ngẫm về bài tập lúc nãy. Đến lúc đi ra, tôi bất ngờ khi thấy con Velcro cứng đầu đang phơi nắng thật thỏa thích ngay giữa chiếc cũi gỗ. Trong lúc thực hành bài tập với con ngựa, tôi có nói với Rebecca rằng mọi chuyện dường như dễ dàng và ít phức tạp hơn ở vườn sau nhà Phillip. Giờ tôi cảm thấy rất áp lực trước những quyết định và tôi chưa thấy thích ứng với những phức tạp của cuộc sống này. Cho dù tôi không muốn trở lại quá khứ của mình, nhưng thực tế là cuộc sống ở sau vườn ít rối rắm hơn. Tôi cần phải dần dần học cách thoát khỏi suy nghĩ này mới được.

Trong một buổi điều trị khác, Rebecca mang theo một quả bóng lớn mà mấy con ngựa hay chơi và cho biết chúng tôi sẽ có một ngày chơi đùa cùng nhau. Tôi không còn nhớ lần cuối cùng tôi thật sự chơi đùa là khi nào. Quả thật tôi không còn nhớ nổi có ngày nào mà mình thật sự làm một điều gì đó cho chính mình hay không. Trước kia, cuộc sống đối với tôi là làm cho Phillip và Nancy hài lòng, cũng như đảm bảo cho lũ trẻ có được những thứ chúng cần. Rebecca bảo tôi cầm lấy quả bóng và chơi với lũ ngựa. Tôi dang tay ôm chặt quả bóng màu tím to tướng và nhiệm vụ của tôi là bước vào khu tàu ngựa rồi chọn một con ngựa để chơi cùng. Suốt một giờ đồng hồ tôi đứng trước Velcro, con ngựa có bộ lông lốm đốm trắng đen tỏ ra rất ngoan ngoãn, chậm rãi thảy quả bóng rồi chợt nhận ra nó cứ đứng yên đó, tỏ vẻ chán chường. Quả bóng chạm vào chân nó rồi nảy về phía tôi, nhưng "cuộc chơi" hầu như chỉ có một mình tôi tham gia. Có lúc, tôi ném quả bóng trượt khỏi chân Velcro và băng qua người nó. Thế là Skye, cô chó của Rebecca nhanh nhảu phóng vào chuồng và rượt đuổi quả bóng trong khi tôi chạy theo sau. Rồi nó dừng lại và hất quả bóng về phía tôi. Chơi như thế vui hơn nhiều so với chơi cùng một con ngựa, mà tôi còn trông như một tên hề trước mặt nó nữa. Thế là tôi bắt đầu chơi với Skye, một con chó tha mồi với bộ lông đen. Nó chơi cừ thật, chỉ trong phút chốc chúng tôi đã có một trận chơi ra hồn. Tôi thảy quả bóng cho nó và nó dùng mũi hất ngược lại về phía tôi. Thấy chúng tôi chơi, cô nàng Freesia với bộ lông nâu óng tỏ vẻ tò mò với cảnh tượng Skye nhanh nhẹn chạy thới chạy lui bên một vật gì đó tròn trịa và to tướng. Thế rồi cô nàng chậm rãi bước về phía chúng tôi. Ban đầu thì tỏ vẻ chẳng hứng thú gì nhưng rồi sau đó chủ động chạy về hướng quả bóng mỗi khi nó trượt ra khỏi tôi hoặc Skye. Cuối cùng, Freesia đã thúc nhẹ quả bóng về phía Skye. Thật thú vị khi chứng kiến một con chó và một con ngựa chơi bóng cùng nhau. Và tôi cũng đã nhận ra một điều: Thoạt đầu, tôi không thoải mái với việc làm một điều gì đó chỉ cho bản thân mình, và chính Freesia đã nhận ra là tôi rất dè dặt. Thế nhưng khi tôi bắt đầu thấy thoải mái hơn, tôi ý thức được rằng những phút giây cho bản thân và tận hưởng niềm vui giản dị xuất phát từ việc chơi đùa rất quan trọng đối với tôi.

Một bài tập khác với những chú ngựa trong chương trình trị liệu tâm lí đoàn tụ gia đình có cả gia đình tôi tham gia. Đó là vào thời điểm chúng tôi hoang mang tột cùng và không biết điều gì sẽ xảy ra. Những tay săn ảnh lúc nào cũng là một nỗi đe dọa lớn mà tôi chẳng biết phải đối mặt thế nào. Rebecca đã nghĩ ra bài tập này để giúp chúng tôi nhìn lại những gì mà chúng tôi đang chống lại. Các con tôi không muốn trốn tránh nữa, hai đứa mong ước có một cuộc sống bình thường. Chúng đã lẩn tránh quá đủ và cũng chẳng hiểu tại sao giới truyền thông lại dai đến như vậy.

Chúng tôi bắt đầu bài tập với những chú ngựa cùng những chiếc xô. Rebecca cảnh báo rằng lũ ngựa đã quen với những chiếc xô chứa đầy ngũ cốc cho nên chúng tôi phải cẩn trọng, vì một khi thấy những chiếc xô, chúng sẽ chạy theo dù trong xô chẳng có gì cả. Cũng tương tự như giới truyền thông vậy. Một khi họ thấy bạn có thông tin hoặc một câu chuyện nào đó, họ sẽ bám lấy bạn ngay cả khi bạn chẳng có gì để chia sẻ thông tin [ám chỉ hạt ngũ cốc]. Và rồi chúng tôi bước vào khu tàu ngựa với những chiếc xô màu vàng chói trong tay. Mẹ và em gái tôi bước vào đầu tiên, theo sau là lũ trẻ và tôi. Tôi dè dặt vì Rebecca kéo tôi sang một bên và bảo trong xô tôi có đầy ngũ cốc. Tôi không muốn có ngũ cốc [ám chỉ những thông tin]. Tôi chỉ muốn đưa chiếc xô cho người khác. Mà là ai bây giờ? Tôi không thể phó mặc cho gia đình mình được. Vậy là tôi bước vào khu tàu ngựa với cái xô đầy ngũ cốc [thông tin]. Lúc đầu, tôi cố nấp mình đằng sau em gái và điều này có vẻ hiệu quả. Không có con ngựa nào đả động đến tôi. Chúng chỉ chăm chú hít ngửi hết xô này đến xô kia mà không để tâm đến tôi. Tôi nghĩ như thế thật tuyệt. Thế nhưng khi em gái tôi bước sang một bên vì lũ ngựa bắt đầu bu xung quanh chúng tôi, bất chợt, tôi bị phát hiện và sự hỗn loạn bắt đầu. Chúng phát hiện ra tôi là người duy nhất có ngũ cốc [thông tin]. Thế là chúng đổ dồn về phía tôi như thể chưa từng thấy ngũ cốc vậy, và trong khoảnh khắc đó, tất cả chúng tôi nhận ra hình ảnh của giới truyền thông bám lấy chúng tôi như thế nào, và vì vậy chúng tôi biết mình cần được giúp đỡ. Rebecca đề nghị tôi chia sẻ ngũ cốc [thông tin] cho những thành viên khác trong gia đình và tránh xa lũ ngựa càng lâu càng tốt. Tôi nghĩ ý nghĩa ẩn dụ của bài học này là liệu tôi có thể nắm giữ thông tin được bao lâu trước khi tờ *National Enquirer* săn đuổi và cố moi thông tin bằng mọi giá? Rất khó né tránh họ. Tôi chính là người mà họ khát tin nhất. Con gái tôi nghĩ bé có thể đối mặt với đám truyền thông cho nên Rebecca đã bảo bé đi cùng. Cả hai tách ra xa khỏi nhóm và con tôi thì thào gì đấy vào tai Rebecca; sau này tôi được biết rằng bé nghĩ ra một kế hoạch để xử lí chuyện này một cách an toàn nhất. Rebecca bỏ thêm ngũ cốc [thông tin] vào xô của bé G rồi bảo bé chạy thật xa. Thế là con tôi chạy đi và lũ ngựa rầm rập đuổi theo sau. Mọi thứ diễn ra nhanh đến mức tôi chưa kịp hoảng hốt, nhưng tôi đã thấy nguy hiểm biết nhường nào khi trốn chạy với mớ thông tin của mình. Sau đó chúng tôi trở về văn phòng và thảo luận về những chuyện đã xảy ra, cũng như bàn bạc cách xử trí tình huống khéo léo hơn. Chúng tôi cũng đã liên hệ với chuyên gia quan hệ công chúng Nancy Seltzer, và nhờ Nancy mà chúng tôi đã có cách xử trí với giới truyền thông một cách khôn ngoan hơn.

Một công cụ quan trọng khác trong chương trình trị liệu chính là thực phẩm. Thức ăn lúc nào cũng là niềm an ủi lớn đối với tôi, và tôi phải thừa nhận là tôi đã dùng thức ăn như một chỗ dựa tinh thần trong quá khứ. Chocolate bạc hà là một trong số những món khoái khẩu của tôi. Nhóm chuyên gia của cô Rebecca còn có bác đầu bếp chuyên nghiệp tên Charles. Một trong những tạp chí lá cải còn dự đoán tôi cho các con tôi ăn gì nữa. Họ nghĩ chúng tôi chỉ ôm chiếc ti-vi suốt những buổi ăn tối. Thật buồn cười. Thực tế là chúng tôi đang tận hưởng những bữa ăn rất ngon lành và giàu dinh dưỡng. Thật quan trọng và ý nghĩa khi chúng tôi quây quần ăn tối cùng nhau như một gia đình thực thụ. Hồi ở khu vườn sau nhà Phillip, chúng tôi không có cơ hội đó, giờ thì tôi đã thấy việc hình thành thói quen ăn tối cùng nhau cho lũ trẻ quan trọng đến mức nào. Tôi mong sao lũ trẻ sẽ duy trì truyền thống mới này trong gia đình của chúng.

Ngoài đầu bếp Charles ra, mẹ tôi cũng là một đầu bếp tuyệt vời. Mẹ luôn chăm lo hầu hết các bữa ăn tại nhà.

Một trong số món khoái khẩu mà mẹ và bà ngoại hay làm cho tôi khi còn bé là bánh hấp cà chua. Bây giờ tôi về nhà rồi nên mẹ lại có thể làm bánh cho tôi. Một món ăn vô cùng đơn giản nhưng đã mang đến cho tôi không biết bao nhiêu kí ức tuyệt vời.

Bánh cà chua

1 lon lớn (khoảng 32 oz.*) cà chua

1 lon nhỏ (khoảng 16 oz.) cà chua xắt hạt lựu

2 đến 3 gói bánh quy

Đun sôi cả lon cà chua lớn và nhỏ (bạn cần xắt cà chua trong lon lớn thành những lát nhỏ). Bẻ bánh quy làm ba và thả chúng vào cà chua đang sôi rồi đun đến khi bánh quy kêu phùn phụt... khoảng 5 phút. Đơn giản thế đấy! Rất dễ làm mà ngon ơi là ngon. Tôi mong sao mẹ sẽ viết sách dạy nấu ăn để chia sẻ những công thức như vậy.

Và tôi cũng rất thích nướng bánh trong bếp. Dì đã chỉ tôi bí quyết làm bánh quy bọc chocolate tuyệt cú mèo. Cơ bản là giống như công thức ở phía sau hộp bánh chocolate, nhưng sáng tạo một chút bằng cách bỏ thêm một ít đậu khấu và quế hay những thực phẩm khô. Bí quyết nằm ở chỗ trộn bánh bằng tay chứ không phải bằng máy. Và cũng không trộn quá tay. Bánh sẽ trở nên mềm hơn khi ra lò.

Những ngày đầu đoàn tụ gia đình không được sáng sủa cho lắm. Tôi nhớ như in khoảnh khắc nhìn thấy những món ăn lạ lẫm trong tủ lạnh. Chẳng hạn như hộp bơ đậu phộng đáng sợ trong tủ mà tôi không buồn muốn biết nó từ đâu ra. Sau đó tôi phát hiện ra bác đầu

---

* *1 oz = 28,35 gam.*

bếp chuyên nấu ăn cho các gia đình chờ đoàn tụ thuộc tổ chức Gia Đình Chuyển Tiếp đã cất nó trong tủ. Bác ấy thú nhận thật không dễ chút nào trong việc dự trữ đồ ăn phù hợp cho một gia đình mà mình không hề quen biết. Chúng tôi chủ yếu đã sống nhờ vào thức ăn nhanh, và điều đó quả thật rất khó khăn cho con tôi vì có một bé ăn chay. Chúng tôi cũng không thường xuyên được mang đến những bữa ăn dinh dưỡng.

Đến khi chương trình trị liệu tâm lí bắt đầu, bác đầu bếp đã nấu cho chúng tôi những món ăn ngon đúng nghĩa. Tôi nhớ mình đã được thưởng thức một miếng chocolate nhân chanh ngon tuyệt. Trước đây, thức ăn ngon đối với tôi là nửa miếng bánh chocolate, và sau đó là cả một thời gian dài thèm thuồng. Giờ thì mỗi ngày đến với buổi trị liệu, chúng tôi được thết đãi những chiếc bánh nướng tươi thơm, nước ép dưa chuột và món yến mạch ngon không tả xiết. Đến mức chúng tôi bắt đầu nghĩ có khi nào mình được vỗ béo bằng những thức ăn bổ dưỡng này không.

Sau những buổi trị liệu căng thẳng, thông thường chúng tôi ngồi cùng nhau thưởng thức một bữa ăn gia đình thật ngon. Đây là khoảng thời gian để mỗi chúng tôi kết nối trở lại với gia đình. Thức ăn cũng trở thành một đề tài dễ dàng cho những buổi chuyện trò. Có những loại rau mà chúng tôi chưa từng biết giờ đã xuất hiện trong những bữa ăn. Rau thì là, a-ti-sô Jerusalem, bột yến mạch vàng óng và phô mai Comté đã không chỉ làm phong phú thêm kho từ vựng của chúng tôi, mà còn là nguồn dinh dưỡng dồi dào ngon tuyệt. Thức ăn làm chúng tôi say mê và thích thú, chúng tôi thấy như được trở lại với chính mình. Sau này tôi được biết những món ăn của chúng tôi đã được bàn luận và nhận xét khắp nơi, từ thành phố Eldorado cho đến thủ đô Washington. Họ muốn biết chúng tôi ăn gì mà.

Trong một số buổi trị liệu, bác Charles dắt các con tôi vào bếp, nướng bánh và chuẩn bị bữa trưa. Lũ trẻ có phần bối rối không biết làm gì trong khi mẹ, em gái và tôi đang tham gia các buổi trị liệu. Nhưng điều này cần phải được thực hiện trước khi chúng tôi thực sự được sống cùng nhau. Các con tôi rất phấn khích khi có một không gian mà chúng cảm thấy hữu dụng và học được một điều gì có ích. Mẹ con tôi cũng đã trải qua những khoảng thời gian thật đẹp trong chương trình trị liệu cùng với những chú ngựa, và tôi nghĩ đúng là chúng cần được nghỉ ngơi như thế. Mới đây, bác Charles kể lại với tôi rằng bọn trẻ đã giúp bác ấy tháo dỡ dãy hàng rào cũ. Bác bảo bọn trẻ thích thú lắm. Quả thật tôi đã tự hỏi các con tôi có nhận ra ý nghĩa của việc "tháo dỡ" một dãy hàng rào không. Dù sao cũng thật thú vị là bác Charles không bao giờ biết được điều này.

Quá trình trưởng thành của tôi không phải chỉ trong một đêm. Trái lại, nó diễn ra thật chậm rãi nhưng chắc chắn. Lúc đầu, tôi buộc phải tin rằng mình cần phải bảo vệ cho Phillip và những kế hoạch của gã. Tôi ngỡ gã yêu thương tôi và những đứa con của tôi. Thế rồi tôi dần nhận ra tất cả chỉ là giả tạo, gã chỉ đang đóng vở kịch tình yêu để thỏa mãn những thứ gã cần. Mà tình yêu đâu phải là thứ tạm bợ và mưu cầu điều kiện. Tôi đã học được điều này từ mẹ.

Phillip rất yêu bản thân và chỉ muốn làm những gì có lợi cho gã, tôi đã thấy được điều này trong bất cứ chuyện gì gã làm. Tôi cũng biết khi nào mình cần cương, và khi nào thì cần phải nhu. Trong tất cả những cuộc tranh cãi của chúng tôi – cho dù là về "thiên thần" hay Thượng Đế, về Nancy hay lũ trẻ, hay bất cứ điều gì đi chăng nữa – tôi luôn là kẻ quy hàng. Tôi nhớ có lần khi đang tỉa luống hoa hồng quanh lều, gã bước tới sau lưng và khẳng định một trong số khách hàng của cơ sở In Giá Rẻ sẽ giúp gã tìm luật sư và đề nghị bãi bỏ lệnh quản thúc gã. Đây không phải lần đầu gã tuyên bố một chuyện mà sau đó chẳng có gì xảy ra, vì vậy phản ứng của tôi không như gã mong đợi nên gã đã hỏi tại sao không thấy tôi mừng? Chẳng lẽ tôi không vui khi mọi chuyện sẽ trở nên tốt đẹp? Có thể chứ, nhưng chỉ khi nào gã thực hiện được những lời hứa của mình. Giờ đã là năm 2006 rồi, và gã đã chẳng có hàng đống ý tưởng đấy sao, thế mà chẳng có cái nào ra hồn. Cho nên trong tận đáy lòng, tôi chẳng phấn khích gì với những tuyên bố của gã. Gã tức giận và hét to rằng gã chẳng thể nào giúp được tôi nếu tôi không thấy vui vẻ. Khoảng thời gian còn lại trong ngày trôi qua thật ảm đạm. Gã rầu rĩ như đưa đám và ngủ suốt. Gã cũng đã quát vào mặt lũ trẻ "Allissa làm tao ra nông nỗi này này, nó đã để các 'thiên thần' điều khiển nó mất rồi." Nếu làm điều gì đó không đúng thì tôi là kẻ nhận trách nhiệm cho toàn bộ không khí của cả nhà vào ngày hôm ấy. Thường thì tôi không để những ngày tồi tệ như thế xảy ra, cho dù là vô tình đi chăng nữa, nhưng tôi thật sự bế tắc, không biết làm cách nào để gã dừng lại. Có khi gã đóng cửa tiệm in suốt mấy ngày và không để tôi sờ vào máy in hay làm bất cứ công việc gì. Ngay cả những lúc tôi đã thắng thế trong một cuộc tranh luận nào đó, gã vẫn tỏ vẻ thất vọng vì tôi và dẹp hết công việc làm ăn trong nhiều ngày sau đó. Tôi nghiệm ra rằng chẳng có ích gì nếu cứ cãi nhau suốt từ ngày này qua ngày khác. Phần lớn chủ đề mà chúng tôi "bàn bạc" đều xoay quanh niềm tin của gã về sự hiện hữu của "thiên thần" và chúng đã điều khiển chúng tôi như thế nào. Tất cả những xấu xa mà con người làm đều là do "thiên thần" tiêm nhiễm vào đầu óc. Khi tôi đề nghị gã giải thích cặn kẽ hơn, gã nói huyên thuyên về chuyện "thiên thần" đội lốt người phàm ẩn mình trên trái đất, và một ngày nào đó gã sẽ liên minh với chính phủ để vạch trần bọn chúng. Gã còn bảo những "thiên thần" đã khiến gã mơ thấy ác mộng, trong đó gã bị một lũ đàn ông cưỡng bức trong tù hay chạy xe xuống vực thẳm. Tôi nghĩ có lẽ đó chỉ là tiếng nói nội tâm của gã. Và chẳng có câu trả lời nào khác ngoài chính gã cả. Gã nói chúng tôi có thể hỏi gã bất cứ điều gì. Nhưng liệu bạn có thể hỏi một kẻ lúc nào cũng tin là mình có câu trả lời đúng cho mọi sự việc hay không? Lại nói về Kinh Thánh, gã cho rằng không phải lúc nào cũng có một câu trả lời duy nhất, nhưng gã có thể lấy ra một câu trả lời và biến hóa nó theo một cách hoàn toàn mới. Đôi khi lũ trẻ cũng không hiểu nổi vì sao tôi không chịu vùng lên. Tôi biết chúng thất vọng nhiều. Đó cũng là một phần trong chương trình trị liệu: Tính quyết đoán của tôi! Có những lúc nếu tôi không đồng tình với ai đó thì tôi biết mình cần phải tìm lí do phù hợp cho hành động của mình. Tôi đã học được từ chương trình điều trị rằng "Không" cũng là một câu hoàn chỉnh. Tôi rất thích! Vậy mà trước đây tôi chưa bao giờ nghĩ tới. Tôi thuộc týp người khi có điều gì mới nảy sinh thì muốn được suy nghĩ thật tường tận, và đúng là đôi khi tôi chỉ mong vấn đề tự thân nó giải quyết. Nhưng nếu có đủ thời gian, tôi sẽ lấy hết can đảm để đối diện với bất cứ điều gì cần được quan tâm. Tôi còn có thể nghĩ ra giải pháp cho mình và cho cả những người xung quanh nữa. Thật không dễ nhận ra đâu là sai lầm, và đâu là không. Đối với Phillip thì chuyện này rất dễ vì tôi đã hiểu được tâm trạng của gã sau ngần ấy năm biết gã. Tôi biết cách né tránh những chuyện dễ dẫn đến rắc rối. Giờ thì tôi nhận ra mình phải tự thân giải quyết vấn đề và né tránh việc phải đắn đo lựa chọn hay tìm cách giải quyết dễ dàng. Trước đây tôi đã dựa dẫm vào Phillip và Nancy quá nhiều, và giờ đây tôi phải một mình tự làm tất cả. Đúng là không dễ chút nào. Chương trình điều trị cùng với những chú ngựa còn cho tôi một bài học khác nữa. Đó là có lúc tôi cần phải bắt lấy và tròng cổ một con ngựa nào đó. Có một con ngựa bướng bỉnh và rất xấc xược. Cô nàng rõ ràng biết mình là thủ lĩnh của cả đàn nên khi cảm nhận được tôi không phải là một cô gái mạnh mẽ, bản năng thách thức của cô nàng trỗi dậy và không để cho tôi bắt. Trong lần thử đầu tiên, tôi bước vào chuồng của cô nàng và cô nàng lập tức né tránh ngay. Tôi chợt nảy ra ý tưởng nếu cô nàng không thấy sợi dây thừng thì có lẽ tôi sẽ may mắn hơn chăng. Thế là tôi giấu sợi dây thừng ra sau lưng và cô nàng đã để tôi đến gần. Đôi tai của cô nàng cụp xuống và lắc lư cái đầu như thể răn đe "Ta sẽ cắn ngươi cho mà xem!" Mục tiêu của tôi là làm chủ nỗi sợ của mình và không biểu lộ nó ra ngoài. Thật mâu thuẫn là tôi cảm thấy sợ, nhưng rồi sau đó tôi chẳng sợ tí nào. Đôi khi tôi còn chẳng hiểu nổi bản thân mình. Tôi biết rõ cô nàng ngựa này, và cũng biết nó chỉ tỏ vẻ khó khăn thế thôi. Ít nhất là tôi hi vọng thế. Thế là tôi cố gắng tròng sợi dây thừng nhưng cô nàng nhanh chóng xoay mông bỏ đi. Tôi đã từng thành công với ngũ cốc nên liền đi lấy một ít. Đúng là có tác dụng thật; cô nàng tiến về phía tôi để lấy ngũ cốc, ngay lập tức tôi tròng dây thừng vào cổ cô nàng, và đợi đến lúc cô nàng ăn xong, tôi mới tròng bộ dây thòng lọng vào. Nhưng không hiểu sao tôi không thể cài dây lại được. Chắc là nhầm dây, nhưng tôi cũng không muốn đi lấy cái mới vì hiện giờ tôi đã tiếp cận được cô nàng rồi. Tôi mà bỏ đi thì chắc sẽ mắc công bắt lại cô nàng mất. Thế là tôi la lên nhờ giúp đỡ. Tôi chưa từng làm vậy bao giờ. Cũng may là Rebecca ở gần đó và mang cho tôi bộ dây thòng lọng mới. Tôi tròng bộ dây quanh cổ cô nàng, còn cái kia bỏ xuống máng ăn. Khi cài bộ dây lại tôi mới phát hiện ra cái này cũng không vừa nốt. Quỷ quái thật! Cái này cũng chẳng đúng. Nhưng không thể thế được vì Rebecca đã đưa cho tôi bộ dây thì chắc chắn cô ấy biết tôi cần gì chứ. Sau vài lần cài đi cài lại không thành công, tôi quay sang nhờ cậu bé nài ngựa giúp đỡ. Ban đầu, cậu bé cũng lúng túng và tháo bộ dây ra kiểm tra giống như cách tôi đã làm. Thì ra tôi đã tròng ngược, thế là cậu bé trở lại mặt kia rồi cài lại. Cô Rebecca đã hỏi vì sao tôi lại nghĩ mình không làm được. Điều này khiến tôi suy nghĩ, chẳng may không có ai ở đó thì tôi sẽ xoay xở thế nào? Tôi đã quá quen với việc ai đó làm giúp mình, đến mức tôi không biết lời giải đáp cho vấn đề này là gì nữa. Tôi chỉ tự nhủ mình có thể làm tốt hơn trong những lần tới mà thôi. Việc tự mình đi ra ngoài cũng trở nên dễ chịu hơn. Tôi vẫn thích có ai đó đi cùng, nhưng khi rơi vào thế phải tự thân xoay xở hoặc ra ngoài một mình, tôi đã làm rất tốt và thấy hài lòng với chính mình.

Trong quá trình điều trị, tôi cũng đã tìm hiểu về Phillip và Nancy cũng như trò kiểm soát mà họ buộc tôi phải chịu đựng. Điều này giúp tôi nhận ra rằng cuộc sống ở khu vườn sau nhà Phillip đã làm tôi hoang mang biết nhường nào. Khi càng có nhiều hiểu biết, tôi càng thấy mình trưởng thành hơn. Tôi chưa từng có cơ hội để trở thành một người trưởng thành thực thụ. Phillip đã đánh cắp đi những phát triển thông thường của một con người, và tôi thấy mình phải cần bồi đắp cho những mất mát đó. Có những thứ lần đầu tiên tôi được trải nghiệm chẳng hạn như đi mua sắm một mình, hay tự đổ xăng cũng làm tôi lo lắng. Tôi cũng sợ rằng mình sẽ làm điều gì sai trái để rồi lại mang vạ vào thân. Nhưng từ lúc không còn sống chung với Phillip nữa, tôi đã trở nên đủ tự tin để tự nhủ rằng nếu phạm lỗi thì cũng chẳng sao, và đúng vậy, rồi tôi sẽ có khả năng làm tất cả mọi thứ. Thậm chí tôi không để ý là mình có thể làm những chuyện mà trước đây chưa hề làm như đi xem hòa nhạc với bạn hoặc đến nơi nào đó một mình; đôi khi tôi có cảm giác cần có ai đó bên cạnh. Nhưng rồi những cảm xúc ấy cũng dần tan biến và tôi đang quen với việc tự làm mọi thứ một mình.

Một trong những hoạt động mà tôi thích nhất trong đợt trị liệu là những chuyến đi bộ dài cùng với cô Rebecca. Tôi thấy mình mở lòng và nói nhiều hơn trong suốt hai tiếng đồng hồ đi dạo, không giống như lúc ngồi ở văn phòng thường hay rụt rè im lặng. Tôi chẳng biết vì sao nữa. Giả định của tôi là bởi vì tôi đã bị giam cầm trong suốt ngần ấy năm nên ước ao được ra ngoài và tản bộ cứ nung nấu trong lòng. Tôi thích được ra ngoài, dù là chạy bộ hay chỉ ngồi đó ngắm những con mèo của tôi chơi đùa cùng nhau. Tôi không thích ngồi trong văn phòng và trò chuyện nhưng cô Rebecca đã có cách làm cho những cuộc trò chuyện trở nên thú vị hơn. Tôi thích cách cô ấy thắp sáng những ngọn nến để biểu trưng cho quá khứ, hiện tại và tương lai của tôi. Chúng tôi đã bắt đầu với hai cây nến tượng trưng cho quá khứ và hiện tại; thế rồi cô ấy hỏi ngày hôm nay tôi muốn bắt đầu từ đâu. Việc quyết định thắp ngọn nến quá khứ hay hiện tại là tùy thuộc vào tôi. Trong suốt những buổi trị liệu vừa qua, chúng tôi đã thắp nến và tôi nhận ra rằng ngọn nến của quá khứ dần dần tan chảy và mờ đi nhiều. Tôi vốn là một người rất thích hình tượng nên nhận ra quá khứ của tôi đang dần tắt và tan biến. Nó đã chuyển hóa thành một thứ gì đó hoàn toàn khác so với lúc ban đầu khi được thắp lên. Thật ấn tượng làm sao khi ngọn nến hiện tại vẫn cháy sáng như hồi mới được thắp, và đối với tôi, nó tượng trưng cho sự tiếp nối. Còn ngọn nến tương lai thì rất đặc biệt. Cô Rebecca đã tặng nó cho tôi nhân dịp sinh nhật lần thứ ba mươi của tôi. Trên ngọn nến có khắc hình ảnh khuôn mặt của một con ngựa mẹ và một con ngựa con. Từ lúc được thắp lên cho đến bây giờ, nó vẫn bừng sáng hơn cả hai ngọn nến kia gộp lại. Tôi chưa nghĩ ra nó có ý nghĩa gì, nhưng chắc rằng tương lai của tôi sẽ tươi sáng và ấp ủ những điều mà tôi luôn ao ước.

Khi tưởng tượng về tương lai, tôi thấy mình sẽ giúp đỡ nhiều gia đình, chữa lành vết thương của họ sau bao nhiêu bi kịch. Gia đình giống như những bông tuyết vậy, đủ mọi hình thù và kích cỡ, không có gia đình nào là giống nhau. Và cũng như bông tuyết, mỗi gia đình cần được bảo vệ và chở che khỏi những mối hiểm nguy vốn có thể tước đi sự cân bằng mong manh của họ bất cứ lúc nào. Khi hai hoặc nhiều bông tuyết gộp lại, chúng sẽ vững vàng hơn để tồn tại trong thế giới không ngừng biến đổi này. Nhưng nếu có được những công cụ hỗ trợ đúng đắn, không giống như những bông tuyết, gia đình sẽ vượt qua được những cơn nguy biến nhất.

Những gì Phillip và Nancy bắt ép chúng tôi đóng kịch trong khu vườn sau không phải là một gia đình thực thụ. Nhưng dù sao thì cũng may mắn là mẹ con tôi vẫn gắn kết với nhau để trải qua những thời khắc khó khăn. Giờ thì sợi dây liên kết đó đang được tự do nảy nở trong môi trường thuận lợi hơn nhiều.

Đôi lúc tôi thấy mình không xứng đáng với cuộc sống và những gì đang có. Hãy nhìn những gì tôi có trong khi bao người khác phải vật lộn mưu sinh để giúp gia đình mình tồn tại. Hiệp hội JAYC được sáng lập với mục đích sâu xa là trao gửi những gì tôi may mắn có được cho cộng đồng và cuộc sống. Quả thông là vật cuối cùng tôi nắm giữ trong thế giới tự do, vì vậy đối với tôi, nó tượng trưng cho những gì tôi đã bị cướp mất. Hiện giờ tôi đã tự do nên nó lại trở thành biểu tượng của cuộc sống và sự tự do. Chúng là hạt giống của cuộc sống mới hồi sinh, và đó cũng là điều tôi đang có: "một cuộc sống mới". Quả thông cũng gợi nhắc trong tôi rằng cuộc sống luôn có thể được bắt đầu lại từ đầu. Tôi biết mình không thể hàn gắn vết thương cho cả thế giới, cho nên ít nhất là hãy bắt đầu với việc chữa lành trong chính tổ ấm của mình. Nếu được trang bị những công cụ hữu dụng, ngay cả một gia đình đổ vỡ trong những nguy biến khó lường vẫn có thể cùng nhau kiến tạo một hành trình mới. Hiệp hội JAYC được hình thành với ý nguyện hỗ trợ những gia đình trong mọi hoàn cảnh và tình huống khác nhau. Khát vọng của tôi là sẽ hỗ trợ tư vấn tâm lí, cung cấp nơi trú ngụ cho các gia đình và nạn nhân bị bắt cóc, bóc lột trong giai đoạn thiết yếu đầu tiên của quá trình đoàn tụ gia đình. Tôi cũng sẽ cố gắng tạo nên một môi trường thật an toàn cho họ, giống như những gì gia đình tôi đã trải nghiệm trong những ngày đầu hòa nhập. Đó là cách đơn giản và thiết thực giúp chúng tôi hàn gắn và sum vầy với nhau. Tổ chức Gia Đình Chuyển Tiếp đã hỗ trợ chúng tôi trong những tháng quan trọng đầu tiên của chương trình trị liệu và giúp chúng tôi đoàn tụ sau mười tám năm xa cách. Mục tiêu của tôi là giúp đỡ từng gia đình một, hỗ trợ họ những công cụ và thời gian cần thiết để tiếp tục vươn lên. Cứu trợ động vật cũng luôn là ước mơ của tôi. Kì diệu thay khi tôi đang sống trên mảnh đất mà bao ước mơ ấp ủ của mình đang được chắp cánh. Tôi hi vọng mình sẽ giúp đỡ được nhiều gia đình và động vật gặp hoàn cảnh khó khăn trong những năm sắp tới. Tôi cũng động viên mọi người hãy mở rộng tấm lòng hỗ trợ các gia đình và động vật kém may mắn. Dù chỉ là những việc làm đơn giản nhưng sẽ mang đến ý nghĩa rất nhiều.

Hiệp hội JAYC (Just Ask Yourself to Care) – Hãy Tự Bảo Mình Biết Quan Tâm.

Tri ân

Tôi muốn gửi lời tri ân sâu sắc đến rất nhiều người. Trước tiên và quan trọng nhất, tôi muốn cám ơn mẹ. Mẹ là người phụ nữ kiên cường và là vị cứu tinh vĩ đại nhất của cuộc đời con. Nếu trái tim con có bao giờ bị che lấp bởi lòng hận thù thì đó cũng là vì những gì mẹ phải gánh chịu từ Phillip và Nancy Garrido. Mẹ đã không nguôi hi vọng một ngày nào đó con sẽ trở về nhà, và giờ con đang ở đây bên mẹ, lòng tràn đầy hạnh phúc. Mẹ là tất cả trong con, và thậm chí là còn hơn thế. Mẹ cũng đã đón nhận các con con với tất cả tấm lòng, một điều mà trước đây con chẳng thể nào tin nổi. Giờ chúng đã có một người bà yêu thương chúng hết mực. Thật không có lời lẽ nào đủ để cảm tạ tình yêu thương và sự chấp nhận của mẹ dành cho chúng con. Cám ơn mẹ đã luôn bên con và ủng hộ những quyết định của con. Mẹ là vị anh hùng trong trái tim con. Con vẫn biết, từ sâu thẳm trong trái tim mỗi khi con ngước nhìn trăng, rằng mẹ đã trao cho con niềm hi vọng. Và niềm hi vọng ấy giúp con vượt qua những nỗi đau trong cuộc sống.

Tôi cũng mong tất cả những ai có con bị bắt cóc, hãy luôn giữ vững niềm tin. Trung tâm Quốc gia về Trẻ em bị mất tích và lợi dụng (NCMEC) đã luôn ở bên cạnh và giúp mẹ tôi nuôi dưỡng hi vọng từng ngày. Kể từ khi trở lại với cuộc sống, tổ chức này có ý nghĩa vô biên đối với tôi và gia đình, cũng như nhiều gia đình khác. Tận sâu trong đáy lòng, tôi muốn gửi lời tri ân sâu sắc đến họ.

Em gái Shayna của chị ơi, liệu chị có thể nói gì đây nhỉ? Chị đã không thể ở bên cạnh em suốt ngần ấy năm, và chị biết em đã hy sinh rất nhiều. Khi chị bị giam cầm, em đã luôn ở bên cạnh và chăm sóc mẹ. Em lớn lên và chứng kiến cảnh mẹ rơi nước mắt vì một người chị mà em hầu như không thể nhớ nổi, thật là khó hiểu phải không em? Đáng lẽ chị em mình đã lớn lên cùng nhau chứ không phải đánh mất đi tuổi thơ hồn nhiên như thế này. Chị sẽ không để gia đình Garrido làm chuyện đó một phút giây nào nữa. Đã đến lúc chúng ta cùng nhìn về tương lai và hân hoan chào đón những ngày sắp đến. Chị biết khi chị trở lại, cuộc sống của em bị đảo lộn một lần nữa. Chị cám ơn em vì tình yêu thương em dành cho mẹ con chị trong suốt những ngày chờ đoàn tụ. Khi em dạy chị lái xe, em đã mang đến cho chị cảm giác tự do thật sự lần đầu tiên sau suốt mười tám năm. Cảm ơn em. Chị yêu em lắm.

Và gửi dì Tina: dì là trụ cột và sức mạnh của cháu. Khi cháu trở về, dì vẫn là người dì yêu quí mà cháu từng biết. Cháu biết dì đã luôn ở bên cạnh ủng hộ mẹ và em gái khi cháu mất tích. Khi cháu trở về, dì vẫn tuyệt vời như thế; ngồi bên cạnh dì làm cháu nhớ đến những ngày thơ ấu khi dì thay mẹ tết tóc cho cháu. Những năm lưu lạc giờ là dĩ vãng, và cháu chỉ nhớ những điều tuyệt vời mà dì cháu mình cùng nhau thực hiện. Giờ nghe lũ trẻ gọi dì bằng bà dì khiến cháu vui đến trào nước mắt. Cháu yêu dì và cám ơn dì vì đã luôn là một người dì tuyệt vời của cháu.

Dành cho gia đình lớn của cháu: cháu cám ơn mọi người đã cho cháu thời gian và cơ hội để tìm lại chính mình. Mọi người cũng đã cho cháu thời gian để khám phá một thế giới mới. Cháu của ngày hôm nay không còn như xưa nữa, và mỗi ngày trôi qua cháu càng nhận thấy rõ mình muốn trở thành một con người như thế nào. Sự xa cách của cháu với tất cả mọi người chẳng qua là một hành trình mà cháu đã vượt qua chứ nó không phản ánh hết tình cảm của cháu dành cho mọi người.

Kính gửi tất cả cô bác, anh chị em đã nỗ lực hỗ trợ việc tái thiết của sống của tôi, và tất cả những ai đã ở bên cạnh tôi trong thời gian tôi được giải thoát: Tôi muốn cám ơn lòng quả cảm và ủng hộ của tất cả mọi người.

Trong những ngày đầu trở về cuộc sống, những đóng góp của mọi người đã cho tôi niềm hi vọng rằng thế giới bên ngoài vẫn vô cùng tươi đẹp. Số tiền đóng góp của mọi người đã giúp mẹ con tôi tồn tại và vững tin rằng mình sẽ vượt qua, ít nhất là vào thời điểm này. Chúng tôi đã được cứu khỏi khu vườn ấy với hai bàn tay trắng (nếu không tính đến những con ốc mượn hồn). Mỗi một lá thư của mọi người đều là niềm động lực to lớn rằng tự do sẽ tốt lắm thay.

Gửi các nhân viên cảnh sát Quận El Dorado: tôi muốn cám ơn mọi người về những hỗ trợ không ngừng, sự sẵn lòng giúp đỡ và thấu hiểu tính phức tạp trong hoàn cảnh của chúng tôi, cũng như đã luôn đối xử tốt với chúng tôi. Xin cám ơn chị Trish Kelliher đã có tấm lòng kết nối chúng tôi với Trung tâm Quốc gia về Trẻ em bị mất tích và lợi dụng (NCMEC), tổ chức sau đó kết nối chúng tôi với một tổ chức khác là Gia Đình Chuyển Tiếp. Từ những kết nối giản đơn như thế, chúng tôi đã có một nơi để trú ngụ và định hướng tiếp theo. Cộng đồng nơi tôi được chuyển đến sinh sống có rất nhiều người tốt và luôn thầm lặng giúp đỡ, ủng hộ tôi. Không có bất cứ người nào mà tôi đã gặp chỉ chỗ ở của chúng tôi cho giới truyền thông. Ngay cả xe của liên bang cũng tham gia chắn đường để không ai phát hiện ra chúng tôi cả. Tất cả những cán bộ từ phòng cảnh sát địa phương đến nhân viên FBI cũng bảo vệ và giúp chúng tôi được an toàn.

Tôi muốn cám ơn luật sư Vern Pierson và nhân viên của ông. Trong suốt cuộc hành trình, Vern Pierson và cộng sự của mình đã ủng hộ tôi bằng cách liên tục cập nhật tiến trình vụ án liên quan tới gia đình Garrido. Ông cũng luôn sẵn lòng hợp tác với nhóm chuyên gia sức khỏe tâm thần đã hỗ trợ gia đình tôi. Thiện chí giữ liên lạc của ông với tôi và mọi người trong nhóm của tôi khiến tôi thấy thật quan trọng, và điều này cũng ảnh hưởng rất sâu sắc đến cuộc sống của tôi.

Nhóm trị liệu Jaycee cũng dần lớn mạnh theo thời gian. Tôi muốn cám ơn từng thành viên đã tham gia vào nhóm. Xin gửi lời đến tất cả các bác sĩ tâm lí: cám ơn các vị về chương trình điều trị mà chúng tôi luôn mong đợi. Mỗi người trong các vị đã bồi đắp nhiều cho cuộc sống tâm hồn tôi. Gửi đến cô Rebecca và Jan, hai cô đã cho cháu thấy trong tình bạn không phải lúc nào cũng chỉ có sự đồng tình; chúng ta có thể không đồng tình với nhau nhưng vẫn yêu quí nhau. Các cô cũng đã cho cháu thấy mình phải tự đứng dậy như thế nào và trở thành một người mẹ mạnh mẽ ra sao.

Gởi cô Nancy Seltzer: cháu sẽ chia sẻ ngắn ngọn và nhẹ nhàng thôi. Những lời khuyên và sự ủng hộ của cô thật vô giá đối với cháu, nhưng trên hết là tình bạn của cô cháu mình. Cháu sẽ lại bơ vơ lạc lối nếu như không có sự hỗ trợ của cô để đương đầu với giới truyền thông vô cảm, kì quặc. Bản lĩnh của cô chính là nguồn cảm hứng cho cháu, và cháu rất mong đợi những thành quả mà hiệp hội JAYC sẽ đạt được. Dĩ nhiên cháu sẽ học cách trở nên mạnh mẽ hơn với chính tiếng nói của mình.

Và còn rất nhiều người đã hy sinh bản thân và gia đình để giúp đỡ gia đình tôi hồi phục. Tôi trân quí tâm huyết và tình cảm không đòi hỏi được đáp đền của các bạn. Tôi muốn gửi lời cám ơn chân thành đến tình yêu thương và những ủng hộ từ các bạn. Các bạn đã mở rộng cửa và tấm lòng để đón nhận chúng tôi, cũng như chỉ cho chúng tôi cách thể hiện tình yêu thương như thế. Tôi nghĩ các bạn đều biết là tôi đang nói tới ai, nhưng để mọi người không quên, tôi xin gửi lời cám ơn đến nhà hàng Chuck E. Cheese's, những buổi cưỡi ngựa, chuỗi cửa hàng Target, những nơi nhận nuôi các con thú cưng của chúng tôi, các tổ chức y tế, những buổi đi trượt tuyết, giúp đỡ chúng tôi trở thành một gia đình thực thụ, nhưng trên hết là giúp chúng tôi khóc và cười, bởi vì đó là tất cả những điều mà chúng tôi cần phải học.

Và gửi tới những cô bé, cậu bé trong gia đình lớn của tôi: cám ơn các cháu đã dạy cho con cô biết chơi bóng, giới thiệu chúng những bản nhạc mới, quí trọng những điều đặc biệt. Cám ơn tất cả vì đã giúp con cô thích nghi với thế giới mới này. Và dĩ nhiên là cô sẽ cố gắng xin chữ kí của vận động viên bóng rổ Dwight Howard cho các cháu! Cám ơn các cháu vì đã cho bố mẹ các cháu đến đây với gia đình cô, và vì dạy cho cô biết một gia đình đúng nghĩa là cần phải mở rộng vòng tay giúp đỡ mọi người.

Cuối cùng, xin gửi tới Tiến sĩ Rebecca Bailey: Cô đã trở thành quân sư, huấn luyện viên và đồng thời là bạn tâm giao của cháu. Cô không bao giờ đối xử với cháu như một nạn nhân mà hơn hết là một người bạn. Cô cháu mình đã cùng nhau chia sẻ những khi gian khó cũng như những lúc sướng vui, và trong cả hai trường hợp, cô đã dạy cho cháu cách nhận biết mọi thứ một cách hóm hỉnh. Cháu đã nhận ra rằng chúng ta cùng sống theo một triết lí rằng tốt hơn là vừa được cười và vừa được khóc, thay vì chỉ có khóc thôi. Những buổi trị liệu của cô cháu mình đã giúp cháu học được rất nhiều, và với sự giúp đỡ của cô, cháu đang trưởng thành đúng như những gì cháu luôn khao khát. Có lẽ lời "cám ơn" chưa thể gọi là đủ với tấm lòng của cô dành cho cháu. Những hỗ trợ và tư vấn không ngừng của cô sẽ luôn là nguồn sức mạnh tiếp sức cho cháu vững bước trên con đường phía trước.

Mục lục

CUỘC ĐỜI BỊ ĐÁNH CẮP

Jaycee Dugard

Trọng Nguyễn dịch

Chịu trách nhiệm xuất bản:
Giám đốc - Tổng biên tập NGUYỄN MINH NHỰT

Biên tập và sửa bản in:
LÊ TỊNH THÙY

Bìa:
NGUYỄN LÊ DUY

Kỹ thuật vi tính:
MAI KHANH

NHÀ XUẤT BẢN TRẺ

161B Lý Chính Thắng – Quận 3 – Thành phố Hồ Chí Minh
ĐT: 39316289 – 39316211 – 38465595 – 38465596 – 39350973
Fax: 84.8.38437450 – E-mail: hopthubandoc@nxbtre.com.vn
Website: http://www.nxbtre.com.vn

CHI NHÁNH NHÀ XUẤT BẢN TRẺ TẠI HÀ NỘI

Số 21, dãy A11, khu Đầm Trấu, p. Bạch Đằng, q. Hai Bà Trưng, Hà Nội
ĐT: (04)37734544 – Fax: (04)35123395
E–mail: chinhanh@nxbtre.com.vn

CÔNG TY TNHH SÁCH ĐIỆN TỬ TRẺ (YBOOK)

161B Lý Chính Thắng, P.7, Q.3, Tp. HCM
ĐT: 08 35261001 – Fax: 08 38437450
Email: info@ybook.vn
Website: www.ybook.vn

Khổ: 13 cm x 20 cm, số: 1231-2014/CXB/2-116/Tre
Quyết định xuất bản số 996A/QĐ-Tre, ngày 30 tháng 10 năm 2014
In 2.000 cuốn, tại Xí nghiệp In Nguyễn Minh Hoàng
Địa chỉ: 510 Trường Chinh, phường 13, quận Tân Bình
In xong và nộp lưu chiểu quý IV năm 2014